आय् सी ८१४ - अपहरणाचे १७३ तास

लेखक
निलेश मिश्रा

अनुवाद
लीना सोहोनी

मेहता पब्लिशिंग हाऊस

Please contact us at **Mehta Publishing House,** Pune 411030.
© +91 020-24476924 / 24460313 / Mob. No. 9545000513
Email : production@mehtapublishinghouse.com
Website : www.mehtapublishinghouse.com

◆ *या पुस्तकातील लेखकाची मते, घटना, वर्णने ही त्या लेखकाची असून त्याच्याशी प्रकाशक सहमत असतीलच असे नाही.*

173 HOURS IN CAPTIVITY -
THE HIJACKING OF IC 814 by Neelesh Misra
Originally Published by Harper Collins Publishers India Pvt. Ltd. New Delhi.
Translated into Marathi Language by Leena Sohoni

आय् सी ८१४ - अपहरणाचे १७३ तास / अनुवादित सत्यकथा

अनुवाद : लीना सोहोनी

Email : author@mehtapublishinghouse.com

मराठी अनुवादाचे व प्रकाशनाचे हक्क : मेहता पब्लिशिंग हाऊस, पुणे ३०

प्रकाशक : सुनील अनिल मेहता, मेहता पब्लिशिंग हाऊस,
१९४१, सदाशिव पेठ, माडीवाले कॉलनी, पुणे – ४११०३०.

मुद्रक : ट्रिनिटी ॲकॅडमी फॉर कॉर्पोरेट ट्रेनिंग लिमिटेड

मुखपृष्ठ : बाबू उडुपी

प्रकाशनकाल : सप्टेंबर, २००० / पुनर्मुद्रण : नोव्हेंबर, २०२०

किंमत : ₹ ३००

P Book ISBN 9788177660692
E Book ISBN 9789353175252
E Books available on : amazonkindle Apple Books Google Play Books

---

माझ्या मात्या-पित्यांना,
तसेच,
रिपन कट्यालच्या मात्या-पित्यांना---
रिपन... जो कधीच परत येणार नाही.

अनुक्रमणिका

उपोद्घात

जम्मू कारागृहातील एक मुल्ला..... स्वतःला प्रेषित समजणारा..... काटमांडू विमानतळावर चलनी नोटांचा जुडगा... शस्त्रास्त्रांनी भरलेली थैली आणि चिकन थाळी... फ्लाईटला विलंब....

उतरणीला लागलेली उन्हं त्याच्या खोलीत झिरपत होती. गालांवर दाढीचे काळे खुंट असलेला तो आपल्या जाडजूड बोटांनी हातातील जपमाळेचे मणी फिरवत निश्चल बसून होता. एखाद्या वडीलधाऱ्या माणसाच्या मौनाचीच त्यांच्या शब्दांपेक्षा जास्त भीती वाटावी नां, काहीसा तसाच! एकवार भुवया उंचावून त्यानं आपल्या चौकोनी फ्रेमच्या चष्म्याआडून उजवीकडून डावीकडे एक नजर फिरवली. एकीकडे, हातातील कुराणाच्या प्रतीची पिवळट पडलेली पाने चाळणं चालूच होतं.

मात्र तो आजोबा, वडीलधारा माणूस वगैरे नसून तो मौलाना मसूद अझर होता. एक स्थूल पाकिस्तानी, सडाफटिंग, दिवसातून, पाच वेळा नमाज पढणारा, झोपताना देखील हाताच्या बोटात आपली रोझरी (जपमाळ) घट्ट पकडून ठेवण्याची त्याला सवय होती. तो मितभाषी होता. वाचनात सदैव दंग असे. त्याचवेळी आपला छोटा ट्रान्झिस्टर रेडिओ मात्र सतत कानाला लावलेला असायचा. अंगात कायम सैलसर सलवार कमीज असा पेहरावही ठरलेला.

आणि तो बंदिवासात होता.

२४ डिसेंबर १९९९ चा दिवस. विसाव्या शतकातील शेवटची ख्रिसमस

ईव्ह (ख्रिसमसच्या आदल्या दिवशीची सायंकाळ) होती. परंतु उत्तर भारतात जम्मू येथील किल्ल्यासमान भासणाऱ्या कोट भालवाल तुरुंगाच्या बराकी या सर्व वातावरणापासून शेकडो योजने दूर होत्या. तेथे होती फक्त नीरव शांतता.

तुरुंगाच्या एक मजली, पिवळसर इमारतीला बाहेरील बाजूनं तारांचं कुंपण होतं. दणकट लोखंडी गजाआड तोही जणू पोलादी मुखवटा धारण करून बसला होता. त्याच्या लुकलुकणाऱ्या डोळ्यांत एक भाव अगदी स्पष्ट उमटला होता- मला सर्वकाही ठाऊक आहे !

अझरचे खांदे रुंद आणि देहयष्टी बळकट होती, नाक बाकदार व भलंमोठं, गाल गुबगुबीत गोबरे, आत्ता याक्षणी कपाळावर आठ्या होत्या. मधूनच कधीतरी तो वर नजर करून पाही आणि त्यावेळी मात्र झुबकेदार मिशांआड दडलेल्या जाडसर ओठांवर स्मितहास्य तरळताना दिसे.

वेगवेगळ्या माणसांच्या लेखी या अझरचं महत्त्व वेगवेगळं होतं.

भारताच्या लष्कराच्या दृष्टिकोनातून अझर हा एक निर्दयी, उलट्या काळजाचा, भावनाशून्य अतिरेकी होता. काश्मीरमधील जनतेला हतबल करून सोडणारे जे बॉंबहल्ले व छुप्या दहशतवादी कारवाया सतत चालू होत्या, त्यांच्या मागचा बोलाविता धनी हाच होता. सरकार व लष्कराला ललकारणारा, त्यांच्याविरुद्ध सतत बंड करून उठणारा हा दहशतवादाचा अखंडित चालू असलेला झरा होता. त्याच्या नेतृत्वाने कितीक इस्लामी अतिरेक्यांना प्रेरणा दिली होती.

इस्लामी गनिमांशी भारतीय फौजेचं जे बोचरं युद्ध चालू होतं, त्या युद्धात अझरचं स्थान जणू एखाद्या शौर्यपदकासारखं होतं. तो धूर्त होता, कावेबाज होता. कपटी व कारस्थानी होता. लोकांच्या मनावर प्रभाव पाडून त्यांच्याकडून पैसा गोळा करण्यात तर त्याचा हात कुणीच धरू शकत नव्हतं. जणू काही मॅकियाव्हेली, गोबेल्स आणि मिडास या सर्वांचं एकत्रित व अद्‌भुत असं रसायनच जन्माला आलं होतं.

हजारोंच्या संख्येने अतिरेकी गनीम भारतीय सुरक्षादलाच्या जवानांशी काश्मिरात गेली दहा वर्षे कंटाळवाणं युद्ध खेळत होते. अझर हा त्या युद्धातील अल्लाचा सैनिक होता. तो विद्वान होता. अतिरेक्यांना तर तो गुरुस्थानी होता. भारताविरुद्ध इस्लाम्यांनी जे जिहाद-धर्मयुद्ध-पुकारलं होतं, त्यात त्यांना वाट दाखवणारा मार्गदर्शकही तोच होता. युद्धासाठी लागणारी शस्त्रास्त्रे आणि रोजीरोटी पुरवण्यासाठी जो पैशाचा ओघ लागतो तोही त्याच्याच मार्फत येत असे. काश्मिरातील भारतीय सत्तेला आव्हान देण्यासाठी कंबर कसून उभ्या ठाकलेल्या हरकत् - उल् - मुजाहिदीन या दहशतवादी संघटनेचा तो नेता होता.

त्यामुळे दोन्ही पक्षांच्या दृष्टिकोनातून अझरचं स्थान फार महत्त्वाचं होतं.

कोट भालवालच्या एकंदर १३ बराकींपैकी बहुतांशी बराकींमध्ये मिळून एकूण पंचवीस कैदी राहत होते. त्यांच्यातील जवळजवळ सर्वच अझरचे निस्सीम भक्त होते. त्याचा दराराच इतका विलक्षण होता, की त्याला खास मोठी खोली देणं तुरुंगाधिकाऱ्यांना भागच पडलं. अर्थात त्या खोलीत (कोठडीत) त्याच्या सोबत आणखीही काही कैदी होते. अझर आजूबाजूच्या लोकांशी फारसं काही बोलत नसे. त्याचा चौकीदार त्याला रोज एक उर्दू दैनिक आणून देत असे, आणि त्याच्या कानाला सतत ट्रान्झिस्टर असे.

बाहेरच्या जगाशी त्याचा हा एवढाच काय तो संबंध.

सुमारे चार महिन्यांपूर्वी, सप्टेंबर १९९९ मध्ये याच ट्रांन्झिस्टरवर अझरने ती बातमी ऐकली आणि त्याच्यावर जणू आभाळच कोसळलं. त्याचा जिवलग मित्र कॉम्रेड सज्जाद खान (अतिरेक्यांमध्ये हा सज्जाद अफगाणी म्हणून प्रसिद्ध होता) हा कामी आला होता. सज्जाद हा त्याचा एकेकाळचा तुरुंगातील सोबती आणि हरकत उल् अन्सारचा काश्मिर व्हॅलीतील सुप्रीम कमांडर (उच्चाधिकारी). केवळ काही महिन्यांच्या कालावधीतच त्याच्या या मृत्यूची भारताला फार मोठी किंमत मोजावी लागणार होती हे निश्चित.

काही अतिरेक्यांचा तुरुंग फोडून पळण्याचा फार मोठा बेत शिजत असल्याची बातमी भारतीय अधिकाऱ्यांच्या हाती आली होती. हा सज्जाद अफगाणी, तसाच अजून एक अतिरेकी नसरुल्ला लांग्रीयाल या दोघांना तुरुंगातून पळता यावे म्हणून त्यांच्या साथीदारांनी एक २३ फूट लांबीचा बोगदा खणला होता. पण नशिबाने त्यांचा हा बेत तडीस लागण्याच्या केवळ काही क्षण आधी तुरुंगधिकाऱ्यांना त्याचा पत्ता लागला आणि त्यांनी बराकीवर धाड घातली. अनेक कैद्यांनी पोलिसांवर दगडफेक केली, त्यावेळी झालेल्या लाठी हल्ल्यात अफगाणी ठार झाला. तसेच दंग्यात अनेक पोलिसही जखमी झाले.

काही लोकांनी या प्रकाणात पोलिसांवरही टीकास्त्र सोडलं. त्यांचं म्हणणं असं की, पोलिसांनी खरं म्हणजे अफगाणीस जिवंत पकडला होता पण नंतरच्या उलट तपासणीत त्याला मरेस्तोवर मारहाण केली आणि त्यातच त्याचा मृत्यू झाला. अफगाणीच्या मृत्यूने अझर हादरून गेला. त्या घटनेनंतर सुमारे ३ महिन्यांनी म्हणजेच २४ डिसेंबरच्या त्या सायंकाळच्या काही आठवडे आधी, त्याने अफगाणीच्या आईवडिलांना एक लांबलचक पत्र लिहिले.

... ' माझा प्रिय बंधू कमांडर हफीज सज्जादखान शहीद याच्या परमपूज्य मातापित्यांना सादर प्रणाम.

अस्सलाम आलेकुम वा रहिमहुल्लाहु वा बरकतोहु ! '

' माझ्या प्रिय बंधूने शहादा (हौतात्म्य) पत्करले, त्याला आता दोन महिने

आणि वीस दिवस उलटून गेले. या काळात आपणास पत्र लिहिण्याचा विचार माझ्या मनात अनेकवार येऊन गेला. पण खरं सांगायचं तर मला काही धीर झाला नाही. माझे विचार आणि माझी लेखणी हे दोन्ही दरवेळेस हार मानून गप्प झाले.'

' त्याला आणि मला एकाच वेळी अटक झाली आणि नंतरचा पाच वर्षे चार महिन्यांचा काळही आम्ही एकाच तुरुंगात जोडीनं काढला. तेव्हाच आम्हा दोघांमध्ये एक मानसिक आणि आत्मिक जवळीक उत्पन्न झाली. ती इतकी दृढ होती, की आमच्यावर अगणित संकटांचा वर्षाव होऊन सुद्धा ती भंग पावू शकली नाही. तुरुंगातील ते कधी न संपणारं कष्टप्रद जीवन आम्ही एकत्र भोगलं, परस्परांच्या सुखदुःखाचे साक्षी झालो. भयभीतीचे साक्षी झालो. पण अचानक तो निघून गेला....अल्लातालाचा मेहमान झाला. त्याची आणि माझी ती ताटातूट मला किती बिकट, किती असह्य होत असेल, याची खरोखरच कोणाला कल्पना येऊ शकणार नाही. मी जे काही भोगलं ते माझं मलाच ठाऊक. '

' त्याच्या शहादा- मृत्यू- च्या दिवशी अस्त्रकालीन (दुपारच्या) प्रार्थनेआधी मी बिछान्यावर पडलो होतो. माझं अंतकरण दुःखानं जड झालं होतं. त्यावेळेपर्यंत त्याच्या शहादा (मृत्यू) विषयी आम्हाला कोणीच काहीही कल्पना दिली नव्हती. मुश्तीकीन (विश्वासघातकी) ने केलेल्या असह्य छळामुळे त्याची स्थिती अत्यंत वाईट झाली असल्याचं तेवढं आमच्या कानावर आलं होतं. त्यात माझा डोळा लागला. अचानक बिछान्यावर त्याची आकृती माझ्या पायाशी बसली आहे, असं मला दिसलं. त्याने माझ्या गुडघ्यावर आपला हात ठेवला होता. तो मला म्हणाला,

' मी शहीद झालो आहे. मी तुझी माफी मागण्यासाठी आलो आहे.त्वरा कर, कारण मला जावं लागणार आहे. '

मी खडबडून जागा झालो. घाईघाईने रेडिओ लावून वेगवेगळ्या स्टेशनांवरील बातम्या ऐकू लागलो. सुमारे तासभराच्या प्रयत्नानंतर स्थानिक जम्मू रेडिओ स्टेशनावरून त्याच्या शहादाविषयीची बातमी प्रसारित करण्यात आली...... '

अफगाणीच्या मृत्युमुळे अतिरेकी गटांमध्ये संतापाची लाट उसळली. त्यांनी त्याचा बदला घेण्याचं ठरवलं. न्यू इयर्स ईव्ह उजाडली. आता इस्लामी गनीम आणि भारतीय सेना यांच्यातील युद्धाचा वणवा पेटला होता. त्यात अफगाणीच्या मृत्यूने, तर आगीत तेलच पडलं. हा नियतीचा संकेतच असावा. अझरच्या सुटकेच्या प्रयत्नात असलेले अतिरेकी जो काही मोठा घाला घालणार होते, त्याची ही जणू नांदीच होती.

अर्थात तुरुंगात असतानाही अझर मोठ्या ऐषोआरामात राहत असे. तो जरी इतर कैद्यांच्या सोबतीने राहत असला तरीही तो तुरुंगातील 'खास' माणूस होता. कैदी आणि पहारेकरी असे सर्वच त्याला मान देत. कैद्यांना आणि पहारेकऱ्यांना तो महात्मा, सर्वज्ञ गुरु वाटायचा. केवळ त्याच्यावरील श्रद्धेमुळे अनेकांना गुण येई.

अझरचे अनेक चाहते त्याच्याकडे शारीरिक व्याधींपासुन मुक्त होण्यासाठी येत. तो त्यांच्या दुखऱ्या भागावर हळुवार फुंकर घालून किंवा नुसत्या बोटांच्या स्पर्शाने त्यांची दुखणी बरी करत असे. तो जेव्हा कधी खटल्याच्या सुनावणीसाठी न्यायालयात जाई, तेव्हा तर एखाद्या प्रजाहितदक्ष राजासारखा ऐटीत चालत जाई. पोलीस व्हॅनमधून अलगद पाऊल टाकून बाहेर पडल्यानंतर आजूबाजूला गंभीर दृष्टिक्षेप टाकत तो चाले. पोलिसांनी गर्दी हटविण्यासाठी रस्त्यात जे अडथळे उभे केलेले असत, तेथे त्याचे अनुयायी त्याचा जयजयकार करत उभेच असत. त्यांच्यावर हास्याची खैरात करत, त्यांना ताईत वाटत तो जाई. असंख्य लोक हात पसरुन याचक म्हणून उभेच असत.

त्याच्या आशीर्वादासाठी भुकेलेल्या भक्तांमध्ये काही पोलीस अधिकारी सुद्धा होते.

अझरला ओळखत असणाऱ्या अनेक लोकांना त्याच्याविषयी भीतीयुक्त आदर वाटे. वक्ता म्हणूनही तो फार प्रभावी होता. त्याला डझनभर भाषा अस्खलितपणे येत असत. तुरुंगाच्या आत खितपत पडलेल्या निराश, अस्वस्थ इस्लामी अतिरेक्यांना कल्पनेचे खाद्य पुरवणारा, त्यांना भडकवणारा, अझरच होता. त्याला अटक करणाऱ्या अधिकाऱ्यांना तर त्याने साफच बजावले होते. ' मी जास्त काळ येथे राहणार नाही. '

दहशतीच्या विरोधात असणारा कायदा अतिकठोर होता. त्या अन्वये त्याच्यावर अतिरेकी कारवायांचा आरोप ठेवण्यात आला होता. म्हणजेच वर्षानुवर्षे त्याला तुरुंगात खितपत पडावं लागणार होतं हे तर ओघानेच आलं. तो स्वत: सुद्धा स्वातंत्र्याचा भुकेलाच होता.

अझरने अफगाणीच्या आईवडिलांना लिहिलं होतं-

' यावर्षी रमझानच्या महिन्यात आम्ही सर्वांनी अल्लाकडे एकच प्रार्थना केली होती. एकतर शहादा (हौतात्म्य) तरी मिळू दे, नाहीतर तुरुंगातून सुटका तरी. सज्जादच्या प्रार्थनेला फळ आले. आम्ही मात्र अजून वाट पाहत आहोत. जम्मूच्या कबरिस्तानवर सज्जादच्या पाठोपाठ आता कोण जाऊन पोचणार हे कोणालाही माहीत नाही. कदाचित तो भाग्यवान मी सुद्धा ठरेन. तसं जर झालं, तर आपण माझ्यासाठी प्रार्थना करा.... '

मात्र तो भाग्यवान काही अझर ठरला नाही. देशोदेशीच्या राजवटींविरुद्ध जिहाद (धर्मयुद्ध) पुकारून उभ्या ठाकलेल्या हजारो मुस्लिम तरुणांपुढे अझर हा एक आदर्श होता. एकेकाळचा हा साधासुधा कुराणपठण करणारा, धर्मपरायण विद्यार्थी. आता मात्र त्याचं रुपांतर एका अत्यंत प्रभावशाली विभक्ततावादी नेत्यात झालं. १० जुलै १९३८ रोजी एका शाळेचे मुख्याध्यापक अल्लाबक्ष सबीर आणि त्यांची पत्नी पुकिया बीबी यांच्या पोटी अझरचा जन्म झाला. १९९४ च्या डिसेंबरमध्ये भारतीय अधिकारी त्याची उलटतपासणी घेत असताना त्याने त्यांना आपली जन्मतारीख आठवत नसल्याचे सांगितले होते.

पाकिस्तानातील बहावलपूर गावी कौसर कॉलनीतील एका पोल्ट्रीफार्मवर अझर लहानाचा मोठा झाला. त्याला पाच भाऊ आणि सहा बहिणी होत्या. १९७९ साली आठव्या यत्तेत असताना त्याने शाळा सोडली. त्यानंतर त्याच्या चुलत्याच्या आग्रहाखातर त्याने कराची येथे जमीया अलम इस्लामिया बनवारी टाऊन मदरसा येथे कुराणाचे शिक्षण घेण्यास सुरुवात केली. दहा वर्षांनंतर एप्रिल १९८९ मध्ये त्याने त्या विषयाचे पदव्युत्तर शिक्षण पूर्ण केले. तेथील सेमिनरी अधिकारी त्याच्या बुद्धिमत्तेमुळे इतके प्रभावित झाले की, त्यांनी त्याची तात्काळ शिक्षक म्हणून नेमणूक करून टाकली. मात्र अझरने इस्लामच्या सेवेसाठी शिक्षकाचा पगार घेण्याचं नाकारलं. आफ्रिकेपासून दक्षिण पूर्व आशियापर्यंत पसरलेल्या विविध इस्लामधर्मीय देशांमधून आलेल्या मूलतत्ववाद्यांचं ही शाळा हे एक केंद्र होतं. तेथे काफिरांविरुद्ध कसा लढा द्यावा, याचं शिक्षण त्यांना मिळे. येत्या काही वर्षांतच ओसामा बिन लादेन आणि स्वत: अझर यांना या सर्वांचे प्रेरणास्रोत नेते बनण्याचा मान मिळणार होता.

एप्रिल १९८९ मध्ये हरकत् - उल् - मुजाहिद्दीनच्या वरिष्ठ नेत्यांशी अझरची गाठ पडली. यात त्यांचा मुख्य मौलाना फजल उर् रहमान खालीली याचा समावेश होता. त्याने अझरला अफगाणिस्तानातील यावरखोस्त येथील शस्त्रास्त्र प्रशिक्षण शिबिरात भरती होण्यासाठी पाचारण केले. त्या देशातील रशियन तुकड्यांचा सामना करण्यासाठी ह्या शिबिराचे आयोजन करण्यात आले होते. एका टोयोटा व्हॅनमधून अझर आणि इतर वीस युवक तेथे जाऊन दाखल झाले. अफगाणिस्तानातील अशा एकूण चार प्रशिक्षण शिबीरांपैकी खोस्त येथील शिबीर सर्वात महत्त्वाचे होते. ओसामा बिन लादेन या सिव्हिल इंजिनिअरने युनायटेड स्टेट्सच्या सरकारच्या मदतीने हे प्रशिक्षण शिबीर सुरू केले. त्यावेळी रशियन ट्रूप्स विरुद्ध अफगाणी उठाव सुरू करण्याच्या उद्देशातून हे केले होते. या खोस्त प्रशिक्षण शिबीरात आजवर देशोदेशीचे असंख्य इस्लामी मूलतत्ववादी शिकून तयार झाले आहेत.

अझरने येथे एका अत्यंत कठीण अशा शस्त्रास्त्रांच्या अभ्यासक्रमासाठी नाव नोंदविले. त्यात शारीरिक शिक्षण, कलाष्निकोव्ह रायफल्स हाताळण्याचे शिक्षण, मध्यम प्रतीच्या मशीनगन्सची हाताळणी इत्यादी गोष्टींचा समावेश होता. परंतु प्रत्यक्ष तेथे गेल्यावर मात्र या जाडजूड माणसाला त्या सर्वांपेक्षा टेबलापाशी बसून काम करण्यात अधिक रस होता, हे लवकरच उघड झालं.

' मी शरीराने लठ्ठ असल्याने त्या प्रशिक्षणाच्या कार्यक्रमात मला चांगली गती नव्हती. त्यामुळेच त्या संघटनेचा प्रमुख फझल उर् रहमान याने मला काढून टाकले व मला कराचीला परत जाण्यास सांगितले, ' असं अझरने आपल्या उलटतपासणीत सांगितलं होतं.

अशा रितीने योद्धा म्हणून प्रारंभीच अपयशी ठरलेला हा अझर सेमिनरीस परतला. तेथे शिक्षण कार्य करू लागला. त्याच्या विद्यार्थ्यांमध्ये साऊथ आफ्रिका, इंडोनेशिया, मलेशिया, झांबिया, युनायटेड अरब अमिरात आणि सोमालिया इत्यादी ठिकाणाहून आलेल्या तरुणांचा समावेश होता. आता त्याची एका वेगळ्याच दिशेने वाटचाल चालू होती. त्याला स्ट्रॅटेजिस्ट-डावपेच खेळणारा मुत्सद्दी- व्हायचं होतं.

पण त्याआधी तो पत्रकार झाला. एका नव्या चोवीस पानी मासिक पत्रिकेचे संपादन करण्याची जबाबदारी त्याच्यावर सोपवण्यात आली. तिचं नाव होतं सादा-ए-मुजाहिद. हे मासिक सर्व धार्मिक मेळाव्यांमध्ये मोफत वाटण्यात येत असे.

या हरकत- उल् - मुजाहिदीन संघटनेमध्ये अझरची प्रगती झपाट्याने होत गेली. १९९३ पर्यंत तो इतक्या वरिष्ठ पदाला जाऊन पोचला होता, की संघटनेच्या काश्मिरमधील कारवायांची संपूर्ण रूपरेषा आखून त्यांचे सुसूत्रीकरण करण्याची जबाबदारी त्याच्यावरच सोपवण्यात आली. परस्परांच्या विरोधात असलेल्या तीन संघटनांना हरकत-उल्-अन्सार या पाकिस्तानवादी संघटनेच्या छत्राखाली एकत्र आणण्याची अति महत्त्वाची कामगिरी बजावण्यासाठी त्याची नेमणूक करण्यात आली.

आता अझरने भारताकडे कूच केले. २९ जानेवारी १९९४ रोजी तो बांगलादेशामधून भारतात येऊन दाखल झाला. खोटे नाव धारण करून बनावट पासपोर्टच्या आधारे त्याने हा सर्व प्रवास केला. काही दिवसांपुरता मसूद अझर हा वाली आदम ईसा या नावाने लिस्बनचा नागरीक म्हणून भारतात राहू लागला.

बरोबर ११ दिवसांनंतर म्हणजे ९ फेब्रुवारीला तो आपल्या नियोजित स्थळी म्हणजेच श्रीनगर येथे जाऊन पोचला. एकंदर तीन परस्परविरोधी संघटना

नव्यानेच पाकिस्तानात एका छत्राखाली एकत्र आल्या होत्या. परंतु काश्मिरात मात्र त्या वेगवेगळ्याच असून त्यांचे कार्यही भिन्नपणे चालत होते. या संघटना म्हणजे हरकत-उल् -मुजाहिदीन, हरकत- उल् - जेहाद- ए-इस्लामी आणि जमाते-उल् -मुजाहिदीन.

हरकत-उल् - मुजाहिदीन संघटनेची तुलना जर एखाद्या व्यावसायिक संस्थेशी करायची झाली तर त्याच्या अंतर्गत हा अझर केव्हाच सीनीयर एक्झिक्यूटिव्हच्या पदाला जाऊन पोचला होता, असे म्हणायला हरकत नाही. त्याची दिवसेंदिवस अधिकाधिक प्रगती चालू होती.

पण त्याला दुदैवाचा फटका बसला.

११ फेब्रुवारी १९९४ रोजी सकाळी दहाच्या सुमाराला अझर, सज्जाद अफगाणी व त्याचा आणखी एक साथीदार असे एका मीटींगनंतर मोटारीने परत निघाले असताना त्यांना सीमा सुरक्षादलाच्या काही जवानांनी हटकले. त्यावर त्यांच्या मोटारीत बसलेल्या तिसऱ्या साथीदाराने गोळीबार सुरू केला. जवानांनी त्याला प्रत्युत्तर केले. अखेर अझर आणि अफगाणी यांना अटक झाली.

अटकेनंतर अझरची रवानगी या अतिविशाल कारागृहात करण्यात आली. हे कारागृह जम्मूच्या बाहेर साडेबारा एकरांच्या परिसरात वसलेले आहे. २४ डिसेंबर रोजी सुद्धा हे कारागृह आपल्या कणखर, १५ फूट उंच दगडी भिंतीनिशी शांततेत उभे होते. बाहेर पहारेकरी गस्त घालत होते.

अझर आपल्या कोठडीत बसला होता. तो पुस्तकाच्या वाचनात दंग होता. हाताची बोटे यांत्रिकपणे जपमाळेचे मणी ओढत होती. त्याचे खांदे जरासे झुकले होते. डोळे वाचनात गर्क झाले होते. केवळ सात दिवसांनंतर तो या तुरुंगाच्या भिंती पार करून सुटून जाणार, मुक्त होणार, असा नियतीचा संकेत होता.

शेकडो मैल दूर, नेपाळच्या राजधानीच्या - म्हणजे काटमांडूच्या - पूर्वेला शस्त्रांनी भरलेली बॅग आणि चिकन थाळीच्या सोबतीने नोटेच्या बंडलांच्या इशाऱ्यावर अनेक गोष्टी घडत होत्या.

त्रिभुवन आंतरराष्ट्रीय विमानतळाची लाल विटांची इमारत डोंगराच्या कुशीत उभी आहे. या विमानतळाच्या आत इंडियन एअरलाईन्सच्या चेक- इन् काऊंटरसमोरील रांग लांबचलांब वाढतच चालली होती. दोन कारकून यांत्रिकपणे बोर्डिंग कार्डे (विमानात प्रवेश करण्याचे परवाने) छापत होते. लाऊंजमध्ये सामान वाहून नेणाऱ्या ढकलगाड्या उभ्या होत्या. रांग मुंगीच्या गतीने पुढे सरकत होती. प्रवाश्यांची त्याबद्दल कुरकुर चालू होती.

आय् सी-८१४ या इंडियन एअरलाईन्सच्या फ्लाईटला आज तीन तासांहूनही अधिक विलंब झाला होता.

अगदी शांत, कमी गर्दीच्या मोसमात सुद्धा त्रिभुवन आंतराराष्ट्रीय विमातळावरील सुरक्षाव्यवस्थेची स्थिती ' आओ-जाओ-घर-तुम्हारा' अशीच असते. मग आजचा दिवस तरी त्याला अपवाद कसा असणार?

दोन एक्सरे मशीन्सपैकी एकतर नादुरुस्तच होतं. अनेक प्रवाश्यांनी एकाच वेळी आपलं सामान फिरत्या लोखंडी पट्ट्यावर ठेवलेलं होतं. पण ते पट्टे हलण्याचं नावच घेत नव्हते. मग तशीच थोडीशी ओढाताण करून कुणीतरी ते सामान चामड्याचे उभे पट्टेरी पडदे असणाऱ्या चौकोनात ठेवलं. येथे सामानाचं स्क्रीनिंग-बॅगांची अंतर्गत क्ष-किरण तपासणी-होणं अपेक्षित होतं. पण प्रत्यक्षात तसं काहीच झालं नाही. अखेर निळ्या गणवेशातील एक पोलीस तेथे आला, त्याने त्या बॅगा तशाच ओढून बाहेर काढल्या आणि खुशाल ' सेक्युरिटी चेक्ड' अशी चिठ्ठीसुद्धा त्या बॅगांवर अडकवून टाकली.

त्यापैकी दोन बॅगा इब्राहिम अत्तारच्या होत्या. त्यापैकी एक लालसर रंगाची गोल्फबॅग महाशक्तीशाली स्फोटकांनी भरलेली होती तर दुसरी मोठी निळी-पांढरी बॅग, शस्त्रास्त्रांनी भरलेली होती,

अत्तार उंचीने कमी, अंगाने स्थूल, चष्मेवाला सुमारे तिशीच्या घरातील माणूस होता. रुंद खांदे, जरासे सुटलेले पोट व गोलमटोल चेहरा. त्याने सोनेरी काड्यांचा चष्मा घातला होता. अत्तार हा मसूद अझरचा धाकटा भाऊ. मसूद अझर म्हणजे जम्मूच्या तुरुंगातील गुरु. अत्तार आपल्या कुटुंबियांसोबत बहावलपूर येथे राहत असे.

एकदा बॅगांना सेक्युरिटी स्टीकर लावण्यात आल्यावर अत्तारने त्याला कन्व्हेयर बेल्ट-फिरत्या पट्ट्यावर सोडले व तो प्रवेशद्वारापाशी असलेल्या टेलिफोन बूथपाशी गेला. त्याने येथून दोन फोन केले. त्यापैकी एक फोन थेट मुंबईला लावला होता. ' सामान चला गया ' तो म्हणाला. त्यानंतर त्याने काटमांडूतील एका हॉटेलचा नंबर फिरवला. तेथे त्याचे चार साथी सामानसुमान बांधून तयारीत बसले होते. त्याच्या फोनचीच वाट पाहत. आपण सामान चेक् इन् केले असल्याची खबर त्याने त्यांना दिली आणि ताबडतोब निघण्याची सूचना केली. नंतर परत चेक् इन् काऊंटरपाशी त्या लांबचलांब रांगेकडे अत्तार चालत गेला. मग त्याने स्वत:सुद्धा चेक् इन् केले.

थोड्याच वेळात आणखी चार माणसे मोटारीने विमानतळावर आली आणि त्यांनी वेगवेगळ्या ठिकाणी उभे राहून चेक् इन केले. त्यांच्यामधील एकाचे नाव होते सनी अहमद काझी उर्फ मुहम्मद मन्सूर. त्याने आपल्या हातात चार

व्यक्तींची बोर्डिंग कार्डे पकडली होती. आश्चर्याची गोष्ट अशी की ती सर्वच्या सर्व त्याच्याच नावावर नोंदलेली होती. त्यातील तीन तिकिटे इकॉनॉमी क्लासची तर एक तिकिट बिझिनेस क्लासचे होते. विमानातील आसनव्यवस्थेचा नीट विचार करून पुढे मागे व दोन्ही बाजूला अशी चार दिशांना चार सीट्स त्याने मुद्दाम मागून घेतली.

पाच माणसे एकत्र प्रवास करणारी. पण विमानात एकत्र न बसता वेगवेगळी आसने मागून घेतात. ती का? कशासाठी? ही गोष्ट लवकरच स्पष्ट होणार होती. फ्लाईट आय् सी- ८१४ च्या विमानाचे अपहरण करण्याच्या सूत्रबद्ध योजनेचाच तो एक भाग होता.

विमानाबाहेर जरासा उकाडा होता. गडबड गोंधळ चालू होता. इतक्यात एक मोटार येऊन पार्किंग लॉटमध्ये थांबली. ही मोटार पाकिस्तानी दूतावासाची होती. तिचा क्रमांक होता ४२ सी डी १४.काटमांडूच्या त्या गर्दीच्या रस्त्यांमधून वाट काढत येऊन पोचलेल्या त्या गाडीत एकूण तीन माणसे होती. मोहंम्मद अर्शद चीमा हा एंबसीच्या कॉन्शुलेट विभागातील फर्स्ट सेक्रेटरी. झिया अन्सारी हा एक कर्मचारी व एक तिसरा माणूस. पहिल्या दोघांकडे त्यांचे डिप्लोमॅटिक पासपोर्ट असल्यामुळे त्यांना विमानतळावर विनाअटकाव प्रवेश मिळणार होता. चीमा या बावन्नवर्षीय अधिकाऱ्याला काटमांडूमधील भारतीय व नेपाळी अधिकाऱ्यांच्या कार्यपद्धतीची (गैरकारभाराची) व्यवस्थित कल्पना होती. दोन्ही बाजूचे अधिकारी आता म्हणतात की काटमांडू येथील एंबसीत चीमा नक्की काय काम करत असे याची कल्पना त्यांना बऱ्याच उशिरा आली. काटमांडू शहरातील एका लहानशा हॉटेलात १९९८ साली एका शीख अतिरेक्याला अटक झाली. त्याच्याजवळ सुमारे १८ किलो वजनाची आर-डी-एक्स स्फोटके सापडली. त्याच्या उलटतपासणीत त्याने चीमाच्या नावाचा उल्लेख केला होता. चीमाचे पाकिस्तानी एंबसीत ज्या लोकांशी संबंध होते त्यांची ही नावे सांगितली होती. आणि असं असूनही चीमाला नेपाळातून हद्दपार करण्यात आलं नव्हतं हे विशेष.

भारतीय अधिकाऱ्यांनी नंतर दिलेल्या माहितीनुसार या चीमाला विमानतळावरील कर्मचाऱ्यांनी एक लहानशी बॅग हातात घेऊन विमानतळाच्या तळमजल्यावरील लाऊंजमध्ये शिरताना पाहिलं होतं. त्याच्याबरोबर त्याचा आणखी एक सहकारीसुद्धा होता. ते दोघे एक्स-रे-मशीनपाशी गेले आणि तेथून जिना चढून ते डिपार्चर लाऊंजपाशी पोचले. तेथे त्यांनी शस्त्रास्त्रांनी भरलेली बॅग अत्तारकडे सुपूर्द केली. विमानतळावरील अधिकाऱ्यांच्या मते हा चीमा पाकिस्तानच्या पंजाब प्रांतातील शीख जमातीचा असावा. त्यांना नंतर त्याचाच संशय आला. नंतर घडून आलेल्या विमान अपहरण प्रकरणाशी त्याचा तसा भेट संबंध जोडणे

कठीण असले तरीही एक गोष्ट खरीच आहे. त्या दिवशी त्यावेळी त्या विमानात शस्त्रास्त्रांनी भरलेली बॅग पोचवणे हे विशेष कठीण काम नव्हतेच मुळी. इमिग्रेशन चेक पॉईंटपाशी प्रवाश्यांची रांग लागलेली होती. तेथे तीन पोलीस कॉन्स्टेबल व शिवाय एक स्त्री कॉन्स्टेबलसुद्धा होती. प्रवासी फार गडबडीत होते. कर्मचारी तर त्यांच्याहीपेक्षा जास्त गडबडीत दिसत होते. त्या गर्दीत व गोंधळातही एक माणूस एका कर्मचारी स्त्रीशी जरा जास्त सलगी करून अघळपघळ गप्पा मारण्याचा प्रयत्न करत होता. गर्दी वाढत होती. धातुशोधक यंत्र (मेटल डिटेक्टर) बंद पडले होते. त्यामुळे बॅगांची क्ष-किरण तपासणी होतच नव्हती. कित्येकांचे बोर्डिंगपास कोणी तपासलेसुद्धा नाहीत. प्रवाश्यांची कोणी झडती घेतली नाही, साधे चाचपून देखील पाहिले नाही. सुमारे १८० प्रवाश्यांना या अशाच प्रकारे केवळ काही मिनिटांच्या अवधीत आत सोडण्यात आले.

सुमारे एक तासानंतर प्रवासी चंदर छाब्रा याला डिपार्चर लाउंज़मध्ये एक लाभ झाला. दिल्लीत लोखंडी पाईपांच्या उत्पादनाचा व्यवसाय करणारा छाब्रा चाळीस वर्षांचा असेल. त्याला व त्याच्याच धंद्यातील काही लोकांना एका लॉटरीत बक्षीस लागले होते. या बक्षिसाअंतर्गत त्यांना हिमालयाच्या डोंगराळ भागात एका मोफत सहलीचा लाभ झाला होता. तीन दिवस या सहलीचा मोकळेपणे आनंद लुटून, आता हे सर्व तरुण आपल्या घरी म्हणजे दिल्लीला परत निघाले होते.

प्रवासी डिपार्चर लाऊंजमध्ये रंगीत खुर्च्यांवर बसले होते. हास्य-विनोद व गप्पांना रंग चढला होता. त्यातील काहीजण उठून लाऊंजमधील खाद्यपदार्थाच्या स्टॉलकडे निघाले. तेथे काचेआड आकर्षक पदार्थ मांडून ठेवले होते. काही अस्वस्थपणे खुर्च्यांच्या मधील रिकाम्या जागेतून फिरत होते. अशाच प्रकारे येरझारा घालत असताना छाब्राला जमिनीवर पडलेली एक चमत्कारिक वस्तू दिसली. तो खाली वाकला. ड्युटी फ्री वाईनशॉपच्या लाकडी दरवाज्याजवळची ती वस्तू म्हणजे चक्क पाचशे रुपयांच्या भारतीय चलनी नोटांचे बंडल होते.

एकतर आज अनपेक्षित लाभ झाला असावा. नाहीतर या सर्वच्यासर्व नोटा बनावट असाव्या. यांना हात लावू आणि उगीच गोत्यात येण्याची पाळी येईल असे छाब्रा आणि त्याच्या मित्रांना वाटले.

नेपाळात या पाचशे रुपयांच्या बनावट नोटांचा सुळसुळट असून त्या पाकिस्तानातून येतात असे म्हणतात. त्यामुळे या बनावट नोटा ज्या कोणापाशी सापडतील त्याची नेपाळी आणि भारतीय पोलिसांच्या ताब्यात सापडल्यास काही धडगत नसते. त्यामुळेच नेपाळमध्ये पाचशेच्या नोटा शक्यतो कोणाला नको असतात.

वरील सर्व गोष्टींची छाब्रा आणि त्याच्या मित्रांना व्यवस्थित कल्पना होती. मग आपण आधी त्या सर्व नोटा मोजाव्या व त्यातील प्रत्येक नोट तपासून खरी आहे की नाही ते पहावे, असे त्यांनी ठरवले. ते तिघे एका कोपऱ्यात जाऊन जवळ जवळ उभे राहिले व अगदी जपून त्यांनी थोड्या नोटा मोजल्या. पण कोणाचे लक्ष वेधूनही चालणार नव्हते. त्यामुळे मग त्यांनी आपला मोर्चा प्रसाधनगृहाकडे वळवला. तेथे त्यांनी त्यातील नोटा नीट मोजल्या. काही मिनिटांतच तेथून बाहेर पडून एका स्नॅक काऊंटरच्या आडोशाला उभे राहून उरलेल्या नोटा मोजल्या. एकंदर ३१००० रुपयांची रक्कम भरली.

सर्वांचा जीव भांड्यात पडला. कारण त्यातील प्रत्येक नोट खरी होती. या नोटा विमानतळावरील अधिकाऱ्यांच्या ताब्यात द्याव्या का.... असाही विचार त्यांच्या मनात आला. पण मग तसं न करण्याचं त्यांनी ठरवलं. तेवढ्यात त्यांना एक माणूस चिंतित मुद्रेने आपली एक वस्तू शोधत असलेला दिसला. प्रसादबाबू भांबावलेल्या स्थितीत खुर्च्यांवर आणि जमिनीवर पैसे शोधत होते. काही मिनिटांपूर्वी आपला नोटांचा जुडगा हरवल्याचे त्यांच्या ध्यानात आले होते. छाब्रा आणि त्यांच्या मित्रांनी जवळ जाऊन त्यांना विचारलं,

‘ काय झालं? काही अडचण आहे का? तुम्ही काय शोधताय?’

‘ माझं नोटांचं बंडल हरवलं आहे हो. एकतीस हजार रुपये होते ’, प्रसादबाबू म्हणाले. ते ऐकताच छाब्राने नोटांचे बंडल काढून त्यांच्या हातात ठेवले.

हर्षभरित झालेल्या प्रसादबाबूंनी या तिघांना कडकडून मिठी मारली. मग आपला व्हीडीओ कॅमेरा काढून त्यांनी तिघांचे शूटिंग केले. त्यानंतर जवळच्या ड्यूटी फ्री शॉपमध्ये जाऊन त्यांनी या तिघांसाठी स्कॉच व्हिस्कीची महागडी बाटली घ्यायचे ठरवले. थोड्याच वेळात त्यांची गट्टी जमली. ते हास्यविनोद, गप्पागोष्टी करू लागले. एकमेकांच्या पाठीवर चापट्या मारू लागले. त्यांनी एकमेकांच्या पत्त्यांची देवाणघेवाण सुद्धा केली. त्यांचं संभाषण आजूबाजूच्या कोलाहलात पूर्णतया बुडून गेलं किंवा तसं म्हटलं तर फारसं बुडून गेलं नाही.

लाऊंजमध्ये समोरील बाजूस पाच माणसे निर्विकारपणे बसली होती. अवाक्षरही न बोलता, धीरगंभीरपणे आजूबाजूला बघत. छाब्राला या गोष्टीची काहीही कल्पना नव्हती. परंतु या पाचांपैकी एकजण छाब्रा व त्याच्या या मित्रांवर केव्हापासूनच नजर ठेवून होता. त्यांचं वागणं- बोलणं, सामान-सुमान, त्यांचे एकंदर अविर्भाव यांचं व्यवस्थित निरीक्षण चालू होतं. नंतर ते सर्वजण प्रसाधनगृहात शिरले हेही पाहिलं होतं. छाब्रा व त्याचे मित्र यांच्या हालचाली संशयास्पद होत्या. त्यांच्यावर लक्ष ठेवणारा हा माणूस इब्राहिम अत्तारच्या चार मित्रांपैकी

एक होता. आठ दिवसांनंतर विमानातील भारतीय प्रवाशांना याविषयी तपशीलवार माहिती मिळण्याचा योग होता. विमानतळावरील कर्मचाऱ्यांना आम्ही हजारो रुपये चारून विमान अपहरणात त्यांचे साहाय्य मिळवले आहे अशा वल्गनासुद्धा तो प्रवाशांसमोर करणार होता. पण या सगळ्या गोष्टी अजून घडायच्या होत्या.

सहा फुटांहून अधिक उंची, दणदणीत अंगकाठी, गव्हाळ वर्ण, चौकोनी आकाराचा चेहरा, रुंद जबडा असा एकंदर महंमद शकीर याचा अवतार होता. पिळदार मर्दानी देहयष्टी तर तरुणींना खचितच आकर्षित करेल अशी होती. लाऊंजमध्ये उभ्या असलेल्या छाब्रावर व त्याच्या मित्रांवर लक्ष ठेवणारी ती करडी नजर काळजाचा ठाव घेणारी होती. फ्लाईटला उशीर झाल्यामुळे आपलं बोर्डिंग कार्ड हातात घट्ट पकडून नितीन घाईघाईने निघाला होता. विलंब झाल्यामुळे विमान कंपनीने सर्व प्रवाशांना फराळाची पाकिटे पुरवली होती. आपली व आपल्या कुटुंबियांची पाकिटे त्याने दुसऱ्या हातात जपून धरली होती. अचानक त्याचे लक्ष शकीरकडे गेले. का कोण जाणे पण तो आपला चुलतभाऊ अजय याच्या कानात पुटपुटला,

‘ अजय, तो समोरचा माणूस एखाद्या गुंडासारखा, अतिरेक्यासारखा दिसतोय, नाही? ’

मग दोघे भाऊ भाऊ त्या कल्पनेवर खूष होऊन जोरात हसले. पण शकीरची ती भेदक नजर आपल्यासमोर रोखलेली पाहताच त्यांनी तेथून काढता पाय घेतला.

आपल्या तोंडून त्यावेळी चक्क नियतीच बोलली होती, हे सत्य नितीनला तासाभराने कळून चुकणार होते. आणि आत्ता घडलेला हाच प्रसंग नेमका शकीरलासुद्धा जसाच्या तसा स्मरणात होता हे त्याला आठ दिवसांनतर त्याच्याच तोंडून समजणार होते.

हा शकीर पाकिस्तानातील सिंध प्रांतातील सुकूर या गावचा. त्याची विशी नुकती उलटून गेली होती. आत्ता त्याच्या अंगात करड्या रंगाचा टी शर्ट व तशीच गडद करडी जीन पँट होती. शिवाय त्याने अंगात एक निळी जर्सी व पायात महागडे स्पोर्टस शूजही चढवले होते. त्याच्या शेजारी जमिनीवर एक गोल्फ बॅग व चार गडद रंगाच्या बॅक पॅक (गिर्यारोहक पाठीला घेतात तशा थैल्या) ठेवलेल्या होत्या. त्याच्या शेजारी आणखी चार पुरुष बसले होते. आजूबाजूच्या गर्दीत ते बेमालूमपणे मिसळून गेले होते. मधुचंद्राहून परत चालेलली तरुण जोडपी, गंभीर चेहऱ्याने बसलेले बिझिनेसमन आणि वाट पाहून कंटाळलेले प्रवासी, अशी संमिश्र गर्दी तेथे होते. शकीरला खेटून बसलेल्या माणसाचे नाव होते, झहर इब्राहीम मिस्त्री. हा कराचीचा रहिवासी. हा अंगाने सडपातळ व

सुमारे पाच फूट आठ इंच उंचीचा होता. पण हा मात्र शकीर एवढा रुबाबदार नव्हता. मिस्त्रीनेसुद्धा गडद करड्या रंगाची जीन पँट व फिकट करड्या रंगाचा कोट असा पेहराव केला होता. तो खुर्चीत बसल्या जागी अस्वस्थ होऊन चुळबुळत होता.

सनी अहमद काझी डावखुरा होता. हा त्यांच्या ग्रुपमधील चौथा माणूस. याची देहयष्टीसुद्धा मर्दानी खेळाडू सारखी होती. डोके लांबट गोल आणि डोळे बाहेर आल्यासारखे गटाणे. बोलताना त्याचे पिवळट पडलेले दात दृष्टीस पडत. काझी हा सुद्धा कराचीचाच. हा सुमारे सत्तावीस वर्षांचा असावा. त्याच्या दोन्ही भुवयांच्या खाली भाजल्यासारखे व्रण होते. परंतु या खुणा भाजल्याच्या नव्हत्या. काझीच्या अंगात काळा टी शर्ट होता. त्यावर मोठ्या अक्षरात काटमांडू असं लिहिलेलं होतं. त्याने ट्रॅकसूटची काळी पँट घातली होती आणि पायात स्पोर्टस शूज होते.

त्यांच्यातील शेवटच्या माणसाचं होतं शहीर अख्तर सईद. हाही कराचीचाच. याने लांब केस राखले होते. त्याला चष्मा होता. त्याचा वर्ण गोरा असून चेहऱ्यावर थोड्या सुरकुत्या पडलेल्या होत्या. तो वयाने तिशीचा असावा. अख्तर सोडून उरलेल्यांमध्ये वयाने तोच मोठा दिसत होता.

सईदचं नाक चांगलं लांबलचक व धारदार होतं. त्याचे खांदे जरा उतरले होते. त्याच्या अंगात लाल टी शर्ट आणि काळ्या चौकड्यांची पँट होती. काही दिवसातच या पेहरावातील त्याचा फोटो जगभरातील सर्व वृत्तपत्रांमध्ये अग्रभागी चमकणार होतं. हिंदी चित्रपटातील अरबाझ खान या अभिनेत्याशी या सईदचा चेहरा बराच मिळताजुळता होता. (अरबाझखान हा सिनेअभिनेता सलमानखान याचा भाऊ.) सईदला धुम्रपानाची आवड होती.

या चौघांनी गेल्या काही महिन्यांच्या कालावधीत याच आयसी-८१४ फ्लाईटने याच मार्गावरून सरावासाठी अनेकवार प्रवास केला होता.

आपण काटमांडू आणि दिल्लीचे विमानतळ कितीवेळा आणि कसे पालथे घातले हे त्यांनी नंतर अपहत प्रवाशांना बढाया मारत सांगितलं. त्या सर्वांनी या दोन्ही ठिकाणची सुरक्षाव्यवस्था, तसेच कर्मचाऱ्यांची काम करण्याची पद्धती नीट अभ्यासली होती. ते सर्वचे सर्व हरकत्-उल्-मुझाहिदीनचे सदस्य तरी होते, नाहीतर कोणत्या तर कोणत्या मार्गाने त्या संघटनेशी संबंध ठेवून होते. मौलाना अझरसुद्धा याच संघटनेचा सदस्य होता. जम्मूमधील तुरुंगाच्या उंच भिंतीच्या आड कैदेत असलेल्या मौलाना अझरची सुटका करण्यासाठी गेले काही महिने हे कारस्थान शिजत होते. आत्ता या क्षणी विमानतळावर निर्विकारपणे बसून ते सर्वजण प्रवाशांचे निरीक्षण करत होते. त्यांच्यापैकी प्रत्येकाला आजमावून

पाहत होते. यांच्यापैकी कोण आपल्याला प्रतिकार करेल, कोण करणार नाही याचा अंदाज घेत होते. भारतीय गुप्तचरांनी नंतर मांडलेल्या सिद्धान्तानुसार चीमाच्या बॅगेतील वस्तूंचे या पाचांमध्ये विभाजन झाले तेही आता याच वेळी.

आपापली बोर्डिंग कार्डे हातात धरुन इतर सर्व प्रवाशांप्रमाणेच हेही लोक गर्दीत बेमालूम मिसळले. विमानात चढताना त्यांच्या हातात ज्या बँगा धरलेल्या होत्या त्यात जे काही सामान होतं त्याविषयी आत्ता कोणालाच अंदाज करता आला नसता. त्यात चेहऱ्यावर घालण्याचे मास्क (बुरखे), पिस्तुले, चाकू, हातबॉंब आणि एक सॅटेलाईट फोन अशा वस्तू होत्या.

इकडे त्रिभुवन विमानतळाच्या वर आकाशात सुमारे २९००० फूट उंचीवर एक भले मोठे एअरबस जातीचे विमान जमिनीवर उतरण्याची तयारी करत होते.

या विमानाचा कॅप्टन देवीशरण याने अत्यंत कौशल्याने विमानाची उतरण सुरू केली. एअरबस-३०० हे विमान अवकाशातील दुद्ढाचार्यांपैकी एक. १९७६ साली हे पहिल्यांदा येथे आले आणि त्याची आत्तापर्यंत ३०,००० उड्डाणे झाली होती. एकंदर ४५००० उड्डाणतास झाले होते. विमान आता उतरत १५००० फुटांवर आले होते. विमान उतरण्याआधी जे काही टप्पे पार पाडायचे असतात त्यांची मोठी यादी वैमानिक व सहवैमानिक यांनी नीट तपासून पाहण्यास सुरुवात केली. काटमांडू एअरट्रॅफिक कंट्रोलकडून त्यांना सूचना मिळत होत्या. काटमांडू विमानतळ दरीत वसलेले आहे. उतरताना दोन्ही बाजूंना जवळजवळ पर्वत आहेत. अर्थात त्यामुळे धावपट्टीवर विमान उतरवणे तसे कौशल्याचेच काम आहे. परंतु धावपट्टी चांगली १०,००० फूट लांब बनवलेली असल्याने विमान उतरवताना भरपूर जागा उपलब्ध होते. आत्ता विमान पायऱ्या पायऱ्यांचे टप्पे घेत घेत खाली उतरत होते. एकेक छोटा पायरीसारखा टप्पा उतरून मग काही अंतर सरळ उडायचे व परत पुढची पायरी उतरायची असा हा प्रवास चालू होता.

ताशी २१०किलोमीटर वेगाने विमानाने धावपट्टीला स्पर्श केला व ते धावपट्टीवर धावू लागले. हळहळू वेग कमी करत ते थांबले. आता दुपारचे पावणेचार वाजले होते. दिल्लीहून आलेल्या या विमानाला आधी दिल्ली विमानतळावरून सुटतानाच इतका उशीर झाला होता,की आतील प्रवासी कंटाळले होते. ते घाईघाईने विमानाबाहेर पडले आणि मार्गस्थ झाले. कॅप्टन शरण आणि फ्लाईट इंजिनियर अनिल जग्गिया या दोघांनी बसून जरुरी कागदपत्रांचं काम पूर्ण केलं. इंजिन लॉगबुक भरणे, पायलट डिफेक्ट रिपोर्ट तयार करणे इत्यादि

गोष्टींचा त्यात समावेश होता. त्यानंतर ते विमानाची बाहेरून तपासणी करण्यासाठी बाहेर पडले.

चोवीस डिसेंबर हा दिवस कॅप्टन शरणच्या आयुष्यात उगवलेला महालांबलचक दिवस होता. आज पहाटे तो आपल्या कुटुंबियांबरोबर हैद्राबादमध्ये होता. त्याची पत्नी नवनीत आणि मुली दिक्षा (वय वर्षे १०) व आशना (वय वर्षे ७) या ही त्याच्याबरोबर होत्या. नेहमी ते सर्वजण नवी दिल्ली येथे इंडियन एअरलाईन्सच्या कॉलनीत राहत. आज पहाटे पाच वाजता कॅप्टन शरणने हैद्राबादहून नवी दिल्लीकडे उड्डाण केलं. आता दुपारी तो विमान घेऊन काटमांडूस येऊन पोचला होता. खरं तर ही फ्लाईट सकाळी अकरा वाजून पंधरा मिनिटांनी काटमांडूला पोचणं अपेक्षित होतं. पण तिला तीन तासांहून अधिक विलंब झाला होता. दिल्ली विमानतळावर कॅप्टन शरणचा एक सहकारी अमर्त्य बासू हा त्याला भेटला. 'हवं तर काटमांडूची ही फ्लाईट ड्यूटी मी करतो आणि माझी दुसरी ड्यूटी तू कर', असं अमर्त्यने कॅप्टन शरणला सुचवलं. परंतु शरणला काही ते पटलं नाही.

कॅप्टन शरण सदतीस वर्षे वयाचा असून गेली १२ वर्षे तो वैमानिकाचे काम करत होता. आजचे विमान एअरबस ३००- त्याचे खास आवडते. त्याच्या आत्तापर्यंतच्या कारकीर्दीत १९९० साली झालेला एक किरकोळ अपघात वगळता त्याची सर्व कारकीर्द अत्यंत सुरळीत पार पडली होती. १९९० साली कॅप्टन शरण हा बोईंग ७३७ या विमानाला उतरवत असताना त्याच्या सहकाऱ्यांच्या हातून एक चूक झाली. ते विमानाची चाके मोकळी करण्यास विसरल्याने कॅप्टन शरणला धोकादायक लँडिंग करणे भाग पडले. या त्याच्या चुकीमुळे त्याला १ वर्ष विमान उड्डाणाच्या ड्यूटीपासून दूर ठेवण्यात आले होते. कॅप्टन शरणचा जन्म हरियाना राज्यातील कर्नाल या गावचा. त्याने तेथे पदवी संपादन केल्यावर सरळ फ्लाईंग स्कूलमध्ये नाव दाखल केले. त्याची एखाद्या पक्षाप्रमाणे गगनात भरारी मारण्याची मनिषा होती व त्याने आपल्या आईवडिलांना अनेकदा तसे बोलूनही दाखवले होते.

आता परत एकदा एअरबस३०० विमान घेऊन काटमांडूहून दिल्लीकडे कूच करण्याची कॅप्टन शरणची तयारी सुरू होती. कॅप्टन शरणने कुटुंबियांबरोबर नाताळची सुट्टी घालवण्याचा एक खास बेत आखला होता. आजच रात्री उशिरा हैद्राबादला पोचून लगेच तेथून कुटुंबियांबरोबर शारजाची फ्लाईट पकडायची, असा त्याचा बेत होता. युनायटेड अरब अमिरातीत असलेल्या शारजामध्ये सुट्टी घालवून सर्वांना खरेदीचा मनमुराद आनंद लुटायचा होता.

शरण खरोखरच त्या रात्री ठरल्याप्रमाणे युनायटेड अरब अमिरातीत जाऊन

पोचला. मात्र त्याने ठरवलेल्या बेतात थोडासा (!) बदल झाला होता. खरेदी मात्र येते आठ दिवस तरी करायला जमणार नव्हती. खरं तर यापुढील आठ दिवसात त्याला ज्या काही गोष्टींचा निधड्या छातीने सामना करावा लागणार होता त्यापैकी जवळजवळ कोणतीच गोष्ट त्याला फ्लाईंग स्कूलमध्ये शिकवलेली नव्हती.

कॅप्टन शरण व त्याच्या सहकाऱ्यांची विमानाची तपासणी चालू होती. उड्डाणाला ४५ मिनिटांचा अवधी होता. विमानाचा हसतमुख सीनियर फ्लाईट पर्सर अनिल शर्मा याला कामाच्या धावपळीतून आत्ताच कुठे थोडी उसंत मिळाली होती. शर्माचे इतर सहकारी तर हैद्राबाद पासून ड्यूटीवर हजर असल्याने त्यांना शर्मा पेक्षाही जास्त धावपळ पडली होती. शर्मा तेवढा दिल्लीला कामावर रुजू झाला होता.

शर्मा आता विमानाचा बिझिनेस क्लास आणि पॅसेंजर केबिन यांना जोडणाऱ्या छोट्याशा चौकोनी किचनमध्ये उभा होता. त्याने भिंतीतील कप्प्यातून चिकनचे पार्सल काढले आणि उभ्याउभ्याच त्याचा आस्वाद घेण्यास सुरूवात केली. चिकन फारच रुचकर होते. एक बॉक्स खाऊन संपताच शर्माने दुसरे बॉक्स उघडले. आणि जोरात हाक मारली.

‘ कल्पना ! ’ एअर होस्टेस (हवाईसुंदरी) कल्पना मुजूमदार हाक ऐकून आली.

‘ कल्पना, तुम्ही सगळे काहीतरी खाऊन घ्या बघू ! ’ असं म्हणत शर्माने चिकनचा आणखी एक घास घेतला आणि तो आपल्या सर्वच सहकाऱ्यांना खाण्याचा आग्रह करू लागला.

‘ हे पहा, आधीच फ्लाईट लेट झाली आहे. तुम्ही पटकन् काहीतरी खाऊन घ्या. नंतर परत कधी खायला जमेल ते काही सांगता येत नाही ! ’

लवकरच स्वत:च्या तोंडून अभावितपणे बाहेर पडलेल्या या शब्दांची शर्माला नक्कीच आठवण होणार होती. आणि विमानतळाच्या डिपार्चर लाऊंजमध्ये नितीन नावाच्या तरुणाच्या तोंडातून जे शब्द बाहेर पडले होते, त्यांची त्यालाही आठवण होणार होती. जणू नियतीच या दोघांच्या तोंडून बोलली होती.

डिपार्चर लाऊंजमध्ये निवेदिकेचा आवाज घुमला. अखेर फ्लाईट ८१४ उड्डाणासाठी तयार होती. इब्राहिम अत्तार आणि त्याचे चार साथीदार जाण्याच्या तयारीत उठून उभे राहिले. कंटाळलेले प्रवासी घाईघाईने मोठ्या काचेच्या दरवाज्यांकडे पळत सुटले. त्या दरवाज्यापाशी एकुलता एक पोलीस त्यांना आवरून नीट रांगेने थांबवण्याचा प्रयत्न करता होता.

जमलेले लोक अस्वस्थ होते. आता परत एकदा रांग लावायची या कल्पनेने

बरेच प्रवासी संतापले होते. अनेक लोक भरभरून खरेदी करून आल्यामुळे विमानात शिरताना त्यांच्या अंगाखांद्यावर मोठमोठाल्या पिशव्या, थैल्या लटकत होत्या. विमानात शिरल्यावर आसनांच्यावर सामान ठेवण्याचे जे बंदिस्त कप्पे असतात त्यात पुरेशी जागा बळकावून आपले जास्तीत जास्त सामान त्यात कसे घुसवावे अशा विवंचनेत बरेच प्रवासी होते. परिणामी आपापसात धक्काबुक्की, बाचाबाची असे प्रकार सुरू झाले होते.

अचानक त्या सर्व गोंधळाला छेदून जाणारा प्रचंड मोठा करडा स्वर ऐकू आला. ' त्यांना आत सोडा पाहू. लवकर लवकर. ' एक माणूस पुढे येऊन अधिकारवाणीने काचेच्या दाराशी थांबलेल्या पोलिसाला दारे संपूर्ण उघडण्याची खूण करत होता.

दमण सोनी याने मागे वळून कृतज्ञतापूर्वक त्या माणसाकडे पाहिले. त्या सर्वांना नंतरही तो माणूस व त्याचं ते अधिकारवाणीनं बोलणं नीट आठवत असणार. हा माणूस पंचेचाळीस वर्षांचा असावा. त्याच्या अंगात करड्या रंगाचा सूट व पांढरा शर्ट होता. त्याचा तो पेहराव त्रिभुवन आंतरराष्ट्रीय विमानतळावरील अधिकाऱ्यांच्या पेहरावशी मिळता जुळता होता. परंतु तो नक्की कोण होता ते कोणालाही माहित नव्हते. पुढे जे अपहरण नाट्य घडून येणार होतं. त्याच्याशी या माणसाचा किंवा त्याच्या या वागण्याचा काही संबंध होता की नाही हे सुद्धा कळण्यास मार्ग नव्हता.

त्याने परत एकदा आवाज चढवला.

'दारे पूर्ण उघडा. प्रवाश्यांना आत सोडा.' पहारेकऱ्याने तातडीने ते ऐकले आणि प्रवासी विमानाकडे जाणाऱ्या मार्गाकडे घुसले. विमानतळावर विमान सुमारे २०० फुटांवर उभे होते. परत एकदा आत चढण्यासाठी उभ्या केलेल्या शिडीच्या पायथ्याशी प्रवाश्यांची गर्दी झाली. कधी एकदा आत शिरतो, असे त्यांच्यापैकी प्रत्येकालाच झाले होते. परत एकदा एका विमान कर्मचाऱ्याने त्यांना रांगेने येण्याची विनंती केली.

काही प्रवासी अशी आठवण सांगतात की, मगाचचा तो करड्या सूटातील माणूस परत एकदा जोरात ओरडला.

'ठीक आहे. चढा सगळे आत.'

प्रवासी आत शिरले. एअरहोस्टेस् हसत मुखाने त्यांच्या स्वागतासाठी उभीच होती. हळूहळू आपापल्या सीटवर बसून प्रवासी स्थिरस्थावर झाले. अनेकांनी कॅमेरे उघडून फोटो काढण्यास सुरूवात केली. काहींनी आपले हँडी व्हिडीओ कॅमेरे उघडून मित्रमंडळींचे, कुटुंबियांचे चित्रणही केले. विमानातील कर्मचाऱ्यांनी (यांना केबिन क्र्यू असे म्हणतात.) संकटसमयी कोणती काळजी

घ्यावी याचे प्रात्यक्षिक दाखवून सूचना दिल्या. कॅप्टन शरणची उड्डाणाची तयारी पूर्ण झाली. आपल्या सीटमध्ये आरामात बसलेल्या प्रवाश्यांची इंडियन एअरलाईन्सच्या या नेहमीच्या उशिराबद्दलची नाराजी आता जरा कमी झाली.

परंतु अगदी थोड्याच वेळात त्यांना नाराज होण्यासाठी एक नवीन कारण मिळणार होतं. आणि फ्लाईटच्या विलंबाविषयी काऊंटरवर जशी आधी माहिती मिळाली होती तशी याची माहिती मात्र आधी कोणी दिली नव्हती! आत्तापर्यंतच्या नोंदीनुसार इंडियन एअरलाईन्सच्या विमानांचे अपहरण करण्याचा प्रयत्न जगात आत्तापर्यंत सर्वाधिक वेळा झाला आहे. आजपर्यंत अशा एकूण १२ घटना घडल्या असून तेराव्या घटनेची नांदी आज आत्ता होत होती.

■

पूर्वतयारी

अपहरणाचा कट कराचीत शिजतो.... मुंबईत बनावट पासपोर्ट तयार करण्यात येतात..... एका बँकेवर दरोडा पडतो.... अपहरणाच्या खेळातील सहभागी व्यक्ती काटमांडूत येऊन दाखल होतात.

अब्दुल लतीफ आदम मोसीन यांच्या काही श्रीमंत नातलगांचा हॉटेलचा व्यवसाय होता. खरं तर अब्दुलही त्याच व्यवहारात शिरला असता, तर किती बरं झालं असतं! मुंबई पोलीस कमिशनरच्या ऑफिसाबाहेर त्याच्या सावत्र भावाचं हॉटेल होतं. त्या हॉटेलात त्याला वाटा मिळाला असता. हे हॉटेल चांगलंच जोरात चालणारं आहे. पण अब्दुल लतीफ उर्फ पटेल हा मात्र त्याच्या कुटुंबातील एकटाच दिवाळखोर निघाला. अखेर त्याच पोलीस कमिशनरची माणसं हात धुवून त्याच्या पाठीमागे लागली.

अतिरेक्यांचा गुरू मसूद अझर याचा धाकटा भाऊ इब्राहीम अत्तार याने २४ डिसेंबरला दुपारी काटमांडू विमानतळावरून मुंबईला फोन केला. तत्पूर्वी त्याने इंडियन एअरलाईन्सच्या फ्लाईटसाठी चेक इन केले होते. इकडे मुंबईला अब्दुल लतीफ याने आपल्या सेल्युअर फोनवर तो कॉल घेतला. लतीफ याची नेमणूक मुंबईतील एका छोट्याशा पण अतिमहत्त्वपूर्ण कामगिरीवर झाली होती. ही नेमणूक हरकत उल् - मुजाहिदीनच्या लोकांनी केली होती. त्याच्या हाताखाली विशेष माणूसबळ नव्हतं. साधनेसुद्धा बेताचीच होती. जोगेश्वरीच्या मुसलमानी वस्तीत त्याची एक लहानशी खोली होती. अझरच्या सुटकेची योजना आखण्याची

जबाबदारी त्याच्यावर होती. मात्र अझरच्या सुटकेचा हा काही पहिला प्रयत्न नव्हता. १९९४ साली अझरला अटक झाली आणि त्यानंतर वारंवार त्याच्या सुटकेचे बेत आखण्यात आले. त्यातील काही अयशस्वी प्रयत्नांकडे साऱ्या जगाचं लक्ष वेधलं गेलं. जून १९९४, ऑक्टोबर १९९४ आणि जुलै १९९५ मध्ये परकीय नागरिकांची अपहरणे झाली होती. त्यातील शेवटचा प्रयत्न तर फारच सनसनाटी ठरला होता. अल् फारान नामक एक अतिरेकी गट होता. हा गटही मौलाना अझरच्या संघटनेशी संबंधित होता. या गटाने १९९५ मध्ये काश्मीरच्या पहलगाम जिल्ह्यात ट्रेकिंगसाठी आलेल्या सहा पाश्चात्य प्रवाशांचे अपहरण केले. त्यांच्या सुटकेच्या मोबदल्यात त्यांनी अझर व इतर २० कैद्यांच्या मुक्ततेची मागणी केली. भारताने ती मागणी फेटाळली. त्यानंतर अपहरणकर्त्यांनी दोन प्रवाशांची हत्या केल्याचे उघडकीस आले. उरलेले तीन अद्याप बेपत्ता आहेत व त्यांचीही हत्या झाली असावी असा दाट संशय आहे.

आजवर अझरच्या सुटकेचे जे जे प्रयत्न झाले ते सर्व असफल झाले. लतीफ सध्या भारताचा नागरिक म्हणूनच राहत होता. त्याच्या पाकिस्तानी वरिष्ठांनी त्याच्याकडे अशी विचारणा केली, की सहारा विमानतळावरून एखाद्या विमानाचं अपहरण करता येईल का? परंतु ते अशक्य होते. मग या कामासाठी काटमांडूची निवड करण्यात आली.

नेपाळ हा देश अतिरेक्यांच्या दृष्टीने फारच सोयीचा होता. हा देश एकंदरीत सरळ, साध्या, सुस्वभावी माणसांचा देश आहे. मुळातच येथे गुन्ह्यांचे प्रमाण कमी असल्या कारणाने येथील गुप्तचर यंत्रणा म्हणावी तेवढी प्रभावशाली नाही. सुरक्षाव्यवस्थेचीही तीच गत आहे. अनेक नेपाळी अधिकाऱ्यांना भारतात प्रशिक्षण देण्यात आले आहे. परंतु अलिकडे विशेषत: १९९४ सालापासून नेपाळी पोलिसखात्याने भारतीय पोलिसखात्याच्या वाढत्या हस्तक्षेपाबद्दल विरोध दर्शवण्यास सुरुवात केली आहे. मग त्याला दुसरा पर्याय म्हणून नेपाळ सरकारने ब्रिटनची सुरक्षायंत्रणा एम. आय.-५ यांचा आश्रय घेतला आहे. त्यामुळे नेपाळ व भारत यांच्यात पूर्वी जी परस्पर सहकार्याची भावना होती. त्यात आपोआप फूट पडत चालली आहे. इकडे पाकिस्तानी अधिकाऱ्यांनीही नेपाळ सरकारवर गेल्या काही वर्षात दबाव आणण्यास सुरूवात केली आहे. त्यांचे म्हणणे असे, की नेपाळ पोलिसांनी इस्लामाबादेत प्रशिक्षण घ्यावे. अर्थात या सर्वामधून पुढे काय निष्पन्न झाले ते समजलेले नाही.

गेल्या दहा वर्षात नेपाळमध्ये इस्लामी अतिरेक्यांच्या छुप्या कारवाया वाढल्या असून त्या आता जाचक होऊ लागल्या आहेत. काही अनधिकृत स्त्रोतांकडून मिळालेल्या माहितीनुसार नेपाळमध्ये प्रवाशांच्या सोयीसाठी निर्माण झालेली

बरीचशी हॉटेले, गेस्ट हाऊसेस, रेस्टॉरंटस् व ट्रॅव्हल एजन्सीज या एकतर दाऊद इब्राहिमच्या स्वत:च्या मालकीच्या आहेत किंवा त्याच्याशी संबंध ठेवून असणाऱ्या टोळ्यांशी आहेत. त्या सर्वांवर 'बॉस' दाऊद इब्राहिम यांची दुबईमधून हुकुमत चालते. नेपाळच्या बाबतीत भारत तसेच पाकिस्तानात व्हिसाचा प्रश्न नसल्यामुळे इस्लामी अतिरेकी पाकिस्तानात प्रशिक्षण घेतात, तेथून विमानाने नेपाळला येतात आणि मग सरळ भारताची सीमा पार करून भारतात प्रवेश करतात.

इकडे लतीफची माणसे अपहरणाची योजना आखत होती, तर त्याचवेळी पोलीस कमिशनरची माणसेसुद्धा जोरात जाळे विणीत होती. हरकत उल् - मुजाहिदीनचे सदस्य मुंबईत येऊन दाखल झाल्याचा सुगावा पोलिसांना लागला होता व त्यांचा तपास जारीने चालू होता.

लतीफ विषयीचा दुवा अनपेक्षितपणे हाती आला. त्याला कारणीभूत झाले मुंबईचे पक्षी. २४ डिसेंबरची ती दुपार उजाडण्याच्या काही दिवस आधी मुंबई पोलिसांना गुप्तपणे मुंबई शहरातील एका सेल्युलर फोनवरील संभाषण ऐकायला मिळाले. आधी रोख पैसे भरून त्या सेल्युलार फोनमधील सिम् - कार्ड विकत घेण्यात आले होते. असे करण्याचा एक फायदा असतो. हे प्री-प्रेड सिमकार्ड वापरुन जर फोन ग्राहकाने आपल्या सेल्युलर फोनवरून फोनकॉल केले, तर त्या फोन्सचे नंबर त्याच्या फोनबिलात दाखवले जात नाहीत. पोलिसांना जे संभाषण ऐकायला मिळाले, त्यातील माणसाचा आवाज जरा संशयास्पद वाटत होता. मुंबई पोलीस इतके दिवस ज्या हरकत- उल् - मुजाहिदीनच्या मागावर होते त्या टोळीशी ही फोनवर बोलणारी माणसे नक्कीच संबंधित असणार, असे गुप्तहेरांना वाटले. २२ डिसेंबरला परत एकदा गुप्तहेरांच्या यंत्रणेला त्याने केलेल्या आणखी एका फोनकॉलचा माग लागला व तो फोन त्याने नक्की कुठून केला असावा याचा अंदाज वर्तवण्याचा ते प्रयत्न करू लागले. या खेपेला गुप्तहेरांना त्यात यश आले. संशयित एका साथीदाराशी बोलत होता. त्या पार्श्वभूमीवर असंख्य पक्षांचा कलकलाट ऐकू येत होता. पक्षांचा इतका मोठा कलकलाट मुंबईत केवळ दोनच ठिकाणी ऐकू येतो. त्या जागा म्हणजे कमला नेहरू पार्क आणि आरे मिल्क कॉलनी. या दोन्ही वस्त्या तशा बऱ्याच मोठ्या आहेत. पण तरी एवढा धागा हाती येणं हेही काही कमी नव्हतं. मग पाळतीस सुरूवात झाली.

गुप्तहेरांच्या आणखी एका तुकडीला असाही शोध लागला, की त्याच सेल फोनवरून अनेकदा कराचीलासुद्धा फोन करण्यात आले होते. थोड्याच दिवसात त्या फोन करणाऱ्याचा आरे मिल्क कॉलनीत पत्ता लागला व त्याच्यावर पाळत ठेवून त्यातून लतीफचा तपास लागला.

हा लतीफ सौदी अरेबियातील जेद्दा येथे हरकत - उल् - मुजाहिदीनकडे आकर्षित झाला तो मसूद अझरच्या प्रखर, जाज्वल्य भाषणांच्या ध्वनिमुद्रिका ऐकूनच. अनेक वर्षे गरीबीत कंठल्यानंतर हा नशीब काढण्यासाठी जेद्दाला गेला होता. ही गोष्ट १९९५ सालची. तेथून त्याला अफगाणिस्तानील खलीद बिन वालोद या प्रशिक्षण केंद्रातर्फे घेण्यात येणाऱ्या एका शिबीराला जाण्याची संधी प्राप्त झाली. चाळीस दिवस चालणाऱ्या या अभ्यासक्रमात त्याच्यासारखेच आणखी १२४ विद्यार्थी होते. त्यांच्यात पाकिस्तानी, भारतीय, ब्रिटीश आणि एक अमेरिकन सुद्धा होता. (हा धर्मांतर करून मुसलमान झाला होता.) १९९६ मध्ये लतीफच्या डोळ्याला पट्टी बांधून, तीन तासांचा प्रवास करून एका पिकअप् व्हॅनमध्ये बसवून इस्लामाबादला नेण्यात आले. तेथे इंटर सर्व्हिसेस इंटेलिजन्स तर्फे आणखी एक शिबीर आयोजित करण्यात आले होते. काही थोड्या वर्षांनंतर हा लतीफ अपहरणकर्त्यांचा मुंबईतील मुख्य कॉंट्रॅक्टर बनला.

विमान अपहरणाचे हे कारस्थान कराचीत शिजलं असावं असा अंदाज आहे. यात मुख्यत्त्वेकरून मौलाना मसूदचे धाकटे भाऊ अब्दुल राऊफ आणि इब्राहीम अत्तार त्याचप्रमाणे त्याचा मेहुणा युसुफ अझर हेही सहभागी होते. त्याआधी जेलमध्येच बोगदा खणून त्यातून मसूदला पळवून आणण्याचा त्यांचा कटसुद्धा सपशेल फसला होता. अपहरणाच्या या कटाची सुरुवात १९९९ साली झाली. हे काम तसं महाकर्म कठीण होतं. याची स्थानिक पातळीवर पूर्वतयारी करण्यासाठी नेपाळचा नागरिक गोपाल भीमबहादूर मान उर्फ युसूफ नेपाली याला पाचारण करण्यात आले. नेपाली हा त्यातील महत्त्वपूर्ण दुवा होता. त्याचे सर्वत्र लागेबांधे होते. कुठे व कशी कळ फिरवायची ही कला त्याला अवगत होती. आपल्या छोट्याशा प्रदेशात त्याची सार्वभौम सत्ता होती. नेपाळी हा सहावा अपहरणकर्ता व्हायचा असे ठरले होते. मसूदचा भाऊ अत्तार याच्यासोबत काटमांडू विमानतळावर जे आणखी चौघेजण होते त्यांच्यापैकी एक म्हणजे शहीद अख्तर सईद. नेपाळी आणि त्याचा साक्षीदार साजिद तिबेटी यांना हा १९९९ मध्ये भेटला आणि गुप्तपणे राहण्यासाठी त्याने योग्य जागेचा शोध घेण्याची कामगिरी त्यांच्यावर सोपवली. त्याप्रमाणे त्यांनी तशी जागा शोधली. नंतर प्रवासाचा धडाका सुरू झाला. लतीफ रेल्वेने कलकत्त्याला गेला. तेथून त्याने बेकायदेशीररित्या बांगलादेशात प्रवास केला. जुलै १९९९ मध्ये तो ढाक्यास जाऊन पोहोचला. तेथे एका मदरसामध्ये प्रचंड मोठी मीटींग आयोजित करण्यात आली होती. त्यासाठी सर्वजण जमले होते.

मौलाना मसूदचे दोघे भाऊ. संकट निवारणाचे काम करणारा अब्दुल लतीफ आणि ते चौघेजण. हे सर्वजण इब्राहिम अत्तारची योजना सुफल संपूर्ण

होईपर्यंत सतत मदत करणार होते. त्या चौघांची नावे होती- शहीद अख्तर सईद, सनी अहमद काझी, जहूर इब्राहिम मिस्त्री आणि मुहंम्मद शकीर. मीटिंगमध्ये बोलण्याचं बरचंसं काम अब्दुल राऊफ हाच करत होता. येथेच अपहरणाच्या कटाची बारीक सारीक तपशीलवार चौकशी झाली. एकेकावर त्याची जबाबदारी सोपवण्यात आली. धोक्याचा अंदाजही घेण्यात आला.

ही मीटिंग संपली. सीमापार करून सिलीगुडी, दार्जिलिंग, जलपैगुडी व पाटणा या शहराच्या मार्गे लतीफ आणि काझी भारतात आले. नंतर गर्दीने खचून भरलेल्या लांब पल्ल्याच्या रेल्वेत बसून ते मुंबईला पोचले. लतीफ त्याच्यावर सोपवलेली सर्व कामे पार पाडण्यात गुंतला. काझी मुंबई शहरातच त्याची वाट पाहत थांबला. १८ ऑगस्ट रोजी लतीफने एकंदर चार बनावट पासपोर्ट आणि ड्रायव्हिंग लायसेन्स तयार करून आणली. ही तयारी मौलाना मसूद अझरचा भाऊ इब्राहिम अत्तार व त्याच्या साथीदारांसाठी होती. हे काम त्याला फारसं जड गेलं नाही. या बनावट पासपोर्ट व लायसेन्सच्या कामासाठी लतीफ सेंट्रल मुंबईतील सेव्हन ट्रॅव्हल सर्व्हिसेसच्या सुरेश भातनाथे याच्याकडे गेला. अशा प्रकारचे बनावट पासपोर्ट, शिधापत्रिका, संपूर्ण नाव, गाव व नवीन ओळख बनवून देणारी ही एक यंत्रणा आहे. या यंत्रणेचा लाभ मुंबईच्या गल्ल्या बोळांमध्ये राहणारे असंख्य लोक घेत असतात. त्यासाठी ते भरपूर दाम मोजण्यास तयार असतात. हे काम तसं सोपंच असतं. बनावट पासपोर्ट बनवण्यासाठी कोणताही माणूस एजंटकडे जातो, तेव्हा ते एजंट त्याच्याकडून त्याची खरीखुरी कागदपत्रे घेतात. त्यांच्या वर खोट्या अर्जदारांचे फोटो चिकटवतात आणि ते अर्ज स्थानिक पासपोर्ट ऑफिसकडे पाठवून देतात. सरकारी नियमानुसार पासपोर्ट अधिकाऱ्यांना पोलीस चौकशीसाठी चाळीस दिवसांचा अवधी ठेवावा लागतो. मग हे एजंट पासपोर्ट ऑफिसात काम करणाऱ्या कारकुनाला लाच देऊन त्या बनावट फॉर्म्सवर झटपट कृती करून घेतात त्यानंतर पोलिसांना पैसे चारून आपल्याला पाहिजे तसा चौकशी अहवाल लिहून घेतात किंवा मुद्दाम इतका विलंब घडवून आणतात, की ती चाळीस दिवसांची मुदत ओलांडली जाते. नाहीतर अखेरचा उपाय म्हणून चक्क पोस्टमनलाच पैसे चारुन चौकशी अहवाल पासपोर्ट ऑफिसात वेळेत पोचणारच नाही, अशी व्यवस्था करतात.

आतासुद्धा मुंबईत हा सर्व भ्रष्टाचार इतक्या गुप्तपणे, बेमालूमपणे चालू होता, की त्याचा थांगपत्ता लागणंसुद्धा कठीण होतं. इब्राहिम अत्तारच्या नावे मुंबईच्याच पासपोर्ट ऑफिसात केवळ दोन दिवसांच्या अवधीत दोन वेगवेगळ्या नावाने पासपोर्ट तयार होऊन आले. त्यातील एक पासपोर्ट अहंमद अली मोहंम्मद अली शेख या नावाने, तर दुसरा जावेद अमजद सिद्दिकी या नावाने

अनुक्रमे १८ ऑगस्ट व २० ऑगस्ट या दिवशी इश्यू केला होता. दोन्ही अर्जांच्या सोबत जोडलेले फोटो एकाच व्यक्तीचे होते. शेख या नावे बनवलेल्या पासपोर्टवरील जन्मतारीख होती१० ऑक्टोबर १९६७ आणि सिद्दिकी या नावाने बनवलेल्या पासपोर्टवरील जन्मतारीख होती १९ फेब्रुवारी १९६९. जन्मगावे अनुक्रमे मुरादाबाद आणि मुंबई अशी दाखवण्यात आली होती. अत्तारच्या या दोन्ही बनावट पासपोर्टसवर एकाच अधिकाऱ्याची अगदी खरीखुरी सही होती. त्या अधिकाऱ्याचं नाव होतं. जे. डी. पुजारी. हे प्रादेशिक पासपोर्ट ऑफिसात सुपरिंटेंडेंट होते. अशाच प्रकारे त्याच्या इतर साथीदारांसाठी सुद्धा बनावट पासपोर्ट बनवण्यात आले.

इब्राहिम अत्तार व त्याचे इतर साथीदार ढाका येथील मीटिंग झाल्यानंतर नक्की काय करत होते याविषयीची माहिती उपलब्ध नाही. परंतु त्यांची संपूर्ण टोळी यथावकाश ऑक्टोबर १९९९ मध्ये पुन्हा मुंबईत एकत्र झाली.

दरम्यानच्या काळात एक वेगळंच नाट्य घडलं. सहा ऑक्टोबरच्या सकाळी चार माणसांनी मालाड परिसरात एक गाडी थांबवून त्या गाडीच्या ड्रायव्हरला धक्काबुक्की केली आणि जबरदस्तीने ते त्या गाडीत घुसले. त्यांनी धाक दाखवून गाडी बोरिवलीला नेली. त्यांनी महाराष्ट्र स्टेट को. ऑपरेटिव्ह बँकेसमोर गाडी उभी केली व ते बँकेत शिरले. त्यांनी क्षणार्धात बँकेत दरोडा घालून ७५०,००० रोकड रक्कम उचलली व ते फरार झाले. पळून जात असताना त्यांच्यातील एका गुंडाने एका बँक कर्मचाऱ्याचे ओळखपत्र जप्त केले. लतीफने पुढे आपल्या उलटतपासणीत असं सांगितलं, की या रकमेचा विनियोग हरकत - उल् - मुजाहिदीन संघटनेच्या माणसांची मुंबई शहरात गुजराण करण्यासाठी करण्यात आला. अर्थात त्यांनी पुढे ज्या काही भयनाट्याची योजना आखली होती, त्यामानाने बँक दरोड्यात लुटलेली ही रक्कम अगदीच मामूली स्वरुपाची होती. बँक कर्मचाऱ्यांकडून लंपास केलेल्या त्या ओळखपत्राचा वापर करून पुढे त्यांनी लतीफच्या सेल्युलर फोनने संपूर्ण अपहरणनाट्यात अत्यंत महत्त्वपूर्ण कामगिरी बजावली. कराची निवासी अब्दुल राऊफ, मुंबईतील लतीफ आणि इंडियन एअरलाईन्सच्या विमानातील पाच अपहरणकर्ते यांना जोडणारा अतिमहत्त्वाचा दुवा म्हणजे हा सेल फोन होता.

मुंबईहून या लोकांचे झंझावती दौरे चालूच होते. १ नोव्हेंबर १९९९ रोजी लतीफ आणि अख्तर सईद मुंबईहून विमानाने कलकत्त्याला गेले. नंतर त्यांनी तेथून जलपैगुडीपर्यंतचा प्रवास रेल्वेने केला व त्यानंतर रस्त्याने प्रवास करून काटमांडूला जाऊन पोचले. तेथे लतीफने आपले साथीदार साजिद तिबेटी आणि युसूफ नेपाळी यांच्याशी संपर्क साधला व सईदला तेथेच सोडून तो

मुंबईला परतला. १ महिन्यानंतर म्हणजे १ डिसेंबर रोजी लतीफ परत इब्राहिम अत्तार व मोहंम्मद शकीर यांना काटमांडूस घेऊन गेला. ते सर्वजण आधी उत्तरप्रदेशातील नेपाळ सीमेलगतच्या गोरखपूर या गावी रेल्वेने जाऊन पोचले व तेथून बसने ते काटमांडूला गेले. एका आठवड्यानंतर सनी अहमद काझी व झकूर इब्राहिम मिस्त्री हे ही त्याच पद्धतीने गोरखपूरहून बस घेऊन ८ डिसेंबर रोजी काटमांडूस पोचले. त्या विमानात चढणार असलेले पाचहीजण आता काटमांडूत होते. मात्र ते सर्वजण वेगवेगळ्या ठिकाणी राहत होते व ते आपली राहण्याची ठिकाणे सारखी बदलत होते.

१३ डिसेंबर रोजी युसूफ नेपाळी हा 'एव्हरेस्ट टूर्स अँड ट्रॅव्हल्स' नावाच्या प्रवासी कंपनीत गेला. या कंपनीचं ऑफिस राजा वीरेंद्र यांच्या राजवाड्यापासून जवळ होतं. येथून नेपाळीने सत्तावीस डिसेंबरच्या इंडियन एअरलाईन्सच्या फ्लाईटची काटमांडू ते नव्वी दिल्ली अशी तीन इकॉनॉमी क्लासची तिकिटे काढली. अशीच आणखी दोन बिझिनेस क्लासची तिकीटे काढली. अशीच आणखी दोन बिझिनेस क्लासची तिकिटे 'गुरखा ट्रॅव्हल एजन्सी'तून काढण्यात आली. नंतर या योजनेत काहीतरी बदल झाला, त्यामुळे ही सर्व तिकिटे बदलून २४ डिसेंबरची तिकिटे घेण्यात आली. १३ डिसेंबर रोजीच काटमांडूच्या प्राणी संग्रहालयात इब्राहीम अत्तारने एक मीटिंग ठेवली. कटात सहभागी असलेले सगळे या काटमांडू झू मध्ये एका आडोशाच्या जागी एकत्र जमले. आणि तेथे बसून सर्व योजनेचे तपशील पक्के करण्यात आले. नंतर सर्वांची नावे चिठ्ठ्यांवर लिहिण्यात आली. इब्राहीम अत्तारने न बघता एक चिठ्ठी उचलली. विमानाच्या आत शस्त्रास्त्रे घेऊन जाण्याचे अत्यंत जोखमीचे काम कोणी करायचे यासाठी या चिठ्ठ्या केल्या होत्या. योगायोगाने त्याने उचलेल्या चिठ्ठीवर त्याचेच नाव लिहिले होते.

सर्वकाही पक्के ठरल्यानंतर लतीफ विमानाने दिल्लीला परत आला. हा प्रवास त्याने एल्. ए. मोमीन अशा नावाने केला. मग दिल्ली ते मुंबई हा प्रवास त्याने रेल्वेने केला. दिवसातून अनेकदा आपल्या सेल फोनवरून त्याची व इब्राहिम अत्तारची बातचीत होत असे. इकडे काटमांडूत हे पाच जण सारखा या हॉटेलातून त्या हॉटेलात मुक्काम हलवत होते.

२४ डिसेंबरला दुपारी इब्राहिम अत्तार एकटा आधी त्रिभुवन आंतरराष्ट्रीय विमानतळावर जाऊन पोचला. तेथे त्याने चेक् इन् सुद्धा एकट्याने आधीच केले. मग इमिग्रेशन काऊंटरकडे जाण्यापूर्वी तो फोनबूथ पाशी गेला व तेथून त्याने आधी लतीफला व नंतर काटमांडूतील हॉटेलात थांबलेल्या आपल्या साथीदारांना फोन केला. 'मी तयार आहे', तो म्हणाला.

■

पहिला दिवस

दिल्लीत बसून निर्णय घेणारे हतबल् .... विमानात एका प्रवाशाची हत्त्या.... विमान दोन वेळा कोसळण्याच्या बेतात.... लाहोर अणि यू. ए. ई. येथे विमानाला उतरण्यास परवानगी द्यावी अशी वैमानिकामार्फत याचना...

विमानाची इंजिने प्रचंड मोठा आवाज करत सुरू झाली. एअरबस ३०० .विमानाच्या कॉकपिटलमधील सर्व पॅनेल्स प्रकाशमान झाली. कॅप्टन देवीशरणने आपल्या कानाचे हेडफोन्स एकवार ठीक केले आणि तो उड्डाणासाठी सिद्ध झाला. विमानाचे बाहेरील दिवे लुकलुकत चालू झाले. उड्डाणाची पूर्वतयारी झाली आणि फ्लाईट आय. सी. ८१४ दिल्लीला परत निघाली. काटमांडू विमानतळावर पंचेचाळीस मिनिटे विश्राम केल्यानंतर विमानाचा तरुण कमांडर कॅप्टन शरण आता तयारीत डाव्या बाजूस बसला होता. त्याचा सहवैमानिक राजेंदर कुमार गौड हा त्याच्या उजव्या हाताला बसला होता. फ्लाईट इंजिनिअर अनिल के. जग्गिया हा त्या दोघांच्या खुर्च्यांच्या मागच्या रांगेत बरोबर मध्यमागी असलेल्या स्वतःच्या सीटवर बसला होता. वैमानिकांना फ्लाईटची बारकाईने माहिती देणारे गुंतागुंतीचे नकाशे, वर्तुळे आणि रेघांच्या जंजाळासारखे दिसत होते. उड्डाणापूर्वी ज्या गोष्टींची उजळणी करायची असते, ती मनोमन करून झाली. जग्गियाच्या उजवीकडे असलेले पॅनेल विमानाच्या अंतर्भागातील हवेचा दाब दर्शवत होते. ते त्याने नीट तपासून पाहिले. सर्व काही ठाकठीक, जागच्या जागी असल्याची पूर्ण खात्री पटल्यानंतर कॅप्टन शरणने विमानाच्या कर्मचाऱ्यांना

विमानाची दारे लावून घेण्याची सूचना केली. व विमान उड्डाणापूर्वी धावपट्टीवर अतिजलद वेगाने धावू लागले. दिल्लीला पोचण्यासाठी १ तास वीस मिनिटांचा अवधी लागणार होता. एकंदर आधी इतका तीन तासाचा विलंब होऊनसुद्धा प्रवासी वेळेत आपापल्या घरी पोचणार होते. ख्रिसमसपूर्व संध्याकाळ आपल्या नातलगांमध्ये, जिवलगांमध्ये घालवता येणार होती. जल्लोषात भाग घेता येणार होता. प्रवाशांमध्ये काही मोठमोठ्या कंपन्यांचे वरिष्ठ अधिकारी होते. त्यांना मात्र दिल्लीला पोचताक्षणी तडक ऑफिस गाठायला लागणार होते. वाय टू के समस्येसाठी ऑफिसातील कॉम्प्युटर्सवर येते काही दिवस बारकाईने नजर ठेवायची होती. अनेकांना न्यू ईयरची सुट्टी कशी घालवायची याचे कुटुंबियांसमेवत बेत आखायचे होते. काही जण इतके दमले होते, की कधी एकदा घरी जाऊन अंथरुणाला पाठ टेकतो, अशी त्यांची स्थिती झाली होती. विमानातील प्रवाशांमध्ये १५४ भारतीय, ८ नेपाळचे नागरिक व इतर परदेशी नागरीकही होते. एक कॅनडाचा, एक अमेरिकेचा, चार स्वित्झरलंडचे, चार स्पॅनिश, एक बेल्जियमचा, एक ऑस्ट्रेलियाचा, दोन फ्रान्सचे आणि एक इटलीचा.

विमानाने हवेत उड्डाण केले. डोंगर पार करून ते झटक्यात पलिकडच्या क्षितिजाकडे झेपावले. तेव्हा सायंकाळचे सव्वाचार वाजले असावेत. फ्लाईट पर्सर अनिल शर्मा बिझिनेस क्लासमधील प्रवाशांना खाद्यपेये पुरवत होता. त्यांची सरबराई करत होता. तो आज जरासा थकला होता, कारण त्याच्या हाताखाली काम करणारे दोन कर्मचारी रजेवर होते. इकॉनॉमी क्लासमध्ये एअरहोस्टेस कविता मुखर्जी, कल्पना मुजुमदार, रजनी शेखर, सपनाराणी मेनन आणि तपा देवनाथ अशा सर्वजणी हाताने खाद्यपेयांच्या ढकलगाड्या ढकलत खुर्च्यांच्या मधल्या पॅसेजमधून फिरत सर्व प्रवाशांची सरबराई करत होत्या. चाळीस मिनिटे लोटली. एव्हाना बहुतेक सर्व प्रवाशांच्या पुढ्यातील घडीच्या टेबलांवर खाद्यपदार्थांनी भरलेले ट्रे नीटनेटकेपणे मांडले होते. शाकाहारी प्रवाशांसाठी पुलाव आणि मांसाहारींसाठी चिकन असा बेत होता. कॉकपिटमध्ये वैमानिक आणि फ्लाईट इंजिनिअर या दोघांनी मिळून विमानाची स्वयंचलित यंत्रणा (ऑटो पायलट) चालू केली. आता विमान आपलं आपण आकाशात मार्गक्रमण करू लागलं. वैमानिक व त्याचे सहाय्यक आपापल्या आसनावर जरा निवांत बसले. एअरबस आता दर मिनिटाला सात अवकाशीय मैल किंवा तेरा किलोमीटर अशा वेगाने चालली होती. विमानाने एव्हाना नेपाळमधील भरतपूरवरून उड्डाण केले होते. भारतीय सीमारेषा ओलांडून ते आता पुढे गेले होते. यानंतर दहा मिनिटे तशीच गेली. विमान आता लखनऊ शहरापासून केवळ पंचाऐंशी अवकाशीय मैल

किंवा एकशे अठ्ठावन्न किलोमीटर अंतरावर उडत होते.

आता प्रवाशांना चहा देण्यास सुरुवात झाली. जवळ जवळ सर्वांना चहा कॉफी देऊन झाली. बिझिनेस क्लासमध्ये आणखी एका प्रवाशाला चहा द्यायचा राहिला होता आणि कॉकपिटमधे बसलेल्या तिघांना. इब्राहिम अत्तार या क्षणाचीच वाट बघत सरसावून बसला होता. त्याच्या हातात हा एवढा एकच मौल्यवान क्षण होता. ही संधी त्याला दवडायची नव्हती, कारण एकदा चहा मिळाला, की वैमानिकांनी कॉकपिटचा ऑटोमॅटिक दरवाजा आतून लावून घेतला असता. फ्लाईट पर्सर अनिल शर्मा चहाचा ट्रे घेऊन कॉकपिटच्या दाराशी पोचला होता. त्याने अलगद ट्रे सांभाळत दार उघडले. एक एक करून त्याने कॅप्टन शरण, कॅप्टन राजिंदर आणि जग्गिया अशा सर्वांना चहा दिला आणि तो माघारी फिरला. कॉकपिटचे दार उघडून त्याने केवळ एकच पाऊल बाहेर टाकले होते, इतक्यात...

प्रवाशांकडे अनिल शर्माची केवळ क्षणभरच पाठ असेल. त्या बेसावध क्षणी अत्तार आपल्या सीटवरून उडी मारून उठला. पुढच्या रांगेत १-बी क्रमांकाच्या आसनावर रमेश ग्रोव्हर हा प्रवासी बसला होता. ग्रोव्हरचे लक्ष गेले, तर शर्माच्या पाठीमागे एक विचित्र माणूस उभा होता. त्याने चेहऱ्यावर मास्क (बुरखा) घातला होता. ग्रोव्हरला व्यवसायानिमित्त याच फ्लाईटने जाण्याची वेळ यापूर्वी अनेकदा आली होती. त्यामुळेच त्याची व फ्लाईट पर्सर शर्माची तशी तोंडओळख होती. शर्माच्या मागे उभा तो बुरखाधारी पाहून ग्रोव्हरची समजूत झाली, कुणीतरी मुद्दाम चावटपणा करत आहे. आता अनिल शर्मा त्याच्याकडे वळला होता. शर्माच्या मागे उभ्या माणसाकडे भुवई उंचावून खूण करत ग्रोव्हरने स्मित हास्य केले. त्याबरोबर शर्माने मागे वळून पाहिले. जरा उतरते खांदे असलेला एक जाडजूड माणूस अंगात सूट व तोंडावर मास्क घालून उभा होता. त्याच्या हातातील रिव्हॉल्व्हर शर्मावर रोखलेले होते. त्याच्या दुसऱ्या हातात बॉंब होता, त्याची उघडलेली पिन एका बाजूला लटकत होती.

' हिलना नहीं! (हलू नको) आम्ही या विमानावर कब्जा केला आहे !' अत्तार घाईने म्हणाला. 'हमारी आपसे कोई दुष्मनी नहीं हैं! ' (आमचं तुमच्याशी काही शत्रुत्व नाही) असं म्हणत त्याने कॉकपिटचा दरवाजा ढकलून उघडला आणि तो आत शिरला. दाराचा इतका जोरात आवाज झाला, की कॉकपिटमधील सर्वांनी चमकून मागे पाहिलं. त्यांना एक अघटित दृश्य दिसलं. बुरखा चढवलेला एक माणूस डाव्या हातात रिव्हॉल्व्हर आणि उजव्या हातात बॉंब घेऊन उभा होता. क्षणभर कॅप्टन शरणला वाटलं, वर्षाअखेरीला कोणीतरी ही चेष्टामस्करी आरंभली आहे. किंवा हा माणूस जरासा वेडसर

असावा नाहीतर जोकर असावा. मग मात्र त्या सर्वांची नजर त्याच्या हातातील बंदुकीवर पडली. ती अगदी खरी दिसत होती.

'कोई भी होशियारी नहीं करेगा, नहीं तो हम तय्यारेको उडा देंगे।' (कोणी जास्त हुशारी दाखवली तर आम्ही विमान उडवून देऊ), विमानाच्या घोंगावणाऱ्या आवाजावर उंच आवाज चढवत तो बुरखाधारी जरा नर्व्हसपणे म्हणाला,

' हा बॉंब आहे आणि हे रिव्हॉल्व्हर. आम्ही या विमानावर कब्जा केला आहे. विमान पश्चिमेकडे न्या. '

क्षणार्धात इतर अनेक गोष्टी घडल्या. त्या टोळीतील दुसरा माणूस- सनी अहमद काझी- बिझिनेस क्लासमधील आपल्या खुर्चीवरून उठला आणि प्रसाधनगृहात गेला. नंतर थोड्या वेळाने डोके व चेहरा संपूर्णपणे झाकून टाकणारी माकडटोपी घालून तो बाहेर आला. त्यातून त्याचे केवळ डोळे आणि नाकपुड्या एवढेच दिसत होते.

'हायजॅक!' तो जोरात ओरडला. प्रवासी इतके हतबुद्ध झाले होते, की त्यावर काय प्रतिक्रिया द्यावी हे त्यांना समजेना. एवढ्यात त्याने पुढची सूचना केली. 'डोकी खाली! ' त्याचवेळी इकॉनॉमी क्लासमध्ये असलेले इतर तिघे एकदमच उठून उभे राहिले. हातातील शस्त्रे हवेत नाचवत तेही सर्वजण एकमुखाने ओरडले. बिझिनेस क्लास व इकॉनॉमी क्लास यांना जोडणाऱ्या छोट्या किचनच्या जागेपाशी सनी अहमद काझी झपाट्याने येऊन पोचला. तिथे उभ्या असलेल्या एअरहोस्टेसला त्याने धक्का देऊन ढकलले. मग दोन्ही हात उंचावून हातातील बंदूक आणि बॉंब सर्वांना दाखवले. तरीसुद्धा आपल्या डोळ्यांसमोर नक्की काय घडतंय हे नीट लक्षात येण्यास प्रवाशांना थोडा वेळ लागला. काही झालं तरी विमान अपहरणाचा प्रत्यक्ष अनुभव घेण्याची त्यांच्यातील प्रत्येकाचीच ही पहिली वेळ होती. चौतीस वर्षे वयाचा, उंच आणि जरा घाबरट स्वभावाचा राजीव आहुजा हा दिल्ली येथील बिझिनेसमन होता. त्याने जरा चाचरतच एअर होस्टेसला विचारलं,

' हे नक्की काय चाललंय? '

एअर होस्टेस सपनाराणी मेनन हळूच कुजबुजली.

' हे हायजॅक आहे. '

बऱ्याच लोकांचं अजून जेवण चालू होतं. पुढे विमानात जो काही प्रकार घडत होता त्याविषयी अजून त्यांना काहीही कल्पना आली नव्हती. लांबून पुढे उभी असलेली, मास्क घातलेली शस्त्रधारी माणसे तेवढी दिसत होती. त्यांना वाटलं, इंडियन एअरलाईन्सने ख्रिसमननिमित्त काही करमणुकीचा कार्यक्रम ठेवलेला दिसतोय. त्यामुळे ते खात खात माना उंचावून सगळी गंमत बघत

राहिले. तर काहींना वाटले नेपाळहून सुट्टी आटपून परत जाणाऱ्या विद्यार्थ्यांनी खेळण्यातल्या बंदुका विकत घेतल्या आहेत व त्यांनी काहीतरी चेष्टामस्करी आरंभली आहे.

पण ते कुणी विद्यार्थी नव्हते, की त्यांच्या हातातील बंदुका खेळण्यातील नव्हत्या. इब्राहित अत्तार आणि त्याच्या चार साथीदारांनी याच क्षणी खास अपहरणाच्या नाटकातील पात्रांची बिनचेहऱ्याची नावे धारण केली. पुढील आठ दिवस हीच नावे त्या बुरखाधारी चेहऱ्यांना सोबत करणार होती. अत्तार होता चीफ. सनी अहमद काझी होता बर्गर. महंमद शकीर होता शंकर. शहीद अख्तर सईद होता डॉक्टर. झहूर इब्राहीम मिस्त्री होता भोला. त्या पाचांना आता क्षणभराची सुद्धा उसंत नव्हती. या नाटकाची रंगीत तालीम त्यांनी यापूर्वी अनेकवार करून पाहिली होती. तात्काळ हातात सुरा घेऊन भोला मधल्या चौकोनातील पब्लिक ॲड्रेस सिस्टिम (ध्वनिक्षेपक यंत्रणा) पाशी पोचला. त्याला प्रवाशांसमोर एक निवेदन करायचे होते. समोरच्या पॅनेलवरील एक बटण दाबून त्याने माईक सुरू करण्याचा प्रयत्न केला. पण ते त्याला जमेना. अनिल शर्मा, फ्लाईट पर्सर, अत्यंत भेदरलेल्या मन:स्थितीत बिझिनेस क्लासमधून इकॉनॉमीकडे येत होता. मग त्याला मदतीसाठी पाचारण करण्यात आले. ते बटण शर्मानेही दाबून पाहिले. पण ते अडकून बसले होते, ते चालेना. भोला संतापला.

'कुछ करो. कुछ भी करो. मला एक अनाऊन्समेंट (निवेदन) करायची आहे.' तो ओरडला.

जवळच उभ्या असलेल्या शंकरने शर्मावर पिस्तूल रोखलं.

' ह्या बटणाला काय झालं? '

' ते अडकलंय, ' शर्मा माईकशी झटापट करत म्हणाला.

' का? '

' मला नाही माहीत. मी काही मुद्दाम केलेलं नाही.' तो म्हणाला.

यानंतर भोलाने त्याच्यापाशी हातात धरण्याचा माईक मागितला. शर्माने जवळचा एक कप्पा उघडला. आणीबाणीच्या प्रसंगी वापरण्यासाठी ठेवलेला लाल रंगाचा मायक्रोफोन काढून त्याला दिला. ज्या हातात रिव्हॉल्व्हर होतं त्याच हातात, तीन बोटांनी कसाबसा माईक धरुन शंकरने तो तोंडाजवळ आणला आणि म्हणाला,

' हे विमान आम्ही हायजॅक केलं आहे. (ताब्यात घेतलं आहे.) डोकी खाली घाला. जेवणाचे ट्रे खाली जमिनीवर ठेवा. जेवणाच्या टेबलांच्या घड्या घालून टाका. '

अवाढव्य पिळदार देहाचा शंकर प्रवाशांसमोर उभा होता. त्याचा अवतार

भीतीदायक दिसत होता. उरलेले अपहरणकर्ते विमानात ठरलेल्या जागी उभे होते. याच सर्व सूचना त्यांनी आपल्या आजूबाजूच्या प्रवाशांवर ओरडून सांगण्यास सुरुवात केली. सर्व अपहरणकर्त्यांच्या हातात सुरे होते. त्यांनी जेवणाच्या ढकल गाड्या इकडे तिकडे ढकलून दिल्या. त्यातील दोन गाड्या धक्क्याने उलटल्या. आतील सामान इतस्तत: विखुरले. ते प्रवाशांवर ओरडू लागले. त्यांना गुडघ्यात डोकी घालून बसण्यास सांगू लागले. भोला, शंकर आणि डॉक्टर हे तिघे दुतर्फा खुर्च्यांच्या रांगामधून जाणाऱ्या लांबलचक बोळकंडीवजा पॅसेजमधून फिरु लागले. हुकूम सोडू लागले. लोकांचे जेवणाचे ट्रे इतस्तत: भिरकावू लागले. जेवणासाठी पुढ्यात उघडून ठेवलेली छोटी घडीची टेबले जोराजोरात रागाने मिटू लागले. काही लोकांना तर त्यांनी विनाकारणच मारहाणपण सुरू केली. प्रसादबाबू हे तमीळ होते. त्यांच्यासोबत त्यांचे वेलूर येथील सहा सहकारी होते. त्यांच्यातील कोणालाही एक अक्षरही हिंदी समजत नसे. त्यामुळे हायजॅकर्स (अपहरणकर्ते) नक्की कोणत्या सूचना देत आहेत, आपण काय करणं अपेक्षित आहे हेच त्यांना कळत नव्हतं. काही बोधच होत नव्हता. पण त्याबद्दल त्यांना लाथाबुक्क्या खाव्या लागल्या. ते गोंधळून गेले.

अनेक स्त्रिया रडू लागल्या. साडीच्या पदराने किंवा दुपट्ट्याने चेहरे झाकण्याची आज्ञा त्यांना देण्यात आली. आता मात्र प्रवाशांच्या मनात संशयाला काही जागाच उरली नव्हती. हा अपहरणाचाच प्रकार होता. त्या सर्वांचे जीवन धोक्यात होते. विमानात शांतता पसरली होती. समुद्रात प्रचंड मोठी लाट येऊन ती वेगाने पुढे सरकत जावी, तशा खुर्च्यांच्या आडव्या रांगांमधून ताठ बसलेल्या प्रवाशांनी एकदम डोकी खाली घालण्यास सुरुवात केली व काही क्षणातच संपूर्ण विमानातील प्रत्येक प्रवासी मान खाली घालून बसला. काही प्रवाशांना खाली वाकता येत नव्हते. त्यांनी आपल्या पुढ्यातील घडीचे टेबल उघडून त्यावर डोकी टेकली. आणखी काही प्रवासी बरेच लठ्ठ होते, तर काहींची पाठ दुखण्याने ताठरलेली, अवघडलेली होती. मग त्यांनी आपली डोकी शक्य तितकी खाली वाकवली. एका मिनिटाच्या आत संपूर्ण शरणागती ! विमान आता पूर्णपणे अपहरणकर्त्यांच्या ताब्यात होतं. चौघे अपहरणकर्ते उभ्या पॅसेजमधून येरझाऱ्या घालत धमक्या देत होते. मधेच एकदम बुटांचे आवाज करत जोरात पळापळ करत होते.

प्रवाशांमध्ये काटमांडूमधील एक विक्रेता होता. तो पश्मीना शाली विकत असे. त्याचं नाव गजेंद्र मान तमराकर. जवळच्या सामानात शालींचे भलेमोठे बंडल घेऊन तो घाईघाईने विमानतळावर पोचला, तेव्हा बराच उशीर झालेला होता. नवी दिल्लीची रॉयल नेपाळ एअरवेज फ्लाईट चुकली होती. मग ही इंडियन एअरलाईन्सची फ्लाईट त्याने घ्यावी, असे विमानतळावरील अधिकाऱ्यांनी

त्याला सुचवले. तिथलं जेवण फार छान असतं, असंही अनाहूतपणे सांगितलं. तमराकरच्या १५० किलो वजनाच्या देहाकडे बघत ! या तमराकरवर पुढील काही दिवस प्रसिद्धीच्या प्रकाशझोतात राहण्याची पाळी येणार होती. पण त्यापाठीमागे जे काही कारण घडणार होते, ते मुलखावेगळे होते. आणि जेवणाविषयी तर बोलायलाच नको !

आता चीफने कॉकपिटमध्ये पहिली आज्ञा केली.

‘ विमान लाहोरला घेऊन चला. ’

त्यावर कॅप्टन शरण म्हणाला,

‘ कदाचित इंधन पुरणार नाही.’

पण तरीही आज्ञेचं पालन करून त्याने पाकिस्तानातील लाहोर या अपहरणकर्त्यांच्या आवडत्या शहराच्या दिशेने मोहरा वळवला.

इंडियन एअरलाईन्सची जी काही विमाने यापूर्वी पळवण्यात आली त्या सर्व विमानांना अपहरणकर्त्यांनी लाहोरकडेच वळवले होते.

त्यानंतर विमान अपहरणाची माहिती विमानातील सर्व प्रवाशांना तसेच ग्राऊंड कंट्रोलला ताबडतोब दिली पाहिजे, असं कॅप्टन शरणचं मत पडलं. मग त्याने चीफकडे तशी परवानगी मागितली. चीफने मानेने होकार दिला. त्यामुळे चीफने कॉकपिटमध्ये शिरून कॅप्टन शरणवर आपली बंदूक रोखल्यापासून केवळ सात मिनिटांच्या आत कॅप्टन शरणने वाराणसी येथील फ्लाईट कंट्रोलला रेडिओ ट्रान्समीटरवरून विमान अपहरणाची कल्पना दिली. ही बातमी त्याने ओपन फ्रीक्वेन्सीवरून प्रसारित केली असल्यामुळे आजूबाजूच्या परिसरात ती बातमी पोचली होती.

त्यानंतर कॅप्टन शरणने पब्लिक ॲड्रेस सिस्टीमवरून मोजक्या शब्दात प्रवाशांना सूचना दिली.

‘या विमानाला हायजॅक करण्यात आले आहे, तरी सर्वांनी सहकार्य करावे’

तेथून शेकडो किलोमीटर दूर, नवी दिल्ली येथे इंदिरा गांधी आंतरराष्ट्रीय विमानतळाच्या एअर ट्रॅफिक कंट्रोल टॉवरवर रेडिओ खरखरला. त्यानंतर वाराणसी विमानतळावरून एक संदेश आला. ‘आय सी- ८१४ ला हायजॅक करण्यात आले आहे.’ एअर ट्रॅफिक कंट्रोलचा आजचा दिवस अत्यंत धावपळीचा होता. केवळ काही तासांपूर्वी रडारच्या पडद्यावर ज्युपिटर-१२३ हे विमान भारतीय अवकाशाच्या हद्दीत अनधिकृतपणे घुसताना दिसले होते. त्या विमानाला सूचना देण्यात आली होती. त्या विमानाला नंतर सक्तीने खाली उतवण्यात आल्यानंतर एक गोष्ट लक्षात आली. अनधिकृत प्रवेशाचा तो प्रकार लुटूपुटीचा, सरावाचा होता. परंतु आय सी-८१४ च्या अपहरणाचा प्रकार मात्र लुटूपुटीचा नव्हता.

अगदी खरा होता, हे काही क्षणातच एअर ट्रॅफिक कंट्रोलच्या लक्षात आले. सेकंडरी रडार यंत्रणापण सतर्क होऊन 'बीप-बीप' असे आवाज काढू लागली. विमानाचं हे अपहरण खरं आहे याविषयी संशयाला काही जागा राहू नये म्हणून वैमानिकाने एअर ट्रॅफिक कंट्रोलच्या ट्रान्सपाँडरकडे आणीबाणीच्या प्रसंगी वापरण्याचा सांकेतिक संदेश ७५०० पाठवला होता. त्या डिस्ट्रेस कॉल (आणीबाणीच्या संदेशा) नंतर कॅप्टन शरणचा घोगरा आवाज प्रथमच रेडिओवर ऐकू आला.

'त्यांच्याकडे बॉंब, डायनामाईट स्फोटके आणि एके फोर्टीसेव्हन आहेत. बॉस कह रहे है, उनकी मंजिल आगे है। ते आम्हाला लाहोरला जाण्यास सांगत आहेत.'

आकाशात २८००० फूट उंचीवर व सुमारे चाळीस अवकाशीय मैल अंतरावर पुढे आणखी एक विमान दिल्लीच्या दिशेनं चाललं होतं. तेथे आसपास असलेल्या इतर काही विमानांप्रमाणेच खरं म्हणजे याही विमानाला ही संकटनिदर्शक हाक ऐकू यायला हवी होती. स्पेशल इंडियन एअरफोर्सच्या या खास विमानात याच अपहरण नाट्यात महत्त्वाची भूमिका बजावणारी एक व्यक्ती बसली होती. या व्यक्तीला पुढचे आठ दिवस अत्यंत मनःस्ताप होणार होता. परंतु आता मात्र त्या गोष्टींची काहीच कल्पना नसल्याने ती व्यक्ती आपल्या अंगरक्षक कमांडोंच्या कड्यामध्ये सुरक्षित बसली होती. ही व्यक्ती म्हणजे दुसरं तिसरं कोणी नसून भारताचे पंतप्रधान श्री. अटलबिहारी वाजपेयी होते. बिहारमध्ये घेण्यात आलेल्या एका राजकीय मेळाव्याहून ते परतत होते. त्यांच्या समवेत सिव्हिल एव्हिएशन मिनिस्टर (नागरी विमान वाहतूकमंत्री) श्री. शरद यादव हेही होते. अपहरणनाट्यात एक महत्त्वपूर्ण भूमिका यांना सुद्धा बजावावी लागणारच होती. अपहरणकर्ते आणि खुद्द वाजपेयीजी या दोघांनाही आपण एकमेकांपासून इतके जवळ आहोत याची मुळीच कल्पना नव्हती. हिंसा, प्रतिशोध आणि भावनांचा उद्रेक अशा विविध रंगच्छटांनी भरलेल्या या अपहरणनाट्याची सुरुवात ही अशी हवेत, अधांतरी अवस्थेत झाली. पुढे ही दोन्ही विमाने एकमेकांपासून हजारो किलोमीटर लांब जाऊन पोचली तरीही अपहरणाचं नाट्य मात्र चालूच राहिलं. कारगील युद्धानंतर वाजपेयींच्या राजकीय आयुष्यात घडणाऱ्या सर्वांत बिकट प्रसंगाची ही सुरुवात होती.

वाजपेयीजी या अपहृत विमानाच्या इतके निकट सान्निध्यात असताना मात्र त्यांना या अपहरणाविषयीची काहीही कल्पना देण्यात आली नव्हती. या संपूर्ण प्रकरणाचा जेव्हा देशात व देशाबाहेर बोलबाला झाला त्याच सुमाराला भारताच्या पंतप्रधानांना त्याविषयी समजलं, असं म्हणतात. ते स्वतः ज्या विमानाने प्रवास करत होते, त्या विमानात अर्थातच अत्याधुनिक व सुसज्ज संपर्क यंत्रणा बसवलेली

असणार, हे तर उघडच होतं. शिवाय विमानात रेडिओ ट्रान्समीटर आणि थेट उपग्रहाला जोडलेली दूरध्वनी यंत्रणाही असल्याने विमानात बसलेल्या व्यक्तीशी जमिनीवरून अगदी साध्या फोनने सुद्धा संपर्क साधण्याची सुविधा त्यात होती. तरीही कॅप्टन शरणने पाठवलेला संदेश, विमान लाहोरला नेण्याविषयीचा अपहरणकर्त्यांचा हट्ट, विमानातील इंधनाचा तुटवडा यापैकी एकाही गोष्टींची कल्पना पंतप्रधानांना देण्यात येऊ नये? इंडियन एअरलाईन्सचे उत्तर विभागाचे जनरल मॅनेजर कॅप्टन आर. एन. सिंग हे शेजारून जात असलेल्या दुसऱ्या एका फ्लाईटचे कंमाडर होते. कॅप्टन शरणने पाठवलेला संदेश ज्या काही इतर वैमानिकांना ऐकू आला त्यामध्ये त्यांचाही समोवश होता. त्यांनी तातडीने कॅप्टन शरणशी संपर्क साधून त्याला शांत केले.

अपहृत विमानात सर्वत्र भयाण शांतता पसरली होती. प्रवासी भीतीने थरथर कापत होते, तरी मुकाट्याने गुडघ्यात डोकं घालून बसून होते. जेवणानंतर लगेच पोटावर इतका दाब पडलेला व तशात जिवाची भीती, त्यामुळे अनेकांना मळमळू लागले व वांत्या सुरू झाल्या. अनेक स्त्रिया हमसाहमशी रडू लागल्या. त्यांना पाहून कित्येक पुरुषांच्या गालावरून सुद्धा घळाघळा अश्रू वाहू लागले. खाली मान घालून मूकपणे रडणाऱ्या त्या प्रवाशांच्या अश्रूंनी त्यांच्या पायाखालची जमीन भिजू लागली. पाच मोठी माणसे आपल्या आई वडिलांना धमकावत आहेत व आपले आई वडील मुकाट्याने त्यांचं बोलणं ऐकत आहेत, हे पाहून कित्येक मुले अचंबित झाली होती. ती विस्फारित डोळ्यांनी सर्व काही पाहत मुकाट बसून होती. तोंडातून ब्र ही न काढता मोठ्या माणसांच्या आज्ञेचं पालन करत होती. आता इकॉनॉमी क्लासमधील अतिरेक्यांनी सर्व प्रवाशांचे सामानसुमान आणि कॅमेरे हिसकावून घेण्यास सुरुवात केली. कॅमेरे उघडून त्यातील फोटोंचे रोल निकामी केले. एक प्रवासी सर्व आज्ञा तर पाळत होता, पण त्याच्या हालचाली जरा सावकाश होत होत्या. त्यावर भोला जोरात खेकसला.

' शादीमें आए हो क्या? ' (काय लग्नाला आला आहेस का?)

यानंतर सर्व पुरुष प्रवाशांची झडती घेण्यात आली. बॅगा उघडून पाहण्यात आल्या. चाकू, सुऱ्या किंवा ज्या काही गोष्टींचा हत्यार म्हणून वापर करता येणे शक्य होईल त्या सर्व वस्तू जप्त करण्यात आल्या. सर्व सामानसुमान बिझिनेस क्लासमध्ये भिरकावून देण्यात आलं. विमानाच्या पुढील भागात हवाईसुंदऱ्या भेदरुन थांबल्या होत्या, त्यांच्या अंगावर भोला जोरात ओरडला-

' इनके मुँहपर कपडा बांधो! ' (त्याच्या तोंडावर कापड बांधा.) परंतु खुर्च्यांच्या हातांवर अंथरलेले छोटे पांढरे शुभ्र नॅपकिन्स वगळता इतर कोणतेही कापड उपलब्ध नव्हते. एका नॅपकिनने एका प्रवाशाचे डोळे झाकणे कठीण

आहे. कारण नॅपकिन फार छोटा आहे, असं एका हवाईसुंदरीने धीर करून सांगितलं. मग दोन नाहीतर तीन नॅपकीन्सना गाठी मारून ते एकत्र बांधून त्यांनी प्रवाशांचे डोळे बांधण्याची आज्ञा मोलाने दिली. हवाईसुंदऱ्यांनी अशा पद्धतीने सर्व पुरुष प्रवाशांचे डोळे बांधण्यास सुरुवात केली. एवढे सगळे लोक एकत्र जमले आहेत आणि सर्वांचेच डोळे बांधलेले आहेत, हे दृश्य खरं तर इतकं विचित्र दिसत होतं, की एखाद्या विनोदी चित्रपटात शोभून दिसलं असतं.

आता बर्गर पुढे होऊन कॉकपिटमध्ये शिरला. तेथे चीफ उभा होता. त्याला मिलीटरी पद्धतीने कडक सलाम ठोकून बर्गर म्हणाला,

‘ सर, पीछे सब कंट्रोल हो गया है ।’ (सर परिस्थितीवर आपलेच नियंत्रण आहे.)

ते ऐकून चीफ कंमाडरकडे वळला व त्याने अत्यंत स्पष्ट शब्दात हुकूम सोडला.

‘लाहोर चलिये, वरना हम तय्यारे को उडा देंगे ।’ (लाहोर चला नाहीतर आम्ही विमान उडवून टाकू.)

दोनच मिनिटानंतर अपहरणातील दुसऱ्या टप्प्याचा प्रारंभ झाला. अपहरणकर्ते आता रांगांमधून फिरत होते. त्यांनी सर्वच प्रवाशांना त्यांच्या जागेवरून उठवले. बिझिनेस क्लासमधील लोकांना त्यांची प्रशस्त आसने सोडून इकॉनॉमी क्लासमध्ये आणण्यात आले. तेथे त्यांना अक्षरश: ढकलून देण्यात आले. इकॉनॉमी क्लासच्या प्रवाशांना विमानाच्या मागील टोकाकडील भागात असलेल्या खुर्च्यांकडे पाठवले. हवाई सुंदऱ्यांना इकॉनॉमी क्लासच्या सर्वात पुढच्या सीटवर बसवले. विमानात एकच गोंधळ उडाला. असंख्य प्रवासी मूकपणे, खाली माना घालून, अतिरेक्यांच्या नजरेला नजरही न देता मागच्या बाजूला जास्तीत जास्त सुरक्षित जागा पकडून बसू लागले.

विशाल आणि कविता हे नवविवाहित जोडपं. ते त्यांच्या मधुचंद्राहून परतत होते. केवळ दोन आठवड्यांपूर्वी, १३ डिसेंबरला त्यांचा विवाह झाला होता. सर्व प्रवाशांप्रमाणे तेही दोघे विमानाच्या मागील भागात जाऊन बसण्यासाठी निघाले होते. मधल्या काही रांगांमधील बऱ्याच खुर्च्या रिकाम्या होत्या. कविता कुजबुजली,

‘ चल, आपण इथेच बसूया. न जाणो, त्यांनी जर विमानाचा मागचा भाग बॉंबने उडवून टाकला तर ! ’

हळूहळू सर्वच प्रवासी आपल्या नव्या जागी स्थिरस्थावर झाले. या अधांतरी बंदिवासाची मनाला सवय करून घेत त्यांनी आपले सीटपट्टे पोटावर बांधून घेतले. एका तरुण स्त्रीला जोरजोरात उलट्या होऊ लागल्या. स्वत:ला डॉक्टर

म्हणवून घेणाऱ्या त्या अतिरेक्याने पाणी आणण्यास फर्मावले. एअर होस्टेसने पाणी आणले. त्या स्त्रीने आपला चेहरा पुसून काढला. आणि पाणी पिण्यासाठी बाटली तोंडाला लावणार इतक्यात शंकर पाठीमागून खेकसला,

‘ ज्यादा पानी मत दो, अभी दो तीन दिन तक जरूरत पडेगी ।’ (जास्त पाणी देऊ नका, अजून दोन-तीन दिवस गरज पडेल.) नंतर त्याने मागे फिरून गस्त घालण्यास सुरुवात केली. एकीकडे त्याने एका बोटाने हातातील बॉंबची पिन काढली आणि तो बॉंब तसाच उघड्या स्थितीत धोकादायक रीतीने हातात मिरवत जाऊ लागल्या. आता बिझिनेस क्लास पूर्ण रिकामा होता. अपहरणकर्त्यांनी तो आपला अड्डा बनवला. त्याच्या पुढील भागात जी दोन प्रसाधनगृहे होती, ती त्यांनी स्वत:साठी ठेवली. स्वत:चे सामानसुमान सुद्धा त्यांनी आता बिझिनेस क्लासमध्ये हलवले. प्रवाशांचेही सामान तेथेच हलवावे अशी त्यांनी हवाई सुंदऱ्यांना सूचना दिली. त्यानंतर बिझिनेस क्लासमध्ये वरच्या भागातील सामानाचे कप्पे उघडून तेथे प्रवाशांचे सामान भरण्याचे हवाई सुंदऱ्यांचे काम बराच वेळ चालू होते.

प्रवाशांपैकी एक स्त्री डॉक्टर होती. तिचे नाव डॉ. अनिता जोशी. त्यांच्या स्वत:च्याच पोटातून जोरजोरात कळा येत होत्या. त्यांनी त्या ‘डॉक्टर’ नामक अतिरेक्याला ते सांगून प्रसाधनगृहात जाण्याची परवानगी मागितली. पण ती त्याने नाकारली व तो निघून गेला. थोड्या वेळाने हातात एक पॅरासिटामॉलची गोळी घेऊन आला व त्याने ती डॉ. अनिता जोशी यांच्या हातावर ठेवली.

‘ हे काय? हे पॅरासिटामॉल आहे. याचा पोटदुखीला काहीच उपयोग होत नाही’, त्या म्हणाल्या.

‘ हे सगळं तुम्हाला कसं काय माहित? ’ त्याने विचारले.

‘ मी डॉक्टर आहे’, अनिता जोशी त्याला म्हणाल्या. येते काही दिवस त्यांचा या स्वत:ला डॉक्टर म्हणवून घेणाऱ्या अपहरणकर्त्यांशी बराच संबंध येणार होता.

इकडे नवी दिल्ली येथे फार मोठ्या प्रमाणावर गडबड गोंधळ चालू होता. एअर ट्रॅफिक कंट्रोलने अशा अपहरणासारख्या आणीबाणीच्या प्रसंगी जी काही पावले उचलायची असतात त्याला सुरुवात केली. सर्वात आधी वर्क्स सुपरवायझरी ऑफिसरला कळवण्यात आले. त्याने एरोड्रोम कमिटीकडे संदेश पाठवला. आकाशातील आणीबाणीच्या प्रसंगी जी काही सरकारी यंत्रणा कार्यरत होत असते त्यापैकी सर्वात खालच्या स्तरावरचे हे पॅनेल असते. त्यानंतर विमानतळावरील आधिकाऱ्यांनी तातडीने अनेक वरिष्ठ अधिकाऱ्यांच्या घरचे टेलिफोन नंबर हुडकण्यास सुरुवात केली. काही नंबर बदलले होते. अखेर कसाबसा बऱ्याचशा

अधिकाऱ्यांशी संपर्क साधला. पण अशा आणीबाणीच्या प्रसंगी नक्की काय करायचे असते, हे त्यांच्यातील कोणालाच माहीत नव्हते. एका अधिकाऱ्याने तर म्हणे विमानतळावरील कर्मचाऱ्याला असंही विचारलं,

‘ आम्ही आता विमानतळावर येण्याची खरोखरच गरज आहे का? ’ पुढचा टप्पा म्हणजे क्रायासिस मॅनेजमेंट ग्रुप (सीएमजी उर्फ आणीबाणीची हाताळणी करणारी तुकडी)ची अपहणाच्या घटनेनंतर अर्ध्या तासाच्या आत तातडीची बैठक. या बैठकीसाठी अत्यंत सक्षम व निर्णयकुशल अशा व्यक्ती आणि कॅबिनेट सेक्रेटरी यांची उपस्थिती आवश्यक असते.

दरम्यान कॅप्टन शरण नवी दिल्ली कंट्रोल टॉवरच्या दोन अधिकाऱ्यांशी सतत संपर्क ठेवून होता. त्याच्या कानशिलाला बंदुकीची नळी टेकलेली होती. एकदा विमानाने लखनऊ शहर पार केले, की मग फ्लाईट कंट्रोलचा ताबा वाराणसीकडून दिल्लीकडे येतो. एअर ट्रॅफिकच्या दोन अधिकाऱ्यांशी कॅप्टन शरण बोलत होता. ‘त्यांना लाहोरला जायचंय. त्यांना लाहोरला जायचंय.’ एअर ट्रॅफिक कंट्रोलच्या त्या दोन माणसांना कॅप्टन शरण वारंवार सांगत होता. संध्याकाळचे पाच वाजून, वीस मिनिटे झाली होती. विमान आता नवी दिल्लीच्या जवळ पोचले होते. वैमानिक चतुर होता. शांत चित्ताने आणि थंड डोक्याने विचार करून त्याने एक बेत आखला होता. स्वत:च्या जिवावर धोका पत्करून त्याने मुद्दाम वेळ काढूपणाचे धोरण अवलंबण्यास सुरुवात केली. विमानाचा वेग बराच कमी केला. नेहमी ताशी ४६० अवकाशीय मैल वेगाने जाणारे विमान आता ताशी ३६० अवकाशीय मैल वेगाने उडत होते. कॅप्टन शरणच्या समोर एक नकाशा पसरला होता. नकाशातील पॉईंट अन्सारी हे ठिकाण कॅप्टन शरणच्या नजरेसमोर होते. हे ठिकाण लाहोर व अमृतसर पासून बरोबर सारख्या अंतरावर आहे. त्यामुळे या ठिकाणी जाऊन पोचण्याला जास्तीत जास्त उशीर करण्याचा कॅप्टन शरणचा प्रयत्न होता. एकदा या ठिकाणाला पोचले, की लाहोरला जाण्यासाठी डावीकडे वळावे लागले असते. पण त्यापेक्षा उजवीकडे वळून अमृतसरच्या राजासाँसी विमानतळावर विमान उतरवता आलं, तर कितीतरी बरं, असा विचार त्याने केला होता. त्यासाठीच त्याची सगळी धडपड चालली होती. भूतकाळात या विमानतळावरील अधिकाऱ्यांनी विमान अपहरणाचे असे अनेक प्रसंग यशस्वीपणे हाताळले होते. विमान ज्या ठिकाणी हायजॅक करण्यात आले ते ठिकाण आणि अमृतसर विमानतळ यांच्यात ५९६ अवकाशीय मैलाचे अंतर होते.

इकडे वरती कॅप्टन शरणचे विमान आकाशात उडत होते. त्याचवेळी खाली जमिनीवर सरकारी अधिकारी विमान अपहरणाची घटना नेमकी कशा

रीतीने हाताळू नये याचे उत्तम उदाहरण घालून देण्यात गर्क होते. या अपहरणामध्ये सुमारे २०० लोकांच्या जिवाला धोका निर्माण झाल्या होता. पंतप्रधान वाजपेयी यांचे विमान पाच वाजून वीस मिनिटांनी पालम टेक्निकल विमानतळावर उतरले. स्पेशल प्रोटेक्शन ग्रुपच्या अंगरक्षकांच्या गराड्यात वाजपेयीजी विमानतळावर उतरले. ते थकलेले दिसत होते. विमानतळावरील सायरन्स (भोंगे) वाजू लागले. वाजपेयीजींच्या साहाय्यकाने तात्काळ त्यांच्याकडे धाव घेतली. त्याने पंतप्रधानांना एक छोटी चिठ्ठी दिली. त्या चिठ्ठीत विमान अपहरणाविषयी गौप्यस्फोट केलेला होता. 'आपण जेव्हा विमानात होता, तेव्हा मला या घटनेची माहिती नव्हती,' असे त्याने पंतप्रधानांना सांगितले. खरं तर कॅप्टन शरण ओपन फ्रीक्वेन्सीवर वारंवार संदेश पाठवत होता. अद्ययावत मोबाईल सॅटेलाईट फोनच्या या युगात जगातील सर्वात मोठ्या लोकशाहीचे नेतृत्व करणाऱ्या पंतप्रधानांना इतक्या मोठ्या घटनेची, त्यांच्या स्वतःच्या राजकीय आयुष्यातील न भूतो न भविष्यति अशा या आणीबाणीची वार्ता एका चिटोऱ्यामार्फत द्यावी लागली. जमिनीवर काम करणाऱ्या अनेक उच्च अधिकाऱ्यांना, खुद्द पंतप्रधानांच्या कर्मचाऱ्यांना सुद्धा एक फोन उचलावा, पंतप्रधानाच्या विमानाशी संपर्क साधावा आणि त्यांना या घटनेची कल्पना द्यावी असे वाटू नये!

आय् .सी. ८१४ फ्लाईटच्या कॉकपिटमध्ये कॅप्टन शरणने परत नवी दिल्लीशी संपर्क साधला. लाहोर विमानतळाकडून विमान उतरवण्यासाठी परवानगी घेऊन ठेवावी,असे त्यांना सुचवले. त्यावर नवी दिल्लीकडून उत्तर आले: लाहोरची धावपट्टी बंद आहे. आय् . सी. ८१४ ही फ्लाईट उतरवण्यास लाहोरने परवानगी नाकारली आहे. आता अमृतसरलाच विमान नेण्यावाचून दुसरा काही पर्याय नाही, असे कॅप्टन शरणने चीफला सुचवले. पण चीफला ते अजिबात पटले नाही.

इकडे नवी दिल्ली येथे हवेत अधांतरी घडत असणाऱ्या या भयावह नाट्याची वार्ताहरांना काहीच कल्पना नसल्याने ते वाय.टू.के. विषयी, नवीन सहस्त्रकामध्ये वाय.टू.के. समस्येमुळे उडू शकणाऱ्या गोंधळाविषयी कल्पित कहाण्या रचून लिहित होते. कॉम्प्युटरमधील क्षुल्लक चुका किती महाग पडतील,त्याचे कसे भयानक दुष्परिणाम ओढवतील इत्यादी कल्पनाविलास ते करत होते. अचानक न्यूज एजन्सीच्या टेलिप्रिंटरवर इंडियन एअरलाईन्सच्या विमानाच्या अपहरणाची बातमी पहिल्यांदा झळकली. मात्र सध्यातरी फारच थोडी माहिती उपलब्ध होती. फारच थोडे अधिकारी माहिती पुरवण्यासाठी हजर होते. इंडियन एअरलाईन्सच्या प्रवक्त्याच्या ऑफिसातील फोनची घंटा सतत खणखणत होती. सर्व लाईन्स सारख्या व्यस्त होत्या. कधीतरी एखाद्या फोन पुरवणाऱ्याचं नशीब

उघडलंच, तर पलिकडील बाजूने कोणीतरी फोन उचलून थोडीफार तुटक माहिती देत होतं. टेलिव्हीजन नेटवर्कच्या ऑफिसातून गाड्या सुसाट बाहेर पडल्या. वार्ताहरांची धावपळ उडाली. ही खबर फारच सनसनाटी होती. विमान आता कुठे जाऊन उतरणार याचे अंदाज वार्ताहर आपल्या न्यूज डेस्कपाशी बसून वर्तवू लागले.

शहराच्या दुसऱ्या भागात पांढऱ्या शुभ्र अँबेसिडर गाड्यांचा ताफा निघाला होता. पोलीस रस्त्यावर दुतर्फा जमलेल्या गर्दीला हटवत होते. पाच वाजून पस्तीस मिनिटांनी पंतप्रधान आपल्या निवासस्थानी, ७ रेसकोर्स रोड येथे पोचले होते. त्यांनी त्यांच्या वरिष्ठ कॅबिनेट सहकाऱ्यांबरोबर तातडीची बैठक बोलावली. तेथून काही किलोमीटर दूर अंतरावर, राजीव गांधी भवन या इमारतीत सिव्हिल एव्हिएशन मिनिस्ट्रीचे ऑफिस आहे. येथे क्रायसिस मॅनेजमेंट ग्रुपचे वरिष्ठ अधिकारी अजून जमा होत होते.

यात कॅबिनेट सेक्रेटरी प्रभात कुमार, सिव्हिल एव्हिएशन सेक्रेटरी, रविंद्र गुप्ता, गुप्तचर खात्याचे काही अधिकारी, नॅशनल सिक्युरिटी गार्डचे डायरेक्टर निखिल कुमार इत्यादींचा समावेश होता. कर्मचाऱ्यांनी कॉन्फरन्स रुम तयार केली. उपहारगृहाला आत्ताच्या मीटींग संबंधी सूचना देण्यात आली. यापुढे अशा अनेक लांबलचक रात्री जागून काढायच्या होत्या. आजतर कुठे त्याची सुरुवात होती. साडेपाच वाजून गेल्यावर ही बैठक सुरू झाली.

विमान अमृतसरच्या दिशेने निघाल्या सारखे तर दिसत होते. पण क्रायसिस मॅनेजमेंट ग्रुप तरी या बाबतीत काही खास करू शकेल असे वाटत नव्हते. अपहरणकर्त्यांशी बोलणी करू शकणारे तज्ञ मध्यस्थ सुद्धा अजून तयार नव्हते. कमांडोजची नक्की भूमिका कोणती याचीही कल्पना त्यांना देण्यात आली नव्हती. खरंतर क्रायसिस ग्रुप ही आणीबाणी हाताळण्यासाठी पुरता सिद्ध ही नव्हता. काही अकाऊंटंट्सनी नंतर असंही सांगितलं की, वरिष्ठ अधिकाऱ्यांनी कर्मचाऱ्यांना बोलावून घेतलं आणि जुन्या अपहरणाच्या केसेसच्या नोंदी असणाऱ्या फायली काढायला सांगितल्या. निदान तेव्हा अशा परिस्थितीचा सामना कसा केला होता, नक्की कोणती कारवाई केली होती, हे पाहून तरी काही बोध झाला तर बरा, असा त्यामागे विचार असावा.

विमानातून सहा वाजून अठरा मिनिटांनी कॅप्टन शरणने अमृतसरच्या एअर ट्रॅफिक कंट्रोलशी संपर्क साधला. तो वैफल्यग्रस्त झाला होता. तो म्हणाला.

‘ लाहोरशी बोलणी करून खात्री करा. आम्ही विमानातून ओ पी एल ए (लाहोरचे सांकेतिक नाव) शी संपर्क साधला. परंतु ते आम्हाला उतरण्याची परवानगी नाकरत आहेत. आमच्याकडे अजून चाळीसच मिनिटे पुरेल एवढे

इंधन आहे. आणि इकडे हे म्हणजे अपहरणकर्ते आम्हाला विमान भारतीय भूमीवर उतरवू देण्यास तयार नाहीत. ' तीन मिनिटे तशीच गेली. परत कॅप्टन शरण रेडिओवर बोलू लागला. ' त्यांचा निर्धार ठाम आहे. त्यांना OPLA ला जायचं आहे. अन्यथा 'विमान कोसळू देऊ ' असे ते म्हणत आहेत. पण ते भारतात उतरण्यास तयार नाहीत. '

नव्या दिल्लीच्या राजीव गांधी भवनात बैठक चालूच होती. सिगारेटचा धूर निघत होता. क्रायसिस मॅनेजमेंट ग्रुपचे सदस्य आणीबाणीच्या परिस्थितीचे नुसते अवलोकन करत होते. दुदैवाची गोष्ट अशी की ते फक्त तेवढंच करत होते. त्यापलीकडे जाऊन आणखी काही ते करत नव्हते. भारतीय नोकरशाही झोपाळलेली होती. झटपट आणि जरासा धाडसी निर्णय घेऊ शकेल असे एक सुद्धा मन जागृत नव्हते. नोकरशहांना काळी कॉफी आणि खाद्यपदार्थ पुरविण्यासाठी उपहारगृहाचे कर्मचारी झटत होते. येथून पुढील आठ दिवसात रात्रीचे जागरण आणि ताणतणाव सुसह्य होण्यासाठी काळ्या कॉफीचे शेकडो पेले याठिकाणी रिते झाले.

वार्ताहरांचे घोळके बाहेरच्या गॅलऱ्यांमध्ये तिष्ठत उभे होते. मधूनच कधीतरी एखादा थकला भागला, विस्कटलेल्या केसांचा व अस्ताव्यस्त कपड्यातील अधिकारी दार उघडून बाहेर पडे. ते वार्ताहर त्याच्यावर हल्ला चढवत.

क्रायसिस मॅनेजमेंट ग्रुपने नॅशनल सेक्युरिटी गार्डच्या पन्नास प्रशिक्षित कमांडोजना पाचारण केले. जगातील कोणत्याही अपहरणाविरोधी तुकडीला तुल्यबळ ठरेल अशीच ही तुकडी होती. त्यांनी त्यांच्या आय् .एल् .७६ या विमानाने ताबडतोब निघावे अशी सूचना त्यांना करण्यात आली. परंतु अपहरणाविरोधी कारवाई करण्यासाठी लागणारी जडजंबाल यंत्रणा त्या विमानात चढवण्यात बराच वेळ खर्च होणार होता. निर्णयाची टोलवाटोलव करणाऱ्या या नोकरशहांनी ही आज्ञा जरा आधी केली असती, तर.... असे त्या नॅशनल सेक्युरिटी गार्डच्या शूर अधिकाऱ्यांना वाटत राहिले.

कॅप्टन शरणने आता भयभीत होऊन आणखी काही तातडीचे संदेश पाठवले. भारत पाकिस्तान सीमारेषा आता अगदी दृष्टिपथात येऊन ठेपली होती. सहा वाजून सव्वीस मिनिटांनी त्याने संदेश पाठवला. ' आता आमच्यापाशी केवळ अर्धातास पुरेल एवढेच इंधन आहे. प्लीज OPLA शी संपर्क साधून आम्हाला उतरण्याची परवानगी मिळवा. ते (अपहरणकर्ते) माथेफिरू आहेत. ते एक एक करून आम्हाला ठार मारतील. ' पाच मिनिटानंतर तो म्हणाला, ' त्यांना काहीही सद् सद् विवेक बुद्धी नाही. त्यांनी ठार मारण्यासाठी दहा लोक निवडून ठेवले आहेत. ' चीफ बंदुकीचा धाक दाखवून कॅप्टन शरणकडून वरील सर्व भाषण वदवून घेत होता.

अमृतसरला अधिकाऱ्यांनी राजासाँसी विमानतळ बाहेरून बंद करून घेतला होता. वार्ताहरांना देखील आत प्रवेश नव्हता. परंतु या आणीबाणीच्या प्रसंगी हाताळणी कशी करावी, कोणती कारवाई करावी यासंबंधी कोणतीही सूचना दिल्लीकडून अमृतसरला देण्यात आली नव्हती. राजधानी चंदीगढ येथे डायरेक्टर जनरल ऑफ पुलीस सरबजीत सिंग यांच्या कानावर केवळ वीस मिनिटांपूर्वी या अपहरणाची बातमी पोचली होती. आणि तीही क्रायसीस मॅनेजमेंट ग्रुपकडून नव्हे, तर दूरदर्शनच्या बातम्यांद्वारे ! अमृतसरमध्ये डिस्ट्रिक्ट कमिशनर नरिंदर सिंग यांनी इनस्पेक्टर जनरल ऑफ पुलीस परमपाल सिंग सिंधु आणि एअरपोर्ट डायरेक्टर विजय मुलाकर यांच्या समवेत एक तातडीची बैठक घेतली. बिर्डींच्या अखत्यारीतील अमृतसर परिसरातील त्यांची ही शेवटचीच मोठी कामगिरी असणार होती. कारण काही दिवसांपूर्वीच बदलीचा हुकूम त्यांच्या हाती पडला होता.

मिनिटांमागून मिनिटे धावत होती. कॅप्टन शरणने सहा वाजून बत्तीस मिनिटांनी लाहोरमध्ये उतरण्याची परवानगी मिळण्याविषयी एअर ट्रॅफिक कंट्रोलकडे अखेरची विनंती केली. 'आमच्यापाशी केवळ पंधरा मिनिटे पुरेल एवढेच इंधन शिल्लक आहे. आम्हाला ओ पी एल ए मध्ये उतरता येईल असे बघा. त्यांच्या मनात फक्त लाहोरलाच उतरायचं आहे, भारतात कुठेही नाही.'

पण लाहोर काही परवानगी देत नव्हते. त्यांचा निर्धार कायम होता. आय् सी ८१४ विमान आता पॉईंट अन्सारीला पोचले होते. आकाशातील हे अति महत्त्वाचे ठिकाण. येथून एकतर लाहोरला तरी वळायचे नाहीतर अमृतसरकडे. अखेर अमृतसरकडे विमान न्यावे याबाबत अतिरेक्यांचे मन वळवण्यात कॅप्टन शरण यशस्वी झाला. तेथे आपण झटपट इंधन भरु आणि मग पाहिजे तेथे जाऊ असं त्याने त्यांना समजावलं. दुसरा काही पर्यायच नव्हता. त्यामुळे चीफला ते मान्य करावेच लागले. आता विमान अमृतसरच्या दिशेने उडू लागले. सुमारे पावणे सातच्या सुमाराला कॅप्टन शरणने विमान उतरवण्यास सुरुवात केली. अमतृसरच्या १५० फुटांच्या धावपट्टीवर त्याची नजर रोखलेली होती. पण त्याच्या कानशिलावर बंदुकीची नळी अजूनही टेकलेलीच होती. नऊ मिनिटांनी विमानाने जमिनीला स्पर्श केला. वैमानिकाने रेडिओ मार्फत ग्राउंड कंट्रोलशी संपर्क साधला. बोलत असताना त्याची भीतीने गाळण उडाली होती. तो म्हणाला,

' त्यांना इंधनाचे टँकर हवे आहेत. विमान धावपट्टीवर फिरवत ठेवायचं असा त्यांचा हुकूम आहे. त्यामुळे धावपट्टी मोकळी ठेवा. इंधनाचे टँकर, इंधनाचे टँकर... त्यांच्याजवळ सगळंच आहे. रिवॉल्वर्स, एके ४७, बाँब,सगळंचं हातात. उघडं. इंधन ताबडतोब भरून हवं, असं ते म्हणत आहेत. ' चीफ संभाषण

ऐकत होता. तो जरा त्रस्त होता. कदाचित हा सापळा असू शकेल असं त्याला वाटत होतं. भारतीय अधिकारी काहीही करू शकतील. विमान भरुन कमांडो उतरतील. काही मिनिटांच्या कारवाईनंतर थेट विमानात घुसतील. पण प्रत्यक्षात भारतीय अधिकाऱ्यांचं वेळ काढूपणाचं धोरण त्याच्या चांगलं पथ्यावर पडलं. तरीसुद्धा सावधगिरी म्हणून चीफनं कॅप्टन शरणला दोन सूचना दिल्या होत्या. एकतर विमानाची इंजिने बंद करायची नाहीत. दुसरं म्हणजे विमान एका जागी उभं न करता धावपट्टीवर सतत पुढे मागे फिरवत रहायचं. त्यामुळे दुसरं कोणतंही विमान त्याच्या जवळ पोचू शकत नव्हतं. येथून पुढे तासभर हे सत्र असंच चालू राहणार होतं. चीफच्या हातातील बंदूक कॅप्टन शरणच्या सहाय्यकांवर सतत रोखलेली होती. इकडे कराचीमध्ये अब्दुल राऊफ आत्यंतिक मानसिक ताणाखाली होता. विमान नक्की अमृतसरला उतरलं की नाही याची नक्की बातमी हाती येत नव्हती. आधी ठरलेल्या बेतानुसार त्याच्या मोठ्या भावाने व त्याच्या चार साथीदारांनी मुंबईतील अब्दुल लतीफला फोन करायचा असं ठरलं होतं. अचानक राऊफचा फोन वाजला. फोनवर लतीफच होता.

लतीफ-क्या हाल है? (कसं काय?)

राऊफ- अल्ला का शुकर है। कोई नई ताजा खबर है?

(अल्लाच्या कृपेने ठीक आहे. काही नवी बातमी?)

लतीफ- हाँ, है। आपके पास कोई खबर आई है? (हो, आहे. तुमच्या हाती काही बातमी लागली?)

राऊफ- नहीं, मेरे पास तो नही है? भाईने राफ्ता नहीं किया? (नाही माझ्या हाती तरी नाही. भावाने संपर्क साधला नाही.)

लतीफ- नहीं, खबरें तो है काफी कुछ , लेकिन वो यह हैं कि, सात बजे उतरा था जहाँ मैंने बताया । (नाही. बातम्या आहेत, सात वाजता उतरलंय, मी म्हटलं होतं त्याच ठिकाणी)

राऊफ- अच्छा। (ठीक आहे)

लतीफ- और ये उनसे बातचीत कर रहे है। ऐन अपने उनको करीब आने नहीं दे रहां है। कह रहे है, दूरसेही बात करो। (आणि हे लोक त्यांच्याशी बोलत आहेत- म्हणजे अत्तार व त्याचे साथी- त्यांना जवळ येऊ देत नाही आहेत. ते त्यांना दुरुनच बोलायला सांगत आहेत.)

राउफ- हाँ, दूसरा। अगर भाई का अबतक राफ्ता होता है, अभी थोडी.....तो भाईसे कहो फौरन छोड दे वे इलाकमे, क्योंकि, यहाँपर खबरे आ रही है। उसके मुताबिक ये है कि ये तय्यारी कर रहें हैं । (हो, अजून एक. तुमचा जर भावाशी संपर्क झाला, तर त्याला ताबडतोब तो इलाका सोडायला सांगा, कारण इथे

अशी बातमी आहे, की त्यांची तयारी चालू आहे, (कमांडो रेडची)

लतीफ- अच्छा (ठीक आहे.)

राऊफ- अंदर (कुजबुजत्या स्वरात) हो रही है।और जो इसी लाईनसे लोग हैं, यानि जो कामकाज जो करते हैं, उनको बुलाके इनकी आपसमें मिटींग हो रही है। वझीरे आझम और ये वो, तो भाई का अगर राफ्ता होता है आप तक, बोलो फौरन वो इलाका छोड निकलो बोलो। (आणि या क्षेत्रातले लोक, जे हे काम करतात. (अपहरण विरोधी करवाई करतात.) त्यांना इथे बोलावून घेतलंय. त्यांची बैठक चालू आहे. पंतप्रधान आणि इतर बरेच. त्यामुळे जर का भावाशी संपर्क झालाच, तर त्याला प्रदेश सोडून निघून जायला सांगा.)

लतीफ- हूँ । (हुँकार भरतो.)

राऊफ- उस तरफ, गाँवकी तरफ निकल, मदरसेकी तरफ निकलो फौरन। (त्यांना ताबडतोब गावाकडे जायला सांगा आणि मग मदरसाकडे जायला सांगा.)

लतीफ- हूँ । (हुँकार देतो.)

राऊफ : दूसरी ये है कि यहॉपर मीडियावाले मीडिया में खबरे आनी चाहिये थी, कि जानवर कितने हैं? उसकी खबर नहीं आई है । (दुसरं असं की आतमध्ये किती जनावरं आहेत याची बातमी पेपरात, टी.व्हीवर यायला पाहिजे होती. त्याच्यावर तर अजून काहीच येत नाही.)

लतीफ- अच्छा। (ठीक आहे.)

राऊफ- कैसे भी ये खबर लीक होनी चाहिये। मेहनत जानवरोंका है। यहाँ तो साले चमारोंको पता भी नहीं है। किसी को होश नहीं है, कुछ हो रहा है। मैं ये तो पता चले, कि कितने जानवर है, फिरवो शोर मचाएँगे। (काही करून ही बातमी फुटायला हवी. इथे तर (शिवी हाडसत) यांना पत्ताच नाही आहे. काही घडलं आहे, असं कोणाला ठाऊक ही दिसत नाही. आधी किती जनावर आहेत ते कळू दे, मग सगळे आरडा ओरडा करायला लागतील.)

लतीफ : कुछ पता है कितने? (किती आहेत माहीत आहे?)

राऊफ : नहीं ... ये मीडिया वाले भी... अभी इतना बताया, कि अभी तक इन्होंने खबर नहीं दी, कि कौन है और कितने है, बच्चे कितने, औरते कितनी, सारी खबरें दबा के बैठे हैं । बोला, बिलकुल सामनेही नहीं आ रहे हैं । इनको मीडिया को बहुत दूर रखा हुआ बोले इन्होंने । तो भाईसे कहो, कि मीडिया के करीब हो, जो, जो अंदरसे अंदरमें होएगा फोनका हिसाब किताब । खुद्द मीडियासे कॉन्टॅक्ट करो । और दुसरी चीज है, तीसरी चीज ये थी कि, डेडलाईन अबतक नहीं दी हैं इन्होंने । काफी देर हो रही है । डेडलाईन बोलो, इतना लंबा कुछ नहीं होता है । काटकाटके लिखो, बोलो अमृतसरमें ही बोलना

दो चार तोहफे दे दो उनको । (नाही. हे बातमीदार. अजून कोणी बातमीपण दिली नाही किती आहेत त्याबद्दल. किती मुलं, किती बायका, ते तर काहीच बोलत नाही आहेत. ते (बातमीदार) जवळसुद्धा (विमानाच्या) फिरकत नाही आहेत. त्यांना फारच लांब ठेवलंय. म्हणून भावाला सांगा आतूनच मीडिया (प्रसारमाध्यमे)ला कॉन्टॅक्ट कर. आत फोनची व्यवस्था आहेच. आणि दुसरं असं... तिसरं असं, की अजून त्यांनी निश्चित मुदत दिलेली नाही. आता फार उशीर होऊ लागला आहे. त्यांना म्हणावं, मुदत द्या. इतका उशीर होता कामा नये. त्यांना म्हणावं अमृतसर मधेच दोन चार भेटी पाठवून द्या.)

लतीफ- हूं । (हुंकार देतो)

राऊफ - तभी तो असर पडेगा... अंदर क्या चल रहा है? वैसे यहाँ जो खबरे मिली है, और ये कह रहे हैं, हमने बहुत दूर रखा है । (मगच काहीतरी परिणाम होईल. आत काय चाललंय? मला इथे असं कळलंय की आम्ही विमान फारच दूर ठेवलंय.)

लतीफ : हूं। चलो, अल्ला मालिक है । इंतेजार कर रहा हूँ । राफ्ता वगैरा करने दो फिर । (अल्ला काय ती काळजी घेईल. मी वाट पाहतोय. त्यांनी आता संपर्क करू दे.)

राऊफ : राफर करते भी इन बातों का खास... छोड देवे इलाका, मुल्क की सरहद को । दूसरा ये है, कि मीडिया से कॉन्टॅक्ट करो बोलो। (हो. जेव्हा कॉन्टॅक्ट होईल तेव्हा या गोष्टी नक्की सांगा. प्रदेश सोडून जा. देशाची सरहद्द सोडून जा. दुसरं म्हणजे त्यांना मीडियाशी संपर्क साधायला सांगा.)

लतीफ : हूं (हुंकार देतो.)

राऊफ : नहीं है उसके पास कोई नंबर, तो बोलना आप दो उनका नंबर वरना आप दो ॲथॉरिटीज् । आप राफ्ता करे मीडियासे... कुछ करे मतलब । (जर त्यांच्याकडे मीडियाचे नंबर नसतील तर तुम्ही द्या ते नंबर त्यांना. नाहीतर मग तुम्ही स्वतःच कॉंन्टॅक्ट करा. माझं म्हणणं, काहीतरी करा.)

लतीफ : जी, जी । ठीक है । (हो, हो. ठीक आहे.)

राऊफ : मीडिया शोर मचाएगा ना, उसीके ऊपर है सबकुछ! (हे बातमीवाले, टी.व्ही.वाले आवाज उठवतील ना, त्यावरच आता सारी भिस्त आहे.)

लतीफ : ठीक है । (ठीक आहे.)

राऊफ : ठीक है । रखू फिर? खुदा हाफीज.

(ठीक आहे. ठेऊ? धन्यवाद.)

लतीफने यानंतर दुसरा एक नंबर फिरवला. हा दुबईतील नंबर होता. मग त्याने फरकान नावाच्या माणसाला सगळी हकिकत सांगितली. गुप्तचर खात्याचे लोक हे सर्व संभाषण ऐकत होते, पण लतीफला त्याची कल्पना नव्हती.

गुप्तचर खात्याच्या हाती जो संभाषणाचा तुकडा लागला, त्यावरून त्यांना इतकेच कळले,की हायजॅकिंगच्या सर्व योजनेवर कराचीमधून राऊफचे नियंत्रण होते. त्याला मुंबईतून लतीफची मदत होती. अपहरणकर्ते आपल्या या साथीदाराशी विमानातून थेट संपर्क साधू शकत होते. पण इब्राहिम अत्तार अजूनपर्यंत तरी अमृतसर मधून काहीच संपर्क करू शकलेला नव्हता. यावरून आणखी एक गोष्ट स्पष्ट होते ती अशी: त्यांचा आणखी एक खबऱ्या होता. क्रायासिस मॅनेजमेंट ग्रुपच्या बैठकीची माहिती त्यांना तात्काळ कळली होती. अजून कोणत्याही दैनिकाला ही बातमी दिली नसतानासुद्धा. तसंच कमांडो रेडचा उच्चारही अजून बाहेर कोणापाशी केलेला नव्हता. राऊफच्या मते त्या अपहरणकर्त्यांनी तातडीने गावाकडे आणि नंतर मदरसाकडे जायला हवं होतं. हा संदर्भ सांकेतिक होता. त्यांना अखेरीस ज्या विशिष्ट ठिकाणी जायचं होतं त्या ठिकाणचा. विमानात डांबून ठेवलेल्या प्रवाशांचा उल्लेखाने 'जानवर' असा केला. त्याने लतीफजवळ हायजॅकर्ससाठी असाही निरोप दिला, की प्रवाशांपैकी काहींची हत्त्या करावी. (त्यांना थोड्या भेटी द्याव्या.) वृत्तपत्राच्या प्रतिनिधींना अमृतसर विमानतळावर जाण्यास मज्जाव करण्यात आला होता, अशी बातमीसुद्धा राऊफच्या कानावर आली होती. इब्राहीम अत्तारने स्वत:च विमानाच्या आतून वृत्तपत्र प्रतिनिधींशी फोनवरून संपर्क साधावा, असं त्यांचं म्हणणं होतं.

विमानाच्या आत हा कसोटीचा क्षण होता. इकॉनॉमी क्लासच्या केबिनमध्ये शंकर, भोला, डॉक्टर आणि बर्गर यांनी प्रवाशांच्या अंगावर ओरडण्यास सुरुवात केली होती. 'जर मान वर कराल, तर तात्काळ मारून टाकू.' वगैरे धमक्या ते देत होते. आपण आता नक्की कुठे आहोत ते सुद्धा प्रवाशांच्या लक्षात येत नव्हते. सर्व खिडक्या तातडीने बंद करण्यात आल्या होत्या. चारही अतिरेकी आता काळजीत पडले होते. शंकर डावीकडच्या रांगेतील खिडकी जवळच्या सीटवर बसला. त्याने खिडकीचं शटर जरा वर करून बुरख्यातून डोळे फाडून बाहेर पाहिलं. अजूनही त्याच्या हातात बंदूक होती. धावपट्टीवर काही संशयास्पद हालचाली तर दिसत नाहीत ना, हे त्याला पहायचे होते. तेवढ्यात त्याला समोरच्या घडीच्या टेबलावर शेंगदाण्यांचे पाकीट दिसले. मग ज्या हातात बॉंब पकडला होता त्याच हातात ते घेऊन त्याने उघडले. दुसऱ्या हातात पिस्तूल होते, त्याच हाताने तोंडावरचा मास्क दूर केला आणि सगळेच्या

सगळे शेंगदाणे एकदम तोंडात कोंबले. थोड्या अंतरावर बसलेल्या प्रवाशांना प्रथमच त्याचा चेहरा ओझरता दिसला.

काही प्रवाशांना प्रसाधनगृहात जायचे होते. ते अस्वस्थ झाले होते. अखेर ज्यांना जाण्याची निकड असेल त्यांनी हात वर करावा असे त्यांना सांगण्यात आले. शाळेतील लहान मुलांना सांगावे, तसे. असाच विचार हात वर करत असताना रविकुमार कोलाटू याच्या मनात आला. हा ४१ वर्षांचा मर्चंट नेव्ही मधील कॅप्टन. हा अमेरिकेतील कंपनीत काम करतो. तो नेपाळमध्ये सुट्टी घालवून परत निघाला होता. त्याला पाहून शंकरने पिस्तुलाची नळी त्याच्या डोक्यावर टेकवली.

' क्या चाहिये? ' त्याने विचारले.

' मला टॉयलेटला जायचंय. '

' नाही. अजिबात जायचं नाही. ' शंकर ओरडला. मग रविकुमारकडे निरखून पाहू लागला. त्याला एका पाठोपाठ एक प्रश्न विचारु लागला.

' तुझं नाव काय? तू कुठला? कुठे काम करतोस? तुझं ओळखपत्रं दाखव.' रविकुमारच्या हँडबॅगेत त्याचं कंपनीचं ओळखपत्र होतं. मग त्याने पैशाचं पाकीट काढलं आणि त्यातून व्होटर आयडेंटिटी कार्ड (मतदाराचं ओळखपत्र) काढलं आणि तेच दाखवलं. इतक्यात भोला तेथे जाऊन पोचला. रविकुमारचे केस बारीक कापलेले होते. त्यावरून त्याने विचारलं.

'गुप्तचर खात्यात काम करतोस का? '

प्रवाशांमध्ये अजून एक कॅप्टन होता. या अपहरणकर्त्यांनी आपलं ओळखपत्र मुळीच पाहू नये, अशी त्याची इच्छा होती. इंडियन आर्मीत कॅप्टन असलेला राजीव राघवन् हा आपल्या पत्नीसह काटमांडू येथून मधुचंद्रानंतर परतत होता. अपहरणकर्ते जेव्हा एकेका प्रवाशाची वैयक्तिक माहिती विचारु लागले, तेव्हा घाईने उठून प्रसाधनगृहात गेला व त्याने जीनपँटमधील आपलं आर्मीचं ओळखपत्र काढून अतंर्वस्त्रांमध्ये दडवलं.

इकडे कॉकपिटमध्ये कॅप्टन शरणला चीफकडून आणखी एक धमकी मिळाली होती. त्यामुळे अस्वस्थ होऊन त्याने रेडिओवरून आणखी एक संदेश पाठवला होता. त्यावेळी सायंकाळची सहा वाजून अठ्ठेचाळीस मिनिटे झाली होती. 'त्यांच्या (अपहरणकर्त्यांच्या) म्हणण्यानुसार जर काही हालचाल करण्यात आली नाही तर सर्वात आधी ते आम्हा कर्मचाऱ्यांपैकी एकाला ठार मारतील व नंतर दहा प्रवाशांची हत्या करतील. ह्या दहा प्रवाशांना त्यांनी आधीच निवडून वेगळं काढलं आहे.' खरं म्हणजे त्यांनी अजूनपर्यंत तशी काही निवड केली नव्हती, पण बर्गर, शंकर आणि भोला यांनी आता ती करण्यास सुरुवात केली.

ते तिघेही आता रांगांमधून फिरू लागले. एकेका प्रवाशाकडे रोखून पाहू लागले. त्यांनी सात माणसांना निवडले व त्यांच्या शर्टाच्या कॉलरी धरुन त्यांना बाहेर खेचले. ही सर्वच्या सर्व माणसे मुकाट्याने बर्गरच्या हुकुमानुसार त्याच्या मागोमाग बिझिनेस क्लासमध्ये गेली. त्यांच्यात एक बेल्जियम नागरीक डेव्हिड जेनसन हाही होता.

'बसा'. बर्गर खेकसला. सर्व माणसे घाबरलेली होती. ती लगेच बसली. त्यांच्या डोळ्यांवरील पट्ट्या काढण्यात आल्या होत्या. बर्गरने खाली वाकून आपल्या बॅगेतून एक नायलॉनची पिवळ्या रंगाची दोरी काढली. जवळच्या सुऱ्याने तिचे तुकडे केले. मग त्या सातही जणांचे हात मागे घेऊन करकचून बांधले. सर्वांच्या चेहऱ्यावर वेदनेची रेषा उमटली. ह्या दोरीच्या खुणा नंतरचे कित्येक आठवडे टिकून राहणार होत्या.

या सात माणसांमध्येच दमण सोनी हा दिल्लीचा बिझिनेसमन होता. त्याचप्रमाणे चंदर छाब्रा सुद्धा होता. (काटमांडू विमानतळावर नोटांचा जुडगा यालाच सापडला होता.) सोनीच्या उजव्या बाजूला आणखी एक तरुण होता. याचं नाव सोनीला नंतर बऱ्याच उशिरा समजणार होतं -रिपन कटयाल. २५ वर्षांचा हा तरुण दिल्ली येथील गुरगाँवचा. केवळ तीन आठवड्यांपूर्वी बावीस वर्षाच्या रचनाशी त्याचं लग्न झालं होतं. काटमांडूला दोघे मधुचंद्रासाठी आले होते व आता ते परत घरी चालले होते. कट्याल हा हसऱ्या आणि खेळकर स्वभावाचा होता. कॉलेजात असताना आपल्या या स्वभावामुळे मित्रपरिवारात तो चांगलाच लोकप्रिय होता. तेव्हा तो औरंगाबाद येथील जवाहरलाल इंजिनिअरींग कॉलेजात होता. १९९४ मध्ये येथून त्याने इंजिनिअरींगची पदवी संपादन केली व नंतर स्वत:चा व्यवसाय सुरू केला. रिपनला जेव्हा बर्गरने आपल्याबरोबर बिझिनेस क्लासमध्ये नेले तेव्हा त्याची तरुण पत्नी रचना असहायपणे बघत राहिली. रिपन उठून आपला पिवळा पुलोव्हर हातात सांभाळून धरत असताना बर्गरने त्याला खसकन ओढले होते. खरं तर पूर्वी ठरलेल्या बेतानुसार रिपन आणि रचना बावीस डिसेंबरलाच परत जायचे. पण त्यांना आणखी दोन दिवस मुक्काम वाढवावासा वाटला. मग रिपनने वडिलांना फोन करून तसे कळवले.

त्या सात भयभीत माणसांपैकी एकाने थोडा धीर करून बर्गरला विचारले,

' मला बाथरुमला जायलाच हवं आहे. मी आत्ता जाऊ का? प्लीज. नंतर तुम्ही मला परत बांधून ठेवा. '

' नाही,शट् अप! ' बर्गर म्हणालो.

' प्लीज.... प्लीज.. नाहीतर इथेच मला बाटली किंवा काहीतरी द्या... प्लीज...!'

विमानतळावर इंधनाचा टँकर अजूनही तयार नव्हता. त्यात लागोपाठ दोन फोन कॉल्स आले, त्याने परिस्थिती अजूनच चिघळली. हे दोन्ही फोन अमृतसर एअर ट्रॅफिक कंट्रोलकडे आले होते. पहिला फोन ज्या माणसाचा होता त्याने स्वत:चे नाव जी. लाल असे सांगितले होते. आपण दिल्लीच्या होम मिनिस्ट्रीमध्ये जॉईंट सेक्रेटरी असल्याचा दावाही त्याने केला. 'विमानात ताबडतोब इंधन भरण्यास सुरुवात करा.' असे जरा अधिकारवाणीनेच त्याने कर्मचाऱ्यांना फोनवर सांगितले. हा फोन झाल्यावर काही मिनिटांतच कॅबिनेट सेक्रेटरी प्रभातकुमार यांचा फोन आला. विमानात इंधन भरत असताना जेवढी म्हणून दिरंगाई करता येईल तेवढी करावी, अशी सूचना त्यांनी दिली. मग थोड्याच वेळापूर्वी आलेल्या त्या फोनविषयी त्यांना सांगण्यात आले. पण मिनिस्ट्रीत असा जी. लाल नावाचा कोणीही अधिकारी नव्हता. म्हणजे तो फोन बनावट होता.

कॉकपिटमध्ये चीफने कॅप्टन शरणच्या मानेवर बंदुकीची थंडगार नळी जरा जोराने खुपसून टेकवली. चीफच्या हुकुमानुसार विमान धावपट्टीवर पुढे मागे, पुढे मागे फिरत होते. इब्राहिम अत्तार उर्फ चीफ आता अधिकच कृद्ध दिसत होता.

' तेल क्यूँ नहीं आ रहा है? पाँच मिनिटमें तेल चाहिये,' त्याने दरडावून सांगितले. (इंधन का येत नाही, पाच मिनिटात आले पाहिजे.)

कॅप्टन शरणने रेडिओकडे धाव घेतली. 'त्यांनी पाचच मिनिटांची मुदत दिली आहे. लवकर पाठवा. लवकर पाठवा. रॉजर-सर लवकर पाच मिनिटांच्या आत पाठवा, नाहीतर ते आमच्यापैकी कोणाचं तरी डोकं उडवतील. प्लीज. लवकर पाठवा. ताबडतोब. नाहीतर आमच्यापैकी एकाला गोळी मारण्यात येईल.'

आता सायंकाळचे सात वाजून पाच मिनिटे झाली होती. चीफबरोबर डॉक्टरसुद्धा कॉकपिटमध्ये होता.

अमृतसरच्या कंट्रोल टॉवरमधून आवाज आला,

' सर ते (इंधनाचे टँकर) आले की लगेच तुमच्या येथे येतील.'

इंधनाचे टँकर इतक्या तातडीने उपलब्ध होत नसल्याचा दावा करून अमृतसर अपहरणकर्त्यांना त्या विमानतळावर थांबवून घेण्याचा आपल्यापरीने प्रयत्न करत होते. पण दिल्लीमधील अधिकारी मात्र आत्मसंतुष्ट होते. विमानातलं इंधन तर संपतच आलं आहे, विमान काही परत उडू शकणार नाही, असा विचार करून ते स्वस्थच होते. अमृतसरच्या एअर ट्रॅफिकने कॅप्टन शरणला सांगितले,

' आता यावेळी फारशी विमाने येथे येऊन उतरत नाहीत. इंधनासंबंधीचा

निरोप इंडियन ऑईल कंपनीला पाठवलाच आहे. तिथून टँकर्स आले की लगेच पाठवून देऊ. '

त्यानंतर दोन मिनिटांनी कॅप्टन शरणने संदेश पाठवला.

'ते इथे म्हणत आहेत, अगर किसीने उस्तादी दिखाने की कोशिश की तो भून के रख देंगे । त्यांच्या हातात बाँब आहेत, रिव्हॉल्वहर्स आहेत, एके-४७ आहेत. हे सगळं त्यांनी हातात धरलं आहे, आम्ही आमच्या डोळ्यांनी पाहत आहोत. रॉजर.'

आठ मिनिटांनंतर, म्हणजे सायंकाळी सव्वासात वाजता चीफ आणि कॅप्टन शरण या दोघांचाही धीर सुटत चालला होता. वैमानिक अस्वस्थपणे ओरडला,

' तुम्ही इतका वेळ का लावताय? त्यांनी आमच्या कानशिलाला पिस्तुले लावली आहेत.'

काही मिनिटांनंतर चीफने त्याला विमान वळवून धावपट्टीवर नेण्यास सांगितले. सात वाजून एकवीस मिनिटांनी कॅप्टन शरणने रेडिओवरून अपहरणकर्त्यांची धमकी कळवली.

' आम्हाला इंधनाचा टँकर दिसलाच पाहिजे. आम्ही आता १८० अंशात वळत आहोत. रॉजर. त्याला जर इंधनाचा टँकर दिसला नाही, तर तो आम्हाला ठार मारेल. '

एव्हाना इंधनाचा टँकर तयार होता. त्याच्या आतील भागात पंजाबचे पोलीस कमांडोज दडून बसले होते. विमानतळावरील अधिकाऱ्यांकडून केवळ एक इशारा मिळण्याची ते वाट पाहत होते. पण इंधन देण्यामध्ये उगाच इतका विलंब होऊ लागलेला पाहून चीफचा संशय बळावला. प्रवाशांना दगा फटका करण्याच्या त्याने दिलेल्या धमक्यांचा या लोकांवर काहीच परिणाम झालेला दिसत नव्हता. मग त्याने डॉक्टरला खुणावले.

डॉक्टर वळला आणि त्याने कॉकपिटचे दार उघडले. इंधन भरण्यात झालेल्या त्या अक्षम्य दिरंगाईमुळे आता अपहरणकर्ते संतापले होते. उजव्या हातात धारदार सुरा घेऊन डॉक्टर बाहेर आला. त्याच्या थेट समोरच्या बाजूस असलेल्या प्रवाशांकडे त्याने रोखून पाहिले. रिपन कट्याल. डॉक्टर एक अक्षरही बोलला नाही. एखाद्या पिसाट माथेफिरुप्रमाणे त्याने रिपनवर हल्ला चढवला. कट्याल नि:शब्दपणे, जिवाच्या भीतीने, काहीही प्रतिकार न करता एकटक बघत राहिला. डॉक्टर आता दोन पावले पुढे झाला. खुर्चीला बांधून ठेवलेल्या कट्यालच्या अंगावर तो ओणवला. क्षणार्धात त्याने हात मागे घेऊन उगारला आणि कट्याळच्या डाव्या खांद्यावर सुऱ्याचा सपकन् वार केला. कट्यालच्या शरीरात सुरा घुसत चालल्याचा आवाज इतर प्रवाशांनी ऐकला. नंतर त्याची

घुसमटलेली किंकाळी पण ऐकली. डॉक्टरने परत त्याच्यावर सपासप वार केले. नेम धरून मानेवर ! डॉक्टरने आपला सुरा कट्यालच्या शरीरात अनेकवार भोसकला. खुर्चीत बांधलेल्या स्थितीत त्या तरुण इंजिनिअरने जोराचा आचका दिला आणि त्याची मान निर्जीवपणे डावीकडे कलंडली. त्याचा अजून उबदार असलेला हात शेजारच्या दमण सोनीच्या अंगावर पडला आणि सोनीची भीतीने बोबडी वळली. जवळपास बसलेल्या इतर सर्वच प्रवाशांना मासांतून सुरा खाली सरकत जातानाचा आवाज ऐकू आला आणि मानेतून भळभळा रक्त वाहू लागल्याचंही समजलं. कट्यालची छाती आणि खांदे रक्ताने भरले. अंगातील कपडे भिजले. यानंतर डॉक्टरने आपला मोहरा जवळच बसलेल्या सतनामसिंगकडे वळवला. हा पंजाबातील शेतकरी. डॉक्टरने आता सुरा जोरात खाली घेऊन त्याच्या जबड्यावर वार केले. डॉक्टरने सतनामसिंगवर एकंदर चार वार केले. एकदा हनुवटीच्या खाली, दोनवेळा चेहऱ्याच्या दोन्ही बाजूंस आणि एकदा मानेखाली. सिंग बेशुद्ध होऊन खुर्चीत कोसळला.

कट्यालचे शरीर डाव्या बाजूला कलंडले. ते जरा वेळ शंकरने सावरले. नंतर तो बाजूला झाला, तेव्हा त्याच्या बोटांना रक्त लागले होते. मग तो इकॉनॉमी क्लासच्या आधी असलेल्या छोट्या किचन एरियात आला आणि त्याने आपली रक्ताने माखलेली बोटे विमानाच्या भिंतीलाच पुसली. ते दृश्य ज्या प्रवाशांना पाहायला मिळाले, त्यांना ते अक्षरश: काळीज हादरवून टाकणारे वाटले. त्याच्या रक्तलांछित बोटांनी भिंतीवर दोन रेघा ओढल्या. त्या मानाने डॉक्टरचं वागणं जरा कमी भडक, संयमित होतं. तो कॉकपिट आणि बिझिनेस क्लासच्या मधोमध असलेल्या हिरव्या पडद्याआड गेला आणि त्याने रक्ताने भरलेला तो सुरा त्याला पुसला. रक्त गोठवणाऱ्या या प्रकारानंतर तो कॉकपिटमध्ये शिरला आणि त्याने घडलेला प्रकार चीफला सांगितला. चीफने परत बंदुकीची नळी कॅप्टन शरणच्या डोक्याला चिकटवली.

‘ हमनें पॅसेंजर्सको मारना शुरू किया है। ’ त्याने अत्यंत थंड, रुक्ष आवाजात सांगितले. आत्ता सात वाजून तेवीस मिनिटे झाली होती.

कॅप्टन शरण परत एकदा रेडिओकडे वळला. त्याने जवळ जवळ किंचाळतच घडलेल्या घटनांचे वर्णन केले.

‘ आता कोणत्याही क्षणी ते आम्हाला मारु शकतील. लवकर इंधन पाठवा. त्यांनी आता प्रवाशांना मारायला सुरुवात केली आहे. कुठे आहे... कुठे आहे... टँकर प्लीज.... लवकर सांगा! ’

चीफचा निर्धार पक्का होता. त्याने विमानाचा टेक् ऑफ करण्याचा हुकूम कॅप्टन शरणला दिला.

‘ मी आता वीस आकडे मोजणार. तेवढ्यात विमानाचा टेक् ऑफ झाला नाही, तर मी तुम्हाला सर्वांना ठार मारीन.... ’

‘ पायलट.....एक ... दोन... तीन... चार...’

डॉक्टर परत एकदा बाहेर आला. कट्याळ आणि सतनाम आपापल्या खुर्च्यांमध्ये रक्ताच्या थारोळ्यात पडलेले होते. तो इकॉनॉमी क्लासमध्ये पळत पळत डॉ. अनिता जोशींच्या खुर्चीपाशी आला. काही वेळापूर्वी त्यांच्याशी बोलत असताना त्या डॉक्टर असल्याचे त्याला समजले होते.

‘मॅडम, तुम्हीच डॉक्टर आहात ना?’ त्याने विचारले. डॉक्टर अनिता जोशी उठल्या आणि मूकपणे त्याच्या मागोमाग निघाल्या. मग डॉक्टरने हवाई सुंदरीकडून प्रथमोपचाराची पेटी मागून घेतली. सीनियर फ्लाईट पर्सर अनिल शर्मा एक छोटी डबी घेऊन आले. इतर प्रवासी नुसते हतबुद्ध होऊन बघत राहिले होते. पण बिझिनेस क्लासमध्ये नक्की काय घडलं होतं, हे त्यांना एवढ्यात समजणार नव्हतं.

डॉक्टर अनिता जोशींचं स्वतःचं नैनितालमध्ये हॉस्पिटल आहे. सीटमध्ये कोसळून पडलेल्या त्या दोघा प्रवाशांना पाहून त्या अक्षरशः हादरल्या.

‘ तुम्ही त्यांना नक्की काय केलं आहे? ’

‘ सगळा दोष तुमच्या सरकारचा आहे,’ डॉक्टर म्हणाला आणि जरा दूर जाऊन उभा राहिला. मग वळून म्हणाला, ‘ ये बच जाएगा ना?’ (हा वाचेल ना?) डॉ. जोशी काहीच बोलल्या नाहीत. वेदनेने विव्हळणाऱ्या त्या दोघा माणसांच्या जखमांचे त्यांनी ड्रेसिंग केले. प्रथमोपचार पेटीत वेदनाशामक गोळी मिळाली. सतनामसिंगने ती हळूहळू गिळली. त्याची मानेची शीर कापली गेली होती. कट्यालला तर ताबडतोब हॉस्पिटलात हलवावं असं डॉक्टर जोशींनी सुचवलं. पण त्यांची ती विनंती धुडकावून लावण्यात आली. अर्थात् त्यातूनही काही साध्य होईल, याची डॉक्टर जोशींना खात्री नव्हतीच. अतिरक्तस्त्रावाने कट्याल मरणाच्या दारात पडला होता.

‘ पापा...पानी, पापा...पानी, पापा... पानी’, कट्याल दर थोड्या वेळाने विव्हळत होता. आत्यंतिक वेदनेने त्याच्या जिवाची तळमळ होत होती, हे तर उघडच होतं. त्याचा श्वासही हळहळू क्षीण होत चालला होता. जवळच सतनामसिंगही विव्हळत होता. डॉ. जोशींनी सतनाम सिंगच्या जखमांवर बँडेज बांधलं आणि त्या आपल्या सीटवर परत गेल्या.

परत जाताच आजूबाजूच्या प्रवाशांनी विचारलं,

‘बिझिनेस क्लासमध्ये नक्की काय झालं आहे? ’

डॉक्टर जोशींनी उत्तर द्यायचं टाळलं. ‘ काही नाही.’ त्या पुटपुटल्या.

‘ तेवीस.. चोवीस.. पंचवीस..’ चीफ अजूनही आकडे मोजतच होता. जवळच बसलेला फ्लाईट इंजिनिअर जग्गिया मनातून अस्वस्थ होत चालला होता. एखाद्या आजोबाप्रमाणे भारदस्त, प्रौढ व्यक्तिमत्वाचा जग्गिया. जाडजूड शरीर, विरळ होत चाललेले केस आणि अधिकारवाणीने बोलणं. चीफच्या तोंडातून सत्तावीस हा आकडा बाहेर पडताच तो उडी मारून उठला. त्याने चीफच्या तोंडावर हात ठेवला आणि ही गिनती थांबवण्याची विनंती केली. जमिनीवर गुडघे टेकून बसून त्याने चीफचे अक्षरश: पाय पकडले आणि म्हणाला, ‘प्लीज रुक जाइये !’

जग्गिया उठून उभा राहताच चीफने त्याला ढकलून दूर सारले. फ्लाईट इंजिनिअर जग्गियाच्या कोपराचा धक्का अग्निशामक यंत्रणेला लागला. चीफने पाशवी शक्तीने जग्गियाच्या घोट्यावर लाथ हाणली. महिनाभर तरी त्या माराचे वळ जाणार नाहीत, इतका तो जबरदस्त तडाखा होता. नंतर क्षणभराची उसंत घेऊन परत नव्या जोमाने त्याने पिस्तुलाच्या दस्त्याने जग्गियाच्या उजव्या खांद्यावर एक दणका दिला आणि त्याला कॉकपिटमधून बाहेर काढून फरपटत किचनपाशी आणले. जग्गिया अक्षरश: सुन्न झाला होता. बिझिनेस क्लासमध्ये आधीपासूनच गोंधळ होता. खुर्चीत रक्ताच्या थारोळ्यात पडलेल्या त्या दोघा प्रवाश्यांकडे जग्गियाची नजर गेली. शंकरने मागून सुऱ्याचे टोक जग्गियाच्या खांद्यात रुतवले. त्याच्या मानेवर रक्ताचे बिंदू उमटले. नंतरचे सर्व दिवस रक्ताचे डाग पडलेला हाच शर्ट जग्गियाला घालावा लागणार होता.

जग्गिया कॉकपिटमध्ये परत गेला. त्याच्या शर्टावरचे रक्ताचे डाग पाहून कॅप्टन शरणला काय ते समजले. हे सगळे नराधम होते. त्यांना केवळ आपल्या कामाशी मतलब होता. त्यांच्या हृदयात माणुसकीला काहीच जागा नव्हती. आता कॉकपिटमध्ये चीफबरोबर बर्गरही थांबला होता. चीफने परत एकदा एक ते तीस आकडे मोजायला सुरुवात केली. आता त्याने जग्गियाच्या डोक्याला बंदुकीची नळी टेकवली होती. चीफच्या पायावर लोळण घेण्याची आता कॅप्टन शरणची पाळी होती. जग्गिया बाहेर बिझिनेस क्लासमध्ये गेला असताना तेथे त्याने जे दृश्य पाहिले होते त्याविषयी तो कॅप्टन शरणजवळ पुटपुटला. कॅप्टन शरण परत रेडिओकडे वळला. त्याने संदेश पाठवला,

‘त्यांनी येथे एका प्रवाश्याची हत्त्या केली आहे. तुम्ही काही कृती का करत नाही?’ तो दु:खाने गदगदलेल्या आवाजात म्हणाला. ‘आता आम्ही खोळंबून राहिलो आहोत. टँकर अजूनही इथे पोचलेला नाही. काय अडचण आहे?’ आत्ता सात वाजून पंचवीस मिनिटे झाली होती.

अमृतसरच्या विमानतळावरील अधिकाऱ्यांसमोर दुहेरी अडचण उभी ठाकली

होती. एकतर खुद्द अपहरणकर्ते त्यांच्याशी एकही अक्षर बोलले नव्हते. आणि दिल्लीच्या क्रायसिस मॅनेजमेंट ग्रुपचे लोकही मौनव्रत धारण करून बसले होते. आत्तापर्यंत नक्की काय करायचे याविषयी अमृतसरच्या अधिकाऱ्यांना वरून फारच थोड्या सूचना मिळाल्या होत्या. त्यातील एक तर बनावटच निघाली होती. दुसरी एक सूचना नुकतीच आली होती. ' विमान निकामी करून, त्याला हलणे अशक्य करून सोडा.' पण ही सूचना फार उशिरा आली होती. इकडे दिल्लीमध्ये सायंकाळी सहा वाजून पंचवीस मिनिटांनी अखेर एकदाची कमांडोज्ना कारवाई करण्याची सूचना मिळाली. म्हणजेच कॅप्टन शरणने विमान अपहरण झाल्याचा संदेश पाठवल्यानंतर तब्बल शंभर मिनिटे नुसती चर्चेत, निष्क्रियतेत वाया गेली होती. कमांडोज् आपल्या अत्याधुनिक यंत्रणेसह बरोबर दहाव्या मिनिटाला निघण्यासाठी सज्ज होऊन बसले. परंतु अपहरणकर्त्यांबरोबर बोलणी करण्यासाठी कोणीही मुत्सद्दी मध्यस्थ उपलब्ध नव्हते. काही थोड्या मध्यस्थांना निरोप गेला होता. पण ते वेळेवर हजर झाले नव्हते. परिणामी लढण्यासाठी सिद्ध असलेल्या शूर कमांडोज्ना अधिकाऱ्यांनी तसंच दिल्लीत थांबवून धरलं होतं. अपहरणाविषयीची जी नियमावली त्यांनी वाचली, त्यात स्पष्ट लिहिलं होतं, 'कमांडोजच्या बरोबर मध्यस्थांनीही गेलं पाहिजे.' म्हणून दिल्लीचे अधिकारी मध्यस्थ येईपर्यंत स्वस्थ बसून होते.

कॅप्टन शरणने आपलं सर्व कौशल्य आणि बुद्धिचातुर्य पणाला लावून, अपहरणकर्त्यांचं मन वळवून, जिवावर अक्षरश: उदार होऊन ते विमान अमृतसरला म्हणजेच भारतीय भूमीत उतरवलं होतं. हट्टी आणि दुराग्रही अपहरणकर्त्यांची भारताच्या भूमीवर उतरण्याची इच्छा नव्हती, तरीसुद्धा ! अशा उलट्या काळजाच्या निष्ठुर लोकांचं मन वळवण्यात कॅप्टन शरण यशस्वी झाला. परंतु त्याच्या या सर्व प्रयत्नांवर पाणी पडलं. त्याला कारण केवळ भारतीय अधिकाऱ्यांच्या अंगातील निर्णयक्षमतेचा अभाव !

एकोणीस मिनिटे इंधनासाठी प्रतीक्षा करून, माथेफिरु अपहरणकर्त्यांना आंजारुन गोंजारुन, त्यांना आता आणखी जास्त काळ थोपवणे अशक्य आहे असे लक्षात आल्यानंतर कॅप्टन शरण परत रेडिओवर आला. आता चीफनेच त्याला तशी आज्ञा केली होती. अपहरणकर्त्यांनी एकूण चार लोकांची हत्त्या केल्याची खबर तुमच्या माणसांना द्या, असं चीफचं म्हणणं होतं. शिवाय ते लवकरच आणखी लोकांचा जीव घेण्यास सुरुवात करतील, अशी ही पुष्टी जोडण्याचा त्याने हुकूम सोडला. कॅप्टन शरणने संदेश पाठवला, 'त्यांनी एकेकाला ठार मारायला सुरुवात केली आहे. आत्तापर्यंत चौघांना त्यांनी मारून टाकलं आहे.'

एअर ट्रॅफिक कंट्रोलच्या अधिकाऱ्यांकडे संदेश पाठवत असताना कॅप्टन शरण प्रचंड मानसिक दबावाखाली होता. त्याने जे काही संदेश पाठवले त्यामुळे अमृतसरच्या अधिकाऱ्यांच्या मनात गोंधळ उडाला. विमानात थेंबभरही इंधन शिल्लक नाही अशी एअर ट्रॅफिक कंट्रोलमधील लोकांची समजूत झाली. इकडे विमानाची इंजिने चालू होती आणि गेली चाळीस मिनिटे ते धावपट्टीवर फेऱ्या मारत होते. हायजॅकर्सकडे कलाष्निकोव्ह बंदुका आहेत, त्यांनी चार प्रवाश्यांची हत्त्या केली असून ते आणखी प्रवाश्यांना मारु शकतील, असेही कॅप्टन शरण म्हणाला होता. अशात दिल्लीकडून काहीही पाठबळ नाही. मग उगीचच्या उगीच या मूठभर माथेफिरुंच्या हातात आपण आपलं मानगूट तरी कशासाठी द्यायचं या विचारांनी अमृतसरचे अधिकारी कच खात होते.

इतक्यात चमत्कार झाल्यासारखा इंधनाचा टँकर अवतीर्ण झाला. तो जवळ येऊन थांबला. पण त्याच्या हालचाली विचित्र दिसत होत्या. विमानासमोरच धावपट्टीवर रस्ता अडवून थांबावे, अशी सूचना त्या टँकरच्या चालकाला कंट्रोल टॉवरकडून मिळाली होती. पण नसत्या उत्साहाच्या भरात त्याने अत्यंत वेगाने टँकर कॉकपिटच्या समोरील बाजूने विमानाजवळ पिटाळण्यास सुरुवात केली. त्या वाहनात पोलीस कमांडोजही लपून बसले होते. खरं म्हणजे विमानात इंधन भरायचं असतं, तेव्हा इंधनाच्या टँकरने विमानाच्या मधील भागापाशी पंखांच्या खाली जाऊन थांबायचं असतं. कारण विमानाच्या इंधनाच्या टाक्या त्याच भागात असतात. भरधाव वेगाने निघालेल्या त्या टँकरविषयी अपहरणकर्त्यांच्या मनात संशय निर्माण होणार, अशी चिन्हे होती. मग चालकाने उगीच भरधाव वेगाने न जाता नेहमीच्याच वेगाने जावे, अशी त्याला ग्राऊंड कंट्रोलने सूचना केली. वेग कमी करण्यासाठी त्याने कचकन् ब्रेक दाबले व तो सावकाश निघाला.

हा सर्व प्रकार चीफ इब्राहिम अख्तर अत्यंत बारकाईने बघत होता. अमृतसरच्या पोलिसांचा काहीतरी डाव आहे हे त्याच्या लक्षात यायला वेळ लागला नाही. तोंडाने तीसपर्यंतची गिनती चालूच होती. कॅप्टन शरणला त्याने ताबडतोब निघण्याचा हुकूम सोडला. तीसपर्यंतची गिनती संपल्यानंतर कट्यालच्या शेजारी बसलेल्या दमण सोनीचा नंबर होता. विमान धावपट्टीच्या मध्यभागी असल्याने तेथून उड्डाण करणे शक्य नाही, असे कॅप्टन शरण वारंवार सांगत होता. पण भडकलेल्या चीफला ते पटत नव्हते. तो काही एक ऐकायला तयार नव्हता. विमान कुठेही जाऊन आदळलं तरी बेहत्तर, पण टेक् ऑफ् हा करायचाच, असं त्याने कॅप्टन शरणला दरडावून सांगितलं.

सहवैमानिकाने त्याही गडबडीत ग्राऊंड कंट्रोलला एक अखेरचा संदेश

पाठवला. 'आम्ही आता आहे त्या स्थितीत उड्डाण करत आहोत. आम्ही निघालो. आता आम्ही सगळे मरणार. टँकर अजून पोचलेला नाही. आम्ही आता येथूनच टेक् ऑफ् करणार.'

एव्हाना चीफचे सत्तावीस आकडे मोजून झाले होते. विमान धावपट्टीच्या मधोमध उभं होतं. तेथून टेक् ऑफ् करण्यासाठी वैमानिकाला केवळ चार हजार फूटच उपलब्ध होते. इतक्या कमी जागेत टेक् ऑफ् करण्याचा प्रयत्न करणं म्हणजे साक्षात मृत्यूलाच निमंत्रण. पण तरीही विमान धावपट्टीवर धावू लागलं. थक्क झालेले अधिकारी कंट्रोलटॉवर मधून बघतच राहिले.

धावपट्टीवरून धावत असणाऱ्या विमानाने आता प्रचंड वेग घेतला. शेजारी उभ्या असलेल्या इंधनाच्या टँकरवर आपटता आपटता विमानाचा पंख वाचला. फ्लाईट इंजिनिअरने इंजिनांची सर्व ताकद पणाला लावली. अखेर धावपट्टीच्या शेवटच्या टोकावरून विमानाने आपली चाके पोटात उचलून आकाशात झेप घेतली. दमण सोनीने एक दीर्घ श्वास घेतला. त्याचा चेहरा घामाने डबडबलेला होता. या क्षणी विमानाने उड्डाण केले आणि तो वाचला. याहून अर्ध्या सेकंदाचा जरी उशीर झाला असता, तर त्याची धडगत नव्हती.

हे विमान आकाशात उडालं व त्यानंतर साधारण एक तासाने नॅशनल सेक्युरिटी गार्डच्या कमांडोज्ना घेऊन त्याच धावपट्टीवर ट्रान्सपोर्ट विमान उतरले.

या ठिकाणापासून उत्तरेला शेकडो किलोमीटर अंतरावर, जम्मूच्या कोट भालवाल कारागृहातील आपल्या शांत कोठडीत मौलाना मसूद अझर सायंकाळचा नमाज संपवून उठत होता. त्यावेळी अपहृत विमान नुकतेच अमृतसरच्या काळ्याकुट्ट आभाळात झेपावत होते. रमझानचा पवित्र महिना संपत आला होता. ईद जवळ आली होती. अझर मांडी घालून बसला. त्याने आपल्या दोन्ही तळव्यांनी चेहरा चोळला आणि एक मोठा सुस्कारा टाकून तो जराशा कष्टानेच उठला. खोलीच्या दुसऱ्या कोपऱ्यात जाऊन त्याने आपला ट्रान्झिस्टर उचलला व शॉर्टवेव्हवर बटण फिरवण्यास सुरुवात केली. रेडिओमधून उमटणाऱ्या खरखर आवाजाने शांततेचा भंग केला. अखेर साडेसात वाजता त्याला सायंकाळचे बातमीपत्र ऐकायला मिळाले. मात्र मुख्य बातमी काश्मीरमधे अतिरेक्यांनी केलेल्या हल्ल्याची नव्हती. इंडियन एअरलाईन्सच्या एका विमानाचे अपहरण करण्यात आले होते, ती आजची ठळक बातमी होती. अपहरणकर्त्यांची ओळख अजून पटली नव्हती. त्या अपहरणकर्त्यांचा नेता आपला सख्खा भाऊच आहे हे अझरला समजण्यास अजून अवकाश होता.पण हे जे कोणी अनाम अपहरणकर्ते होते ते त्या क्षणी कोट भालवाल येथील कैद्यांना मित्रवत भासले. अपहरणाची बातमी पसरताच कैद्यांनी टाळ्यांच्या गजरात, मोठ्यांदा

ओरडून आनंद व्यक्त केला. अझर तेवढा नेहमी प्रमाणेच शांत होता. त्याच्या मनात काय चाललं आहे याची पुसटशी खूण सुद्धा त्याच्या चेहऱ्यावर उमटलेली नव्हती.

पूर्वेला शेकडो किलोमीटर अंतरावर काठमांडू शहरात हवेत गारवा जाणवत होता. एका लहानशा खोलीत काही माणसे अशीच निश्चल चेहऱ्याने बसून होती. त्यांच्यासमोर कागदपत्रांचे गठ्ठे आणि नकाशे पसरले होते. खोलीच्या एका कोपऱ्यात एक मोठा, जुनापुराणा हीटर होता. पडदे खाली सोडलेले होते. पाच गुप्तहेर एका पिवळट लाकडी टेबलापाशी समोरासमोर नि:शब्दपणे बसून होते. त्यांच्यातील सर्वात वरिष्ठ माणसाचे जवळजवळ सर्वच केस पांढरे होते. नाकावर जाड भिंगाचा चष्मा होता. फ्लाईट-८१४ मधील प्रवाश्यांच्या नावाची यादी त्याच्या हातात होती व त्यावर तो एक नजर फिरवत होता. या यादीतच कुठेतरी ते पाच अपहरणकर्ते दडून बसले होते. त्या माणसाने त्या यादीतील नावांची गटवार विभागणी केली होती. पुरुष, स्त्रिया आणि मुले असे तीन गट पाडले होते. विवाहित जोडप्यांच्या नावांवर त्याने आधी काट मारली. वयोवृद्ध व परकीय नागरिकांनाही तसेच. मग त्याने आपली तर्जनी पुरुषांच्या नावांच्या यादीवरून वरपासून खालपर्यंत फिरवली. तो अत्यंत सावकाश आणि काळजीपूर्वक एकेक नाव वाचत चालला होता. अचानक तो एका नावापाशी थांबला. 'सनी महंमद काझी... हंऽऽ!' तो म्हणाला. या प्रवाश्याने तीन इकॉनॉमी बोर्डिंग कार्डे घेतली होती. तिकिटांचे नंबर लागोपाठचेच होते. पण विशेष खटकणारी गोष्ट अशी, की त्या तिकिटांवर प्रवास करणाऱ्या प्रवाश्यांनी मात्र विमानात जागा मागून घेत असताना एकमेकांपासून बरंच दूर बसणं पसंत केलं होतं. चष्मेवाला अधिकारी क्षणभर विचारात पडला. इकॉनॉमी क्लासमध्ये त्यांच्यातील एका माणसाने पुढील भागात, एकाने मध्यावर व राहिलेल्याने शेवटच्या भागात आसन मागून घेतले होते. 'मला तिघे सापडले,' काझीच्या नावावर आपले बोट नाचवत तो म्हणाला.

नंतरच्या पंधरा मिनिटात चष्मेवाल्याने एकंदर नऊ संशयित शोधून काढले होते. यांच्यापैकी कोणीही अपहरणकर्ते असू शकत होते. आता पुढचे काम होते, त्या सर्वांविषयी अधिकाधिक माहिती मिळवणे. ते कोण, कुठले, त्यांना नक्की काय हवे आहे ते शोधून काढणे आवश्यक होते.

दिल्लीच्या साऊथ ब्लॉकमध्ये सरकारी मंत्रालयाच्या इमारती आहेत. यापैकी एका भव्य दगडी इमारतीत परराष्ट्रमंत्री जसवंतसिंग कोणाशीतरी फोनवर बोलत होते. ही व्यक्ती गेल्या दोन वर्षात त्यांच्या चांगलीच परिचयाची झाली होती. ती

व्यक्ती म्हणजे अमेरिकेचे डेप्युटी सेक्रेटरी ऑफ स्टेट स्ट्रोब तालबॉट हे होते.

ते दृष्य अंगावर खरोखरच काटा आणणारे होते. बिझिनेस क्लास पॅसेंजर केबिनची जणू रक्तालांच्छित रणभूमीच झाली होती. दोन माणसे बेशुद्ध अवस्थेत पडली होती. स्वत:च्याच रक्ताच्या थारोळ्यात. सहा लोक ते दृष्य बघत निश्चलपणे बसून होते. ते घामाने निथळत, भीतीच्या छायेत बसले होते. रिपन कट्याल अजूनही क्षीण आवाजात पाणी मागत होता. करुणपणे आपल्या पित्याच्या नावाचा जप करत होता. थरथरत्या ओठाने 'पापा.. पाणी.. पापा.. पाणी' असा जप करणारा त्याचा आवाज अस्फुट होत चालला होता. प्रत्येक श्वास जड होत चालला होता. एकेकाळी पिवळ्या असलेल्या त्याच्या पुलोव्हरचा रंग आता ओळखू येत नव्हता. रक्ताच्या चिळकांड्या खांद्यावरून ओघळत, हातावरून, छातीवरून, कमरेवरून ओघळून सीटवर येऊन साचत होत्या. त्याच्यापासून थोड्याच अंतरावर सतनाम बेशुद्धावस्थेत पडला होता. त्याच्या चेहऱ्याच्या अर्ध्या भागावर लालभडक सुऱ्याचे वार होते. त्या घावांमधून मांस बाहेर येऊन लोंबत होते.

कॉकपिटमध्ये असलेल्या कॅप्टन शरणला बाहेरील परिस्थितीची अंधुकशी कल्पना होती. त्याने अमृतसरहून आकाशात उड्डाण केले आणि चीफने त्याला परत एकदा विमानास लाहोरकडे नेण्याची आज्ञा केली. यापूर्वी लाहोरकडून विमान उतरवण्याची परवानगी मिळाली नव्हती. पण तरीही विमान परत लाहोरला निघाले होते. लाहोरला पोहोचण्यास विमानाला केवळ तीन मिनिटे लागणार होती. पण तो प्रवास सुद्धा कॅप्टन शरणला अतिदूरचा वाटत होता. एअरबसमध्ये आता फारच थोडे इंधन शिल्लक होते. जास्तीत जास्त अकरा मिनिटेच पुरेल एवढे. एवढं करून लाहोरने आत्तासुद्धा विमान उतरवण्याची परवानगी नाकारली. लाहोरच्या आकाशात विमान घिरट्या घालू लागले. उतरण्याची परवानगी मिळेल या आशेने. पण खाली विमानतळ पूर्णपणे अंधारात बुडून गेला होता. तशा परिस्थितीत विमान उतरवणं म्हणजे मृत्यूच्या जबड्यात मान देणं. त्यात धावपट्टीच्या दुतर्फा असणारे दिवे मुद्दामच मालवून टाकण्यात आले होते. शिल्लक असणाऱ्या इंधनात आणखी थोडीशी मिनिटे आकाशात काढता आली असती. येथून सर्वात जवळचा विमानतळ म्हणजे अमृतसरचाच होता. कोणत्याही परिस्थितीत तेथे परत जाणं चीफला मान्य होणं शक्यच नव्हतं.

कॅप्टन शरणने एक धाडसी निर्णय घेतला. विमानतळाच्या शेजारी एक प्रकाशमान रस्ता होता. तो वरून त्याला नीट दिसत होता. या अशा आणीबाणीच्या

परिस्थितीत कॅप्टन समोर एकमेव पर्याय उरला होता. त्या रस्त्यावर विमानाचे क्रॅश लँडिंग करणे. त्याने विमान झपाट्याने खाली उतरवण्यास सुरुवात केली. काळ्याकुट्ट अंधाऱ्या आकाशात विमान जमिनीकडे झेपावू लागले. आत पॅसेंजर केबिनमधील असहाय प्रवाश्यांच्या तोंडातून घुसमटत्या किंकाळ्या बाहेर पडता पडता घशातच अडकल्या. त्यांच्यापैकी बहुतेकांनी जिवाची आशा तर सोडूनच दिली होती. आपला शेवट आता खरोखरच जवळ आला असे त्यांना वाटू लागले. दर मिनिटास ७०० फूट वेगाने ती प्रचंड मोठी एअरबस खाली झेपावू लागली. काही मिनिटातच कॅप्टनने त्या रस्त्यावर उतरवण्याची तयारी सुरू केली. विमानाने जमिनीला स्पर्श करण्यापूर्वीचे काही मोजके क्षण उरले होते. कॅप्टन शरणला जमीन केवळ दीडशे फुटांवर दिसत होती. अचानक कॅप्टन शरणच्या पाठीच्या मणक्यातून विजेचा भलामोठा लोळ दौडत गेल्याचा त्याला भास झाला. ज्या रस्त्यावर तो विमान उतरवू पहात होता, तो रस्ता चांगलाच गजबजलेला होता. तशा स्थितीत त्यानं विमानाचं क्रॅश लँडिंग केलं असतं, तर विमानात बसलेल्या प्रवाश्यांहूनही जास्त संख्येने माणसे मृत्युमुखी पडली असती. रस्त्यावर मेळावा भरला होता. इफ्तार पार्टी चालू होती. रमजानचा उपवास पाळणारे लोक एकत्र जमले होते. योग्य तो निर्णय घेण्यास एका सेकंदाचा अवधी होता. इफ्तार पार्टी रंगलेली असताना दोनशे प्रवाश्यांनी भरलेले विमान घेऊन त्या पार्टीत घुसणे, नव्हे कोसळणे, ही कल्पना तितकीशी चांगली नव्हती. कॅप्टनने विमानाला परत जबरदस्त पॉवर दिली आणि ते वर उडवले. अशा प्रकारे तो वर न उडता, तर मात्र दहा सेकंदाच्या आत रस्त्यावर हल्लकल्लोळ माजला असता. विमानाच्या खाली आणि वर हेलकाव्यांबरोबर पॅसेंजर केबिनमध्ये लोक उलथेपालथे होत होते. एखाद्या मोठ्या पर्वताच्या उतारावरून घसरत, गडगडत यावे तसे ते विमान हेलकावे खात होते. अपहरणकर्तेसुद्धा सुन्न झाले होते. आता जरा पुढे जाऊन विमान कोसळते की काय अशी कॅप्टन शरणला भीती वाटत होती. पण त्याचे नशीब बलवत्तर ! लाहोर विमानतळाच्या अधिकाऱ्यांनी धावपट्टीवरील दिवे लावले. ११००० फूट लांबीच्या त्या धावपट्टीवर अखेर ते विमान धाडकन उतरले तेव्हा विमानाच्या टाक्यांमध्ये आणखी मिनिटभर पुरेल एवढेच इंधन शिल्लक होते. विमानाने इमर्जन्सी लँडिंग केले. त्याचा भला मोठा आवाज झाला. तेव्हा भारतीय प्रमाणवेळेनुसार रात्रीचे ८ वाजून ७ मिनिटे झाली होती. लांब दाढीच्या, हिरव्या गणवेषातील सशस्त्र कमांडोजनी तात्काळ विमानाला वेढा घातला. चीफची केवळ एकच मागणी होती. 'लवकरात लवकर विमानात इंधन भरा.' त्याला पाकिस्तान

सोडून जायचे होते. विमानतळावरील अधिकाऱ्यांनी तातडीने विमानतळाच्या बाह्य परिसरात कडेकोट बंदोबस्त केला. विमानतळावर बऱ्याच रुग्णवाहिका येऊन उभ्या राहिल्या.

नवी दिल्ली येथे परराष्ट्रमंत्री जसवंतसिंग यांनी फोन उचलला आणि पाकिस्तानचे परराष्ट्रमंत्री अब्दुल सत्तार यांच्याशी संभाषण केले. सुरक्षिततेसाठी त्यांची मदत मागितली. पाकिस्तानात १२ ऑक्टोबरमध्ये सत्ताबदल होऊन लष्कराने सूत्रे हाती घेतली त्यानंतर आज प्रथमच दोघा मंत्र्यांमध्ये संभाषण होत होते. त्याच वेळी फॉरीन सेक्रेटरी ललित मानसिंग हे सुद्धा फोनवरच होते. दिल्ली येथील अमेरिकेचे राजदूत रिचर्ड सेलेस्टे, त्याचप्रमाणे वॉशिंग्टनमधील अमेरिकन सरकारच्या दहशतवाद विरोधी युनिटचे (काऊंटर टेररिझम) स्पेशल को ऑर्डिनेटर मार्क शीहन यांच्याशी त्यांनी तातडीने संपर्क साधला. दोघांनीही मदत करण्याचे आश्वासन दिले. अल् मिनहाद येथून विमानाला उडू दिले जाणार नाही अशी त्यांनी भारत सरकारला जवळ जवळ खात्रीच दिली.

विमानाच्या आत एका प्रवाश्यावर अपहरणकर्ते चांगलेच उखडले होते. त्याचे नाव राजीव आहुजा. हा नवी दिल्ली येथील बिझिनेसमन होता. डोळ्यावरच्या पट्टीमुळे तो फार अस्वस्थ झाला होता. तो पुढच्या रांगेत बसून आपल्या खुर्चीत जरा जास्तच हालचाली करत होता. डॉक्टर आणि बर्गर या दोघांचंही त्याच्याकडे बारकाईनं लक्ष होतं. हळूहळू दोघांना त्याचा संशय येऊ लागला. अमृतसरवरून विमानाने आकाशात झेप घेतली. डोळ्यावरची पट्टी असह्य होऊन एकदा त्याने ती काढण्याचाही प्रयत्न करून पाहिला होता. डॉक्टर सावधगिरी बाळगत त्याच्या जवळ गेला आणि म्हणाला,'अगर इसको फिरसे निकाला तो तुझको आगे ले जाऊंगा और बाकियोंकी तरह मार डालूँगा।' (जर परत पट्टी काढलीस तर तुला पुढे घेऊन जाईन आणि मारून टाकीन.) यानंतरचे सात दिवस अपहरणकर्त्यांना जेव्हा कोणाला जिवे मारायची धमकी द्यायची असेल तेव्हा ते फक्त 'पुढे घेऊन जाऊ' एवढंच म्हणत. थोडक्यात पुढे घेऊन जाणे म्हणजे त्या सात लोकांना बिझिनेस क्लासमधे ठेवले होते, तेथे नेणे व ठार मारणे, असाच अर्थ त्या शब्दांना प्राप्त झाला होता.

अपहरणकर्ते आता चिडीस आले होते. पाकिस्तानची लष्करशाही या बाबतीत कोणते धोरण स्वीकारते याची त्यांना नीटशी कल्पना करता येत नव्हती. अपहरणाचे हे कारस्थान ज्या हरकत-उल-मुजाहिदीन संस्थेने केले होते. त्या संघटनेला पाकिस्तान सरकारचा पाठिंबा आहे ही गोष्ट निश्चित. परंतु अपहरणाच्या या नाट्याकडे मात्र संपूर्ण जगाचे डोळे लागले होते. पाकिस्तानी मध्यस्थांनी अपहरणकर्त्यांशी बोलणी केली आणि विमानाला इंधन पुरवण्याचे ठरवले.

भारताला मदत करत आहोत असे दाखवण्यासाठी पाकिस्तानच्या लष्करी राजवटीने भारताचे तेथील हायकमिशनर सतीश लांबा यांना इस्लामाबादेहून लाहोरला खास लष्करी हेलिकॉप्टरने नेण्याचीही तयारी दाखवली. परंतु प्रत्यक्षात अपहृत विमानाने लाहोरला इंधन भरुन परत आकाशात उड्डाण केले, तरीही त्या हेलिकॉप्टरचा पत्ताच नव्हता. त्यामुळे शेवटपर्यंत लांबा लाहोरपर्यंत पोचूच शकले नाहीत. पाकिस्तानच्या टँकरने हळूहळू विमानात इंधन भरले. त्याचवेळी विमानात खाण्याची पाकिटे आणि पाण्याच्या बाटल्यासुद्धा पाठवल्या. स्त्रिया व मुलांमध्ये या गोष्टी वाटण्यात आल्या. निदान जखमी प्रवासी, स्त्रिया आणि मुले यांची तरी अपहरणकर्त्यांनी सुटका करावी म्हणून कॅप्टन शरणने चीफची बरीच मनधरणी केली. अपहरणकर्त्यांनी ती विनंती मान्यसुद्धा केली. त्याप्रमाणे कॅप्टन शरणने कंट्रोल टॉवरकडे तसा संदेशही पाठवला. पर दैवदुर्विलास म्हणावे की आश्चर्य म्हणावे, पाकिस्तानी विमानतळावरील अधिकाऱ्यांनी या गोष्टीस हरकत घेतली.

चीफने कॅप्टन शरणला ताबडतोब तेथून निघण्याची आज्ञा केली. हे अपहरणकर्ते नक्की कोण, कुठले याविषयी अजूनही काही माहिती मिळत नव्हती. विमान जेथे उतरले त्या पंजाब प्रांताच्या लष्करी राजवटीच्या प्रवक्त्याने असा दावा केला, की अपहरणकर्ते जी काही भाषा बोलत होते ती आम्हाला समजत नव्हती.

अपहरणकर्ते अजूनही विमानात गस्त घालतच होते. 'हम आपको मारना नही चाहते हैं।' डॉक्टर म्हणाला 'हमारे भाई मासूम है और आपकी जेलोंमे बंद है।' (आमची तुम्हाला मारण्याची इच्छा नाही. आमचे भाईबंद निरपराध आहेत व तुमच्या तुरुंगात बंद आहेत.)

भारतीय प्रमाणवेळेनुसार रात्री साडेदहा वाजता विमान आकाशात झेपावले. एका अनोळखी ठिकाणाच्या दिशेने. विमानाने पुरेशी उंची गाठल्यावर चीफने फर्मान सोडले- 'काबूल चलो।' लाहोर एअर ट्रॅफिक कंट्रोलने विमानाला काबूलला जाण्याची दिशा दाखवली व मार्गही मोकळा करून दिला. परंतु काबूल विमानतळाने उतरण्याची परवानगी नाकारली. रात्रीच्या वेळी लँडिंगची सुविधा येथे नसल्याने विमान उतरवणे असुरक्षित आहे असे कारण त्यांनी सांगितले. काबूल येथील विमानतळाची अपरिमित हानी झाली असून तेथील रडार नॅव्हिगेशनची यंत्रणा कार्यान्वित नाही. आधीच सात तास आत्यंतिक मानसिक तणावाखाली विमान उड्डाण करून कॅप्टन शरण गलितगात्र झालेला होता. तशात काबूलसारख्या ठिकाणी रात्रीचे विमान उतरवायचे तर कॅप्टनला केवळ स्वतःच्या दृष्टीवर,

डोळ्यांवर भरवसा ठेवून उतरवावे लागले असते. म्हणजे तर ही गोष्ट केवळ अशक्य कोटीतील होती. विमान नेण्यासाठी अगदीच थोडे पर्याय शिल्लक आहेत, असे शरणने चीफला सांगितले. ही पर्यायी ठिकाणे होती. मस्कत, शारजा, दुबई किंवा अबू धाबी. मग ओमानच्या आखाताची राजधानी मस्कत येथे विमान उतरवण्याची परवानगी मागण्यात आली. पण तेथील एअर ट्रॅफिक कंट्रोलने ती नाकारली. वेळ वाया चालला होता. चीफ अस्वस्थ झाला होता. रात्रीचा कोठेतरी मुक्काम करणे भागच होते. मुक्कामाच्या ठिकाणी पुरेसे इंधन घेऊन मगच आधी ठरल्यासारखे अफगणिस्तानास जाऊन थांबायचे होते. अखेर चीफने झटपट निर्णय घेऊन हुकूम सोडला- दुबईला चला. जवळजवळ परत तेवढेच उलटे फिरुन विमान युनायटेड अरब अमिरातीकडे निघाले.

पण काही मिनिटातच विमान डेरा इस्माईल खान नामक प्रदेशावरून जात असताना काबूलच्या एअर ट्रॅफिक कंट्रोल अधिकाऱ्यांनी लाहोरमधील एअर ट्रॅफिक कंट्रोलच्या अधिकाऱ्यांशी संपर्क साधला. विमान कंदाहारमध्ये उतरु शकते, असे ते म्हणाले. चीफने कॅप्टन शरणला तातडीने कंदाहारकडे वळण्याचा हुकूम दिला. पण कॅप्टन शरणला पूर्वानुभवावरून विमानातील इंधनाच्या स्थितीची कल्पना होती. विमानात केवळ दुबईला पोचण्याएवढेच इंधन शिल्लक आहे, असे त्याने ठामपणे सांगितले. प्रथमच चीफच्या आज्ञेविरुद्ध वागण्याचे धाडस त्याने दाखवले.

कॉकपिट बाहेर रिपन कट्यालची अंतिम घटिका समीप येत चालली होती. त्याचा श्वास जड झाला होता. हळू हळू आसमंतात विरत चालला होता. मधूनच कधीतरी त्याच्या ओठांची अस्फुट हालचाल होई. त्याच्याकडे पाहिलं की असं वाटे, लालभडक पातळ पांघरुन घेऊन हा शांतपणे झोपला आहे. त्याच्या कपड्यावर जागोजागी रक्त थिजलं होतं. मस्तक एका बाजूला कलंडलं होतं. श्वास फारच मंद झाला होता. प्रत्येक श्वास-उच्छ्वासाबरोबर शरीर थरथर कापत होतं. त्याचा एक हात निर्जीवपणे शेजारच्या खुर्चीतील दमण सोनीच्या हातावर पडला होता. ते दृश्य डॉक्टरसारखा उलट्या काळजाच्या माणसालासुद्धा बघवेना. त्याने कट्यालच्या अंगातील रक्ताने भिजलेला शर्ट आणि पुलोव्हर काढून बाथरुमच्या दिशेने भिरकावला. मग त्याने दोन पांघरणे काढून एक रिपन कट्यालच्या व दुसरे सतनामसिंगच्या अंगावर घातले.

राजीव आहुजा. ज्या काही माणसांची ठार मारण्याची निवड केली होती त्यातील आठव्या क्रमांकाचा प्रवासी आजूबाजूचे दृश्य पाहून तो भीतीने जागच्या जागी शहारला. मरणाची वाट पाहत बसून राहिला. अस्ताव्यस्तपणे मरणाच्या दारात पडलेले दोन प्रवासी तर त्याच्या नजरेसमोरच होते. सतनामसिंगचे तोंड

उघडे पडले होते व त्याची जीभ बाहेर आली होती. कट्यालच्या अंगावरचे पांघरुण बाजूला सरले होते. त्याची छाती उघडी पडली होती. याच छातीने डॉक्टरच्या सुऱ्याचे अमानुष वार झेलले होते. कट्यालच्या मानेवर, छातीवर सर्वत्र घाव होते.

बांधून ठेवलेले प्रवासी भयभीत झाले होते. तहानेने व्याकूळ झाले होते. त्यांनी अनेकवार पाण्याची याचना केल्यावर हायजॅकर्सनी एका एअरहोस्टेसला पाण्याची बाटली घेऊन येण्यास सांगितले. बांधून ठेवलेल्या असहाय प्रवाश्यांनी तोंडाचा आ वासल्यावर तिने थेंब थेंब पाणी त्यांना पाजले. पण अखेरच्या घटका मोजत पडलेल्या कट्यालला पाणी पाजण्याचे धैर्य तिला झाले नाही. ती फार घाबरली. कट्यालचे फारच थोडे क्षण उरले होते. लवकरच या यातनांमधून त्याला मुक्ती मिळणार होती.

दमण सोनीने आणखी एक विनंती केली. त्याला बाथरुमला जाण्याची फारच निकड होती. पण डॉक्टरने ती धुडकावून लावली. तेवढ्यात चीफ क्षणभर बाहेर डोकावला. 'या सर्व माणसांना इकॉनॉमी क्लासमध्ये परत घेऊन जा.' अशी त्याने सूचना केली.

'नहीं, मैं इसको मारुँगा', (नाही मी याला मारणार) दमण सोनीकडे बघत बर्गर ओरडला.

' सर, प्लीज पीछे जाने दिजीये । अगर हम कुछ भी करें, हमें शूट कर दिजीये' (सर प्लीज आम्हाला मागे जाऊ द्या, जर आम्ही काहीही केलं तर आम्हाला गोळी घाला.) सोनीने परत विनवणी केली. त्याला आणि इतरांना मागे नेण्यात आलं. पिवळ्या दोरीने त्यांची मनगटे अजूनही बांधलेलीच होती. त्यांच्या चेहऱ्यावरचा रंग उडाला होता. सोनीला अखेर बाथरुममध्ये पाठवले. पण पुरते दहा सेकंद होण्याआधीच ' बाहेर ये ' म्हणून भोला त्याच्यावर खेकसू लागला.

विमान आता दुबईच्या जवळ पोचलं होतं. पण तेथील अधिकारी विमान उतरवण्याची परवानगी देतील की नाही याचीही खात्री नव्हती. 'प्रवाशांनो आज्ञा पाळा, 'असा आरडा ओरडा करत अपहरणकर्ते हिंडू लागले. 'खिडक्या बंद ठेवा. डोकी खाली घाला,' असं ते वारवारं सांगत होते. शंकरने हातातील बॉंबची पिन खोलली आणि तो किंचाळला, 'ये ग्रेनेड है । हम तीसहजार फूट पर है । अगर ये फट गया, तो कोई नहीं बचेगा । (हा बॉंब आहे. आपण तीसहजार फूट उंचीवर आहोत. जर हा फुटला, तर कोणी वाचणार नाही.)

कॉकपिटमध्ये चीफ जरा निवांत दिसत होता. त्याने कॅप्टन शरणला हसून सांगितले, 'धीरे चलिये, आरामसे चलिये । कोई जल्दी नहीं हैं । हमें हिंदुस्तानको मिलेनियम गिफ्ट देना है। (सावकाश चला. काही घाई नाही. आमची भारताला

सहस्त्रकाची भेट देण्याची इच्छा आहे.)

विमानातील बहुतेकांनी ठरवलेले ख्रिसमसईव्हच्या पार्टीचे बेत अपहरणकर्त्यांनी धुळीला मिळवले होते. तसेच दोन देशातील लोकांचेही! आणि आता ते निघाले होते तिसऱ्या देशाकडे. दुबईच्या विमानतळावर वार्ताहरांची एकच गर्दी होती. तसेच छायाचित्रकारांचीही. पण तेवढी गोष्ट वगळता विमानतळावरील इतर कोठे काही खास गडबड किंवा घाई दिसत नव्हती. अनेक वार्ताहर रमत गमत येत होते. त्यातल्या अनेकांनी पार्टीसाठी भडक, रंगीबेरंगी कपडे घातले होते. कुणी थोडी झोकलेली होती. काही काही झिंगून आले होते. सर्व वरिष्ठ अधिकारी डोक्याशी डोकी लावून बसले होते. विमानतळाच्या इमारतीतील एक अधिकारी नजरेस पडताच सर्व वार्ताहर त्याच्याकडे धावले. सर्वांनी एकच प्रश्न केला, 'विमान दुबईला येणार आहे का? त्यांना येथे उतरु देणार का?' तो अधिकारी खूपच मानसिक तणावाखाली दिसत होता. पण तो तसाच झपझप् चालत राहिला. थांबला नाही. ' आमच्याकडे कोणतीही माहिती उपलब्ध नाही ' एवढेच तो पुटपुटला.

अपहृत विमानात एव्हाना रिपन कट्यालचा मृत्यू झाला होता. लाहोर ते दुबईच्या प्रवासात केव्हा तरी अतिरक्तस्त्रावाने त्याचा बळी घेतला होता. नक्की ते कधी घडलं ते त्याच्या जवळपास बसलेल्या लोकांनाही समजलं नाही. त्याला ठार मारणाऱ्या लोकांना त्या गोष्टीची काहीही पर्वा नव्हती. सुमारे डझनभर खुर्च्यांच्या रांगा सोडून पाठीमागे इकॉनॉमी विभागात बसलेली त्याची पत्नी रचना, तीन आठवड्यापूर्वी विवाहबद्ध झालेली ती नववधू, आपल्या खुर्चीत बसून चिंता करत होती. आपल्या पतीला हायजॅकर्सनी केव्हाचं तिकडे नेलं आहे, अजून परत का आणत नाहीत, असा विचार करून मानेला ताण देऊन पुढे पाहण्याचा प्रयत्न करत होती. पण तिला सत्य कोणीच सांगितलं नाही. तिला सत्य सांगण्याचा कोणाला धीरच झाला नाही, हायजॅकर्सनासुद्धा नाही.

कॉकपिटमधून कॅप्टन शरण एअरट्रॅफिक कंट्रोलशी सतत संपर्क राखून होता. त्यांचं मन वळवण्याचा त्याचा सारखा प्रयत्न चालू होता. विमानात फारच थोडं इंधन आहे. काही जखमी प्रवासी, अनेक स्त्रिया आणि लहान मुलेसुद्धा आहेत असं तो त्यांना सांगत होता. एअर ट्रॅफिक कंट्रोलचे लोक विचारात पडले. त्यांनी वरिष्ठांशी विचार-विनिमय केला. विमान जबरदस्तीने येथे उतरु शकेल असे गृहीत धरुन विमानतळावर त्या दृष्टीने तयारी पण करण्यात आली होती. आगीचे बंब, रुग्णवाहिका इत्यादी आणून ठेवण्यात आल्या होत्या.

विमानतळावरील सुरक्षा व्यवस्थाही कडक करण्यात आली होती. जास्तीचे सुरक्षा अधिकारी कामावर रुजू झाले होते. वरिष्ठांनी तातडीने निर्णय दिला. विमानाला दुबईत उतरवू देण्यात येणार नाही, तसेच इतर चालू फ्लाईटसचे वेळापत्रकही बदलण्यात येणार नाही. परंतु मानवतावादी दृष्टिकोनातून विमानाला जवळच असलेल्या दुसऱ्या विमानतळावर उतरवू देण्यात येईल. एकंदर या फ्लाईटला फारच टप्पे घेत जावे लागत होते. कॉकपिटमधील वैमानिक व त्याचा साहाय्यक यांनी तिसऱ्यांदा विमान उतरवण्याची तयारी सुरू केली. विमान दुसऱ्या तळावर उतरले.

दरम्यान दुबई आंतरराष्ट्रीय विमानतळावर एक वेगळ्याच पद्धतीचा लपंडाव गेले तासभर सुरू होता. एक अधिकारी वार्ताहरांकडे येऊन म्हणाला, ‘ ते विमान अगदी १०० टक्के, कोणत्याही परिस्थितीत दुबईला उतरणार नाही. ’ त्याचं म्हणणं खरं होतं. दुबईच्या आग्नेयेस वाळवंटाच्या बरोबर मध्यभागी असलेल्या अल् मिनहाद या लष्करी तळावर ते आधीच उतरलं होतं. वार्ताहर आणि छायाचित्रकारांचे घोळके लगेच या विमानतळाकडे निघाले. अधिकाऱ्यांकडून व्यवस्थित माहिती मिळेपर्यंत त्यांच्यातील अनेकांना ‘अल् मिनहाद’ हे आहे तरी काय, ते नक्की कुठे आहे, याविषयी काहीच माहिती नव्हती. बऱ्याच मोटारी शहराच्या गजबलेल्या रस्त्यांमधून मार्ग काढत, सुसाटत निघाल्या. दुबईच्या बाहेर पडून सुमारे तासभराचं अंतर काटल्यावर सर्व वार्ताहर अल् मिनहाद येथे पोचले. हा एकाकी तळ असून त्याच्या आजूबाजूला काही इमारतीसुद्धा बांधलेल्या नाहीत. दुबईच्या विमानतळावरील त्या अधिकाऱ्याला त्याने पुरवलेल्या माहितीबद्दल १०० पैकी १०० गुण द्यायला हवेत. विमान दुबईत नव्हतं. अल् ऐन येथेही नव्हतं. (राजधानी अबुधाबीच्या नंतर लागणारं शहर म्हणजे हेच!) विमान या दोन्ही शहरांच्या मध्यभागी होतं.

ही २४ तारखेची रात्र होती. कॅप्टन शरणने आधी योजलेल्या बेतानुसार तो खरोखरच आता अरब अमिरातीत येऊन पोचला होता. फक्त त्याची बायकामुले त्याच्या सोबत नव्हती. उलट एक अनोळखी माणूस त्याच्या मानेवर बंदुकीची नळी खुपसून उभा होता. खरेदीसाठी बाहेर पडण्याची काही सोयच नव्हती. इतकंच काय, पण ख्रिसमसच्या दिवशी आपण जिवंत तरी असू की नाही याचीही त्याला खात्री नव्हती.

भर वाळवंटात पोलिसांच्या गाड्यांचे निळे तांबडे दिवे चमकू लागले. लष्करी विमानतळावरील बहुतेक सर्व दिवे मालवण्यात आले होते. इंडियन एअरलाईन्सच्या विमानाच्या वरती आकाशात लष्करी हेलिकॉप्टर घिरट्या घालत होतं. त्याचे दिवे मालवलेले होते. त्याची घरघर लांबच लांब पसरलेल्या वालुकामय

प्रदेशात निनादत होती. विमानतळाच्या बाहेर थांबून अधिकारी वार्ताहरांच्या वाढत्या गर्दीला आत शिरण्यास मज्जाव करत होते. 'घरी जा.' त्यांच्यातील एकजण म्हणाला. त्याच्या मागे दूर अंतरावर विमानाचे दिवे पण लुकलुकत होते. जणू काही पोलिसगाड्यांच्या दिव्यांशी आखमिचौलीचा खेळच चालला होता त्यांचा! तीन रुग्णवाहिका व तीन रिकाम्या पोलिसगाड्या एका मागोमाग एक आत शिरल्या. त्या पाठोपाठ घडीची लोखंडी शिडी घेऊन दोन जीप गाड्याही आल्या. खाद्य पदार्थांची पाकिटे आणि पाण्याच्या बाटल्या घेऊन ट्रकही आले. राज्याच्या दूरदर्शन केंद्राचे वार्ताहर आपल्या कॅमेरा यंत्रणेसह तेथे जाऊन पोचले. दूरवर एक कॉरोनरची गाडीसुद्धा येऊन उभी होती.

दरम्यान एअर कंट्रोलमधून युनायटेड अरब अमिरातीच्या आर्मीचा ब्रिगेडीअर अतीक जुमा हा अपहरणकर्त्यांशी बोलत होता. त्यांच्यावर जरा दबाव आणून काही देवाण घेवाणीचा व्यवहार जमत असेल तर बघत होता. आजारी झालेले प्रवासी, बायका व मुले यांच्या सुटकेच्या मोबदल्यात इंधन, अन्नपाणी इत्यादी. जुमा याने वार्ताहरांना सांगितले की, त्यांच्यातील दोन अपहरणकर्ते शीख होते. पण हा अंदाज चुकीचा ठरला. तो असंही म्हणाला, की ते भारतीय ढगांने इंग्रजी बोलत होते. त्या घटनेनंतर सुमारे तीन आठवड्यांनी ११ जानेवारी रोजी युनायटेड अरब अमिरातीच्या सरकारने एक वृत्त प्रसारित केले. त्यात म्हटल्याप्रमाणे एअरपोर्ट कंट्रोलमधील अधिकाऱ्याने अपहरणकर्त्यांना ओझरते पाहिले होते. त्यांच्या डोक्याला फेटे असावे असा त्याचा समज झाला होता.

थोड्याच वेळात स्वत: राजपुत्र खलिफा बिन झईद अल् नाह्यान या युनायटेड अरब अमिरातीच्या आर्म्ड फोर्सच्या डेप्युटी सुप्रीम कमांडरने खुद्द स्वत: कंट्रोल टॉवरमध्ये जाऊन अपहरणकर्त्यांशी बोलणी सुरू केली. तो मुख्यत: चीफ आणि बर्गर या दोघांशी बोलला. एका वृत्तानुसार युनायटेड अरब अमिरातीच्या सरकारला तालबॉट यांच्याकडून फोन आला. ते स्वत: अपहरणाच्या सर्व प्रकाराकडे बारकाईने लक्ष ठेवून होते. भारतीयांना संपूर्ण सहकार्य करण्याचा आदेश त्यांनी अमिरातीच्या सरकारला दिला.

नवी दिल्ली धुक्यात गुरफटलेली होती. कडाक्याची थंडी होती. त्या थंडीत रात्रीच्या वेळी विमान प्रवाश्यांच्या नातेवाईकांचे घोळके दिल्लीच्या आंतरराष्ट्रीय तळावर येऊन हजर झाले होते. आपल्या नातलगांची, जिवलगांची नक्की काय परिस्थिती आहे याची काहीतरी माहिती मिळावी म्हणून सगळेच अस्वस्थ होते. सिव्हिल एव्हिएशन मिनिस्टर शरद यादव आणि मिनिस्टर ऑफ स्टेट चमन लाल गुप्ता हे दोघे त्या खवळलेल्या जनसमुदायाला तोंड देण्यासाठी दाखल झाले. लोक फारच भडकलेले आहेत, असे पाहून शरद यादव एका खुर्चीवर

चढून उभे राहिले व लोकांशी बोलू लागले. लोक इतके संतापले होते, की कित्येकांच्या मुठी वळल्या होत्या. रागाने ते विमानतळावरील अधिकाऱ्यांना शिवीगाळ करत होते. कोणाचं बोलणं कोणाला ऐकू येत नव्हतं. कोणाचा कोणाला मेळ नव्हता.

विमानाच्या अंतरभागात नीरव शांतता पसरली होती. सर्वांच्या डोळ्यावरील पट्ट्या जागच्याजागी होत्या. सर्वजण डोके गुडघ्यात घालून बसले होते. बर्गर जोरात ओरडला: ' कोई मरीज है? ' बाकीचे अपहरणकर्ते रांगांमधून फिरून स्त्रिया व मुलांना बाहेर पडण्यासाठी खुणावत होते. आपल्याला आता सोडण्यात येणार आहे की नाही याची त्यांना काहीही कल्पना नव्हती. ती आपली मुकाट्याने आज्ञापालन करत होती. दोन वयोवृद्ध प्रवाश्यांना पण उठवण्यात आलं. बिझिनेस क्लासमधील खुर्चीत बांधून ठेवलेल्या राजीव आहुजाला आयती संधी चालून आली. आपला जीव वाचवण्यासाठी त्याने विव्हळण्यास आणि थोडंफार नाटक करण्यास सुरवात केली. तो जोरजोरात धाप लागल्याप्रमाणे श्वासोच्छ्वास करू लागला. आपल्या खुर्चीवर तळमळल्यासारखी हालचाल करू लागला. थोड्या वेळाने अतोनात थकल्यासारखं दाखवत त्याने मान टाकली. तो बर्गरला म्हणाला, ' मैं बहुत बीमार हूॅ । मेरे दिलमें छेद हैं। डॉक्टरने कहा है, की दस बारह सालसे ज्यादा नहीं जियूँगा। ' (मी फार आजारी आहे. माझ्या हृदयात भोक आहे. डॉक्टर म्हणतात, मी दहा बारा वर्षांहून जास्त काळ जगणार नाही.) असं म्हणून त्याने कोरड्या ओकाऱ्या काढण्यास सुरवात केली. आचके देण्यास सुरवात केली. एकीकडे जोरजोरात ओरडू लागला.

बर्गरने कठोर नजरेने आहुजाकडे पाहिले. ' ये ठीक है । ' (हा ठीक आहे.) पाठीमागच्या भागातील पंचवीस प्रवाश्यांची सुटका होत होती. विमानाच्या दाराकडे जाणाऱ्या त्या प्रवाश्यांच्या पावलांचे आवाज आहुजाच्या कानी पडत होते. परत एकदा भावना वेगाने थरथर कापत तो विनवणी करू लागला. बर्गरच्या हातापाया पडून म्हणाला. ' प्लीज छोड दो । फॉर गॉड्स सेक छोड दो । मैं ने क्या किया है? देखो, मै बीमार हूँ।' (प्लीज सोडा, फॉर गॉड्स सेक सोडा. मी काय केलंय. पहा, मी आजारी आहे.) पण त्याच्या विनवण्यांचा काहीही उपयोग झाला नाही. निदान बर्गरने आपले पाठीमागे बांधलेले हात सोडून ते पुढे बांधावे, अशी त्याने विनंती केली. 'बहुत दर्द हो रहा है।' (फार दुखतंय), तो वेदनेने पिळवटून म्हणाला. हे सर्व पाहत असलेल्या डॉक्टरला भडकण्यास ते निमित्त पुरेसं होतं. त्याने आहुजावर हल्ला चढवला. त्याच्या मानेभोवती काळा मफलर जोरात आवळून त्याने त्याला अक्षरशः गुदमरून टाकले.

'अगर तूने और कुछ बोला, एक बार भी, तो मै ये मफलर तेरे गलेपे बाँध दूँगा और इससे तेरे पैर बांध दूँगा। तू हिल भी नही पाएगा।' (आता तू आणखी काही बोललास, एकदा जरी, तरी मी हा मफलर तुझ्या गळ्याभोवती आवळीन. तुझे पाय बांधीन. तुला हलता सुद्धा येणार नाही) डोळे गरागरा फिरवत तो ओरडला आणि मगच त्याने आहुजाला सोडले.

मुक्तता केलेल्या प्रवाश्यात एक स्त्री होती. तिला पाच वर्षांचा मुलगा होता. त्याचं नाव चिराग त्यागी. त्याच्या बोलण्यात दोष होता. त्याच्या आईला सोडलं तेव्हा चिराग आपल्या सीटवर गाढ झोपी गेला होता. त्याच्या वडिलांना तर त्याच्या शेजारुन केव्हाच उठवून जबरदस्तीनं दुसरीकडे नेऊन बसवलं होतं. आणि आता त्याच्या आईला काही समजायच्या आत खेचून त्या इतर प्रवाश्यांबरोबर विमानाबाहेर काढलं. आपला मुलगा आपल्याबरोबर नाही हे तिच्या लक्षात येण्यास फार उशीर झाला.

त्यानंतर बर्गर फ्लाईट पर्सर अनिल शर्माकडे गेला. तो आपला सहकारी सतीश याच्याबरोबर पॅसेंजर केबिनमध्ये बसला होता.

'उठा!' तो म्हणाला. दोघे उठून त्याच्यामागोमाग बिझिनेस क्लासकडे गेले. रिपन कट्यालचा मृतदेह विमानाबाहेर न्यायचा होता.

'त्याला उचला. तो वारला,'बर्गर इंग्रजीत म्हणाला. एकूण तीन अपहरणकर्ते तेथे गोळा झाले होते. त्यांनी शर्मा व सतीशला वेढा घालून त्यांच्यावर बंदुका रोखल्या होत्या. त्या दोघांची तर भीतीने अक्षरशः बोबडी वळली होती. त्या दोघांना तर बिझिनेस क्लासमध्ये सात प्रवाश्यांना नेऊन बांधल्याचं सुद्धा माहीत नव्हतं. त्यांच्यातला एक मरण पावला आहे हे ही अर्थातच माहीत नव्हतं. उरलेल्या पाचांना आपापल्या सीटकडे पाठवण्यात आलं होतं. जखमी व अर्धवट बेशुद्धावस्थेतील सतनामसिंग तेवढा अजून तेथे होता. तो विव्हळत होता.

या दोघांनी कट्यालला उचलण्याचा प्रयत्न केला. पण त्यांना ते जमेना. मृत्यूनंतर त्याचं शरीर अत्यंत जड झालं असावं. 'सीट बेल्ट बांधा होगा।' (सीटचा पट्टा बांधला असेल.) अपहरणकर्ता म्हणाला. शर्माने सीटबेल्ट खोलला. हातांना बांधलेली नायलॉनची दोरी सोडली. नंतर दोन्ही बाजूंनी दोघांनी तो मृतदेह उचलला. बिझिनेस क्लासच्या मधल्या पॅसेजमधून, किचनची जागा ओलांडून त्यांनी त्याला विमानाच्या दारापाशी नेला. मग तो निष्प्राण देह त्यांनी शिडीच्या टोकावर ठेवला. दुबईचे पोलीस चीफ व इतर काही अधिकारी काही अंतरावर उभेच होते. तेथे तिष्ठत उभ्या असलेल्या तिघा डॉक्टरांनी काळोखातच त्याला तपासले, त्याच्या जखमा तपासल्या.

'लगेच आत या,' आत छपून बसलेला एक अतिरेकी ओरडला. शर्मा व

सतीश आत आले.

बर्गर आणि डॉक्टर सतनामसिंगकडे गेले. त्यांनी बांधून ठेवलेल्या सातांपैकी हा शेवटचा. त्यांनी त्याला हाताला धरून उठवून उभे केले. तो अर्धवट बेशुद्धच होता. त्याला तसेच फरपटत, झोकांड्या खात त्यांनी दारापाशी नेले. त्याच्या पत्नीची आधीच इतर स्त्रियांबरोबर सुटका झाली होती. काही क्षणातच सतनामसिंगला व्हीलचेअरवर बसवण्यात आले. त्याची पत्नी तेथे होतीच. नशीब एवढंच, की तो अजून जिवंत होता.

हा एक महत्त्वाचा टप्पा पार पडला. आता या अपहरणनाट्याचा शेवट करण्याची एक अतिमहत्त्वाकांक्षी योजना युनायटेड अरब अमिरातीच्या अधिकाऱ्यांनी आखली. अपहृत विमानावर झंझावाती हल्ला चढवण्यासाठी आर्मी कमांडोज्ची एक तुकडी केवळ इशाऱ्याची वाट पहात उभी होती. हे कमांडोज् विमानापासून सुरक्षित अंतरावर दबा धरुन थांबले होते. कॅप्टन शरणला इशारा मिळताच त्याने विमान धावपट्टीवरून पळवण्यास सुरुवात करावी असे त्याला एअर ट्रॅफिक कंट्रोलकडून सांगण्यात आले. ओलीस प्रवाश्यांची सुटका करण्याची योजना अगदी तपशीलवार होती. त्याचे वृत्त राज्यातील नभोवाणीने उशिरा (म्हणजे अपहृत विमानाने दुबई सोडल्यानंतर) दिले.

कॅप्टन शरण आणि जग्गिया यांनी कॉकपिटमध्ये एक धाडसी योजना बनवली होती. त्यानुसार 'रिजेक्ट-टेक्-ऑफ्' करून हायजॅकर्सना उल्लू बनवण्याचा त्यांना बेत होता. विमानाने सुमारे ताशी १०० अवकाशीय मैल वेगाने टेक्-ऑफ् तर करायचा. त्यानंतर तो वेग ताशी १४५ अवकाशीय मैलांपर्यंत वाढवत न्यायचा. नंतर मात्र वैमानिकाने विमान अचानक खाली घेऊन सरळ धावपट्टीला स्पर्श करायचा. जोरात ब्रेक लावायचे व ध्वनिक्षेपकावरून घोषणा करायची : 'तातडीने विमान खाली करा, इंजिनाला आग लागली आहे.' संकटसमयीचे दरवाजे उघडून शिड्या लागल्या की ओलीस प्रवासी उड्या मारून बाहेर पडतील व त्याचवेळी बाहेर थांबलेले कमांडोज् आत येऊन हायजॅकर्सना पकडतील. ही सर्व योजना कॅप्टन शरणने एव्हिएशन (उड्डाण) ची सांकेतिक भाषा वापरुन कंट्रोल टॉवरला पटवून दिली होती. चीफला त्यातील काहीही समजले नव्हते. ह्या बेताला कंट्रोलकडूनही मंजुरी मिळाली. परंतु दुर्दैवाने ही योजना पार पाडता आली नाही, कारण दोन हायजॅकर्स सतत कॉकपिटमध्ये पहारा देत उभे होते.

विमानात इंधन भरण्यासाठी टँकर तयार करण्यात आला. फ्लाईट इंजिनिअर जग्गिया स्थानिक इंजिनियर्सच्या मदतीसाठी बाहेर पडला. इंधन भरल्यावर जग्गियाने एक हातचलाखी केली. विमानाबाहेर बसवलेल्या रीफ्युएलिंग सिस्टिम इममॉबिलायझर या यंत्रणेचे स्विच बटण झीरो-झीरो अशा पोझिशनवर सेट

केले. आता या विमानातील इंधन एकदा संपले की त्यानंतर त्यात आणखी इंधन भरणे शक्यच झाले नसते. कदाचित या अपहरणनाट्यावर पडदा पडला असता. हे अत्यंत महत्त्वाचे पाऊल जग्गियाने या ठिकाणी उचलले.

या विमानाने अल् मिनहाद येथे पाच तास काढले होते. पण काही पूर्वकल्पना न देता चीफने अचानक कॅप्टन शरणला टेक् ऑफ् करण्याचा हुकूम दिला. आता कंदाहारकडे जायचे आहे असेही त्याने सांगितले. 'वरना हम तय्यारेको उडा देंगे।' (नाहीतर आम्ही विमान उडवून देऊ.) अशी ही पुष्टी जोडायला तो विसरला नाही.

त्यानंतर त्याने हवाईसुंदरीकडून पाच लाईफ जॅकेटस् मागून घेतली. कंदाहारला हे विमान कोणत्या मार्गाने जाणार आहे याची त्याला कल्पना नव्हती. आपण समुद्रावरून उडणार असे वाटल्यामुळे त्याने ही काळजी घेतली असावी.

■

दुसरा दिवस

कंदाहार... हायजॅकर्सच्या मित्रांचा प्रदेश-हायजॅकर्स अत्याधुनिक संपर्कयंत्रणा वापरतात. अखेर आपल्या मागण्या सादर करतात.

ख्रिसमसची सकाळ उजाडली. पंतप्रधान अटलबिहारी वाजपेयींना जाग आली. आज त्यांचा वाढदिवस होता. एकीकडे ही असली आणीबाणीची परिस्थिती ओढवली होती. आता तर ती हाताबाहेर चालली होती. मूठभर माथेफिरुंनी विमानभर प्रवाश्यांना पळवून त्यांच्या जिवाशी खेळ चालवला होता. पण यातून काहीतरी मार्ग तर काढायलाच हवा होता. त्यांचे प्राण तर वाचवायलाच हवे होते. सुखरुप सुटका तर व्हायलाच हवी होती. अटलजींच्या समर्थकांनी त्यांचा हा पंचाहत्तरावा वाढदिवस साजरा करण्याची मोठ्या उत्साहाने तयारी केली होती. पण आदल्या दिवशी रात्री त्यांनी आपल्या समर्थकांना समजावून तो कार्यक्रम रद्द करायला लावला. अपहरण नाट्याला इतकं वेडंवाकडं वळण लागेल आणि रिपन कट्यालची हत्या होईल याची खरं तर पंतप्रधानांच्या हितचिंतकांना आधी कल्पना आली नाही. वाजपेयी सरकारला आयते अमृतसरवर येऊन उतरवलेले विमान तेथे थोपवून धरण्यात अपयश आले, आणि त्यानंतर काही तासातच रिपन कट्यालच्या मृत्यूची हकिकतही बाहेर आली. विमान कोणत्याही परिस्थितीत अल् मिनहादपासून बाहेर उडू देणार नाही असे वचन देऊनसुद्धा अखेर युनायटेड स्टेटस् दिल्लीला काहीही मदत करू शकले नव्हते. आणि आता हे हायजॅकर्स निघाले होते कंदाहारला ! अफगणिस्तानच्या नव्वद

टक्के भागावर सत्ता गाजवणाऱ्या तालिबान राजवटीचे मुख्यालय येथेच होते. या राजवटीशी भारत सरकारचे कोणत्याही प्रकारचे राजकीय संबंध नव्हते. या राजवटीचे संबंध गेली अनेक वर्षे पाकिस्तान बरोबर होते, त्याचप्रमाणे काश्मिरातील अतिरेक्यांबरोबरही ! या अशा राजवटीबरोबर भारताला आता संबंध जोडावे लागणार होते. वाजपेयींना अनेक प्रश्नांची उत्तरे हवी होती. त्याचप्रमाणे त्यांना स्वत:ला सुद्धा अनेक प्रश्नांना उत्तरे द्यावी लागणार होती.

सध्या विमान युनायटेड अरब अमिरातीच्या अल् मिनहाद या लष्करी तळावर होते. कॉकपिटमधील वैमानिक आणि त्याचे सहकारी प्रचंड थकले होते. ते आत्यंतिक मानसिक तणावाखाली होते. कॉकपिट बाहेरील केबिनमध्ये जे काही अत्याचार चालले होते, त्याचे ते साक्षीदार होते. ते पाहून ते हतबल होऊन गेले होते. आणि आता अपहरणकर्त्यांच्या लहरीनुसार आणखी एक उड्डाण करण्याची पाळी आली होती. त्यांच्या अंगात इंडियन एअरलाईन्सचा गणवेष होता- पांढरा शर्ट आणि गडद निळी पँट. पण तो आता मळून गेला होता. त्यांना वास येऊ लागला होता. त्यांचे केस विसकटले होते. थकल्यामुळे पापण्या जड झाल्या होत्या. मृत्यू आपल्या आजूबाजूला रेंगाळतोय ही जाणीव तर होतीच, पण विशेषकरून फ्लाईट इंजिनियर जग्गियाच्या शर्टावर मृत कट्यालच्या रक्ताचे डाग पडले होते, ते तर या भयाण वास्तवाची वारंवार जाणीव करून देत होते. विमानाने आत्तापर्यंत चार वेळा उड्डाणे केली होती व चार वेळा जमिनीवर लँडिंग केले होते. एका वैमानिकाने सलग सात तासांहून अधिक काळ विमान चालवू नये असा आंतरराष्ट्रीय नियम आहे. त्या नियमाचा भंग कॅप्टन शरणने कधीच केला होता. स्थानिक प्रमाणवेळेनुसार पहाटे पाच वाजता विमानाने अल् मिनहाद विमानतळावरून उड्डाण केले. विमानाच्या पोटात ३०,००० लीटर्सहूनही अधिक इंधन होते. कॉकपिटमध्ये अजूनही दोन सशस्त्र हायजॅकर्स होते. चीफच्या दुराग्रहापुढे मान तुकवून परत एकदा कॅप्टन शरणने काबूलशी संपर्क साधला आणि त्यांच्याकडे विमान उतरवण्याची परवानगी मागितली. त्यांनी विमान कंदाहारला उतरवावे असे सांगितले. तालिबान अधिकाऱ्यांनी असे सांगितले, की इस्लामाबादेतील भारतीय दूतावासाच्या अधिकाऱ्यांनी अफगणिस्तानातील भारतीय दूतावासाच्या अधिकाऱ्यांशी संपर्क साधला होता आणि त्या विमानाला कंदाहारमध्ये उतरु द्यावे अशी विनंती केली होती. स्थानिक प्रमाणवेळेनुसार ८ वाजून गेल्यानंतर विमान कंदाहारच्या धावपट्टीवर उतरले. धावपट्टीची पडझड झाली होती. वर्षानुवर्षे विविध सशस्त्र गटांमध्ये जी युद्धे चालली होती, त्यांच्यातील बाँबस्फोटांमुळे टारमॅक (धावपट्टी) वरील जमिनीला भोके पडली होती, या विमानतळावर

एकुलती एक धावपट्टी होती, तसेच एक जुनीपुराणी टर्मिनल बिल्डिंग. विमानतळ शहराबाहेरील पठारावर होता. धावपट्टीच्या आजूबाजूला उंच पर्वत होते. जणू ढगांना स्पर्श करणारे. टारमॅकवर तालिबानचे सैनिक फिरत होते. सलवार, कमीज आणि लांब रुळणाऱ्या दाढ्या असा त्यांचा अवतार होता. त्यांच्याजवळ कलाष्निकोव्ह रायफल्स होत्या. थोड्याच अंतरावर गोल स्तंभ होते, त्यांच्यावर तालिबानचे ध्वज फडकत होते. त्यांच्या पार्श्वभूमीवर काही मशिदींचे पांढरे घुमट दिसत होते. पण हे सर्व सृष्टिसौंदर्य पाहणे काही प्रवाश्यांच्या नशिबात नव्हते. परंतु या निर्दय राज्यकर्त्यांच्या भूमीवर पाय टाकताना वाटणाऱ्या भीतीचा अनुभवही त्यांना मिळणार नव्हता. खिडक्या बंद होत्या. प्रवासी डोकी गुडघ्यात घालून बसले होते.

हे सर्व प्रवासी जर असे प्रचंड मोठ्या एअरबसमध्ये बंदिवासात अडकलेले नसते तर अफगणिस्तानची राजधानी काबूलच्या नैर्ऋत्येकडे केवळ ३२० मैलांवर असणाऱ्या या दुसऱ्या क्रमांकाच्या भव्य शहराची भेट नक्की संस्मरणीय ठरली असती. त्या शहरातून फिरताना किंवा त्याचं नुसतं वर्णन ऐकताना एका अनोख्या दुनियेची सफर केल्यासारखा अनुभव आला असता. असं म्हणतात की हे शहर ग्रीक सम्राट अलेक्झांडर याच्या कारकिर्दीत वसलं. इ.स. १८४८ व १८७३ या काळात अफगाणिस्तानची राजधानी कंदाहार हीच होती. अफगाण युद्धात दोन वेळा ब्रिटिशांनी त्यावर कब्जा केला होता. इ.स. १९८० मध्ये दीर्घकाळ चालू असलेल्या अफगाणयुद्धात सुरुवातीला कंदाहार येथे सोव्हिएत युनियनचा मुख्य तळ होता. युद्धाने उध्वस्त झालेल्या अफगणिस्तानातील हे एक प्रमुख व्यापारी केंद्र आहे. कापड, धान्य आणि सुकामेवा यांची या प्रदेशातील सर्वात मोठी बाजारपेठ येथे आहे. कौरवांचा धूर्त आणि कपटी शकुनीमामा हा खरा कंदाहारचा राजा. त्यानंतर कित्येक शतकांनी मुघलसम्राट अकबराचा सर्वात पश्चिमेकडील तळ हाच होता.

२५ डिसेंबरच्या सकाळी कंदाहारच्या धावपट्टीवर भारतीय विमान उतरलं तेव्हा मात्र कंदाहार आणि भारत या दोघांमध्ये एकमेव दुवा होता. तो म्हणजे पाच उलट्या काळजाच्या अतिरेक्यांनी निर्माण केलेली दहशत. दूर अंतरावर टोयोटा पिकअप ट्रक्सचा एक जथा अवतीर्ण झाला. हळूहळू तो एअरबसच्या जवळ येऊन थांबला. सहवैमानिक राजेंद्रकुमार गौड हा रेडिओ ट्रान्समीटरवरून एअर ट्रॅफिक कंट्रोलशी संपर्क साधून होता. कोणत्याही विमानाला धावपट्टीवरून उड्डाण करण्यापूर्वी थोडेफार अंतर टॅक्सीप्रमाणे धावत जावे लागतेच. विमानापासून पाचशे मीटर अंतरावर धावपट्टीवर एक पांढरी पाजेरो गाडी उभी होती. त्या गाडीच्या पाठोपाठ वैमानिकाने विमान पळवत न्यावे अशी सूचना कंट्रोल

टॉवरकडून मिळाली. विमान पुढे जाऊन थांबले तशी ती पाजेरो गाडी जवळ आली. चीफने वैमानिक व त्याच्या सहकाऱ्यांना काही काळ कॉकपिटमधून बाहेर पडून केबिनमध्ये थांबण्यास सांगितले. नंतरची पंधरा मिनिटे कॉकपिटमधील खिडकीतून तो एका तालिबान अधिकाऱ्याशी संभाषण करत होता. हा अधिकारी त्या पांढऱ्या गाडीतून आला होता.

पुढे चीफच्या प्रमुख साथीदाराची मुंबईत उलटतपासणी घेण्यात आल्यावर काही गोष्टी उजेडात आल्या. त्या जर खऱ्या असतील तर , चीफ खिडकीतून ज्या लोकांशी संभाषण करत होता, ते त्याला मुळीच परके नव्हते. अनेक दिवसांपूर्वी आपल्या मुंबईतील या साथीदाराला, म्हणजेच लतीफला, अत्तारने (चीफने) असे सांगितले होते की थोड्याच दिवसांपूर्वी त्याने तालिबानच्या काबूलमधील नेत्यांशी संपर्क साधला होता. त्या नेत्यांमध्ये एक वझीर उर्फ सरकारी मंत्री सुद्धा होता. त्याने ही सर्व अपहरणाची योजना या नेत्यांना सांगून त्यांची संमतीसुद्धा मिळवली होती. लतीफने नंतर उलटतपासणीत असेही सांगितले, की हरकत-उल-मुजाहिदीनचा पाकिस्तानातील कार्यकर्ता अब्दुल जब्बर याने चोवीस डिसेंबरच्या आधी अपहरणकर्ते आणि तालिबान यांच्यात मध्यस्थ म्हणून कामही केले होते. लाहोरला इंधन भरल्यानंतर खरं तर अपहरणकर्त्यांच्या मनात थेट काबूललाच जायचं होतं, पण फ्लाईटला जो तीन तासांचा विलंब झालेला होता, त्यामुळे त्यांचा सगळा बेत फसला. अमृतसरला रात्री थांबावे लागले तेही अनपेक्षितपणे. त्यामुळे त्याच रात्री अफगणिस्तानला जाऊन पोचण्याच्या बेतालासुद्धा शह मिळाला. रात्रीच्या वेळी काबूल विमानतळावर उतरणं कितीही अवघड आणि धोकादायक असलं तरी सुद्धा विमानाने लाहोरहून उड्डाण केल्यानंतर काबूलने आढेवेढे घेत का होईना पण विमान उतरवून घेण्याची तयारी दर्शवली होती. शनिवारचा जो काही दिवस हातात होता, त्या दिवसात अपहरणकर्त्यांनी काबूलला जाण्याची अनेकवार धडपड केली- कारण तेथे आपले मित्र आपली वाट पाहत असतील याची त्यांना खात्री होती.

हे अपहृत विमान येथे रमझानच्या पवित्र महिन्यात येऊन उतरणं ही आपल्या दृष्टीने केवढी मोठी सुवर्णसंधी आहे, हे तालिबानच्या नेत्यांनी तात्काळ ओळखलं. हीच संधी वापरुन, त्यांना आता बाहेरच्या जगाशी नव्याने काहीतरी संवाद प्रस्थापित करता येणार होता. नाहीतर इतके वर्ष बाहेरच्या जगाने त्यांना वाळीतच टाकले होते. पण आता मात्र या विमानाच्या रुपाने जनसंपर्काची आयती संधी चालून आली होती.

हायजॅकर्सनी तीनही क्र्यू मेंबर्सना (विमानात काम करणारे कर्मचारी) बाहेर केबिनबाहेर येऊन प्रवाश्यांबरोबर बसण्यास सांगितले. त्यांच्यापाशी अत्यंत

अद्ययावत संपर्क यंत्रणा होती. तिच्यामार्फत ते सूचनांची देवाणघेवाण करत होते. हरकत-उल-मुजाहिदीन आणि लष्कर-ए-तोयबा या संघटनांकडे जगातील सर्वात अत्याधुनिक आणि सुसज्ज अशी संपर्क यंत्रणा आहे. इतकी सुसज्ज यंत्रणा तर कित्येक देशाच्या लष्कराकडे सुद्धा नसेल. या अतिरेकी गनिमांच्या ताब्यात असणारी सर्वात महत्त्वाची वस्तू म्हणजे आयकॉन, यासू किंवा मोटोरोला सारख्या कंपनीने तयार केलेला लहानसा रेडिओसेट. त्याला छोटा घडीचा अँटेना असतो. हा अठरा इंचापासून ते पाच फुटांपर्यंत कितीही लांब वाढवता येतो. हे रेडिओसेट इतके शक्तिशाली असतात, की जम्मू काश्मीरच्या लाईन ऑफ कंट्रोलजवळील खंदकात लपून बसलेले अतिरेकी त्याद्वारे आपल्या इस्लामाबादेतील साथीदारांशी आरामात संपर्क साधू शकतात. भोलाच्या जवळही असाच शक्तिशाली रेडिओसेट होता. त्याचा आकार एखाद्या छोट्या सेल्युलर फोन एवढाच होता. त्याचा घडीचा अँटेना सुमारे दोन फूट लांब उघडता येत होता. याशिवाय त्याच्याकडे एक काळ्या रंगाचा इरिडियम सेल्युलर फोन होता. पुढे काही प्रवाश्यांना विमानात येरझाऱ्या घालण्याची परवानगी जेव्हा मिळाली, तेव्हा त्यांनी अपहरणकर्त्यांना या सेल्युलर फोनचे नंबर फिरवताना (पंच करताना) पाहिले.

'आता मला एकांत हवा आहे. तुमची जेव्हा कधी गरज पडेल तेव्हा तुम्हाला बोलावून घेईल.' असे चीफने वैमानिक व त्याच्या सहकाऱ्यांना सांगितले. मग आपला रेडिओसेट उघडून त्याने कंदाहारला ग्राऊंड कंट्रोलच्या लोकांशी पहिल्यांदा थेट संभाषण सुरू केले. नंतरचे काही दिवस तो कॅप्टन शरणला बोलावून घेई व त्याच्याकडून रेडिओचा व्हॉल्यूम, फ्रीक्वेन्सी इत्यादि अॅडजस्ट करून घेई. पण चीफने त्याच्या उपस्थितीत कधीही संभाषण केले नाही. जग्गियाला सुद्धा सारखे आत बोलावून घेण्यात येई. एअरकंडिशनिंग, इलेक्ट्रॉनिक फ्यूजेस, विद्युतपुरवठा, पाणीपुरवठा व ऑक्झिलरी पॉवर युनिट अशासारख्या यंत्रणांमध्ये जर काही तांत्रिक बिघाड झाले तर ते जग्गियाला दूर करावे लागत.

कमांडो कारवाईचा धोका अमृतसर आणि अल-मिनहाद येथे होता. परंतु तो धोका आता टळला होता. त्यामुळे चीफ शांत होता. कॉकपिटच्या बंद दरवाज्याआड एकांतात बसून त्याला तालिबानशी संपर्क साधता येतच होता. कॉकपिटच्या जमिनीत एक छोटसं दार होतं. कधीही कोणत्याही गोष्टीची गरज पडली की चीफ ते दार उघडत असे. सुरवातीला खाद्यपदार्थ आणि पिण्याच्या पाण्याचा पुरवठा झाला. तालिबान सैनिकांची छोटीशी तुकडी एका टोयोटा ट्रकमधून विमानापाशी येऊन थेट कॉकपिटच्या खाली थांबली. त्यांनी मोठमोठ्या प्लॅस्टिकच्या थैल्यांमधून या काही गोष्टी आणल्या होत्या. मग साथीदारांच्या

मदतीने चीफने कॉकपिटचे दार उघडले व त्या सर्व वस्तू विमानात चढवून घेतल्या. त्यात आत्ता झाडावरून तोडून आणल्याइतकी ताजी सफरचंदे होती, संत्री होती, बिस्किटाचे पुडे होते. त्या खाद्यपदार्थांचे वाटप प्रवाश्यांमध्ये होण्यापूर्वी चीफ कॉकपिटच्या बाहेर आला. पुढच्या रांगेत बसलेल्या प्रवाश्यांकडे पाहून म्हणाला,'मै आपको उदास नही देखना चाहता हूँ। मुझे आपके चेहरेपर मुस्कराहट चाहिये।' (मला तुमचे उदास चेहरे पाहायची इच्छा नाहीये. मला तुमच्या चेहऱ्यावर हसू पहायचंय.) दिवसातून कधीतरी एकदा बाहेर येऊन तो त्यांच्याशी असं एखादं वाक्य बोलून जायचा. प्रवाश्यांना खाद्यपदार्थ वाटण्यात आले. ते खाण्याची आज्ञा झाल्यावर मुकाट्याने त्यांनी आपल्या डोळ्यांवरील पट्ट्या काढल्या. त्याबरोबर अंगावर सरसरुन काटा आणणारी एक भयानक जाणीव त्यांना झाली. त्यांना खायला दिलेल्या बिस्किटांच्या पुड्यांवर उर्दू भाषेत काहीतरी मजकूर लिहिलेला होता. म्हणजे ते एका इस्लामधर्मीय देशात येऊन पोचले होते. पाच अतिरेक्यांनी बंदुकीचा धाक दाखवून त्या प्रवाश्यांना इतकं हतबुद्ध, इतकं अगतिक करून सोडलं होतं, की आत्तापर्यंत त्यांच्यापैकी कित्येकांना माहीतच नव्हतं, की आपण भारताच्या बाहेर एका अनोळखी देशात आलो आहोत. दारे आणि खिडक्या बंद असलेल्या त्या विमानात, बंदिवासात, डोळ्यावर पट्टी बांधून, सतत गुडघ्यात डोकं घालून बसलेल्या त्या प्रवाश्यांना अमृतसर काय, लाहोर काय आणि दुबई काय, सारे सारखेच ! त्यांच्या दृष्टीने एका प्रचंड मोठ्या रोलरकोस्टर (जत्रेमधील राक्षसी घसरगुंडी) वरून काळोख्या आकाशात उड्डाण, कधी अनोळखी प्रदेशात उतरणं तर कधी परत आकाशात झेपावणं. विमानात क्वचित कधीतरी अचानक गदागदा हलणं, कोलमडून पडणं. एरवी नि:स्तब्ध पुतळ्याप्रमाणे, डोक्यावर घुटमळणाऱ्या मृत्यूपासून अंग चोरुन खुर्चीत बसून राहणं.

त्या प्रवाश्यांमध्ये एक निष्पाप स्त्री होती. मृत्यूने आपल्या आयुष्यात किती मोठा घाला घातला आहे याची यत्किंचितही कल्पना तिला नव्हती. तिचं नाव रचना कट्याल. रिपन कट्यालची (आता विधवा झालेली) पत्नी. आता ती खुर्चीत शांतपणे बसलेली होती. तिला कधीतरी डुलकी लागायची. त्यातून ती दचकून उठायची. काळजीने आजूबाजूला पाहायची. मग मधूनच तिला जोराचा हुंदका येई, डोळ्यातून घळघळ अश्रू वाहू लागत. मग शेजारी बसलेली प्रवासी स्त्री इप्सिता बिस्वल मेनन तिची समजूत काढायची. रिपनला त्यांनी सोडलं असेल, असं तिला सांगायची. गेल्या अकरा तासात रचनाची आपल्या पतीशी गाठ झाली नव्हती. त्याला जेव्हा पुढच्या केबिनमध्ये ढकलत नेत होते तेव्हा तिने ओझरतं पाहिलं होतं. अल् मिनहादला अपहरणकर्त्यांची आज्ञा पाळून

डोक्यावरून ओढणी घेऊन गुडघ्यात डोकं घालून ती बसली होती. आजूबाजूने जाणाऱ्या पावलांचे आवाज, रांगांमधून जाणाऱ्या लोकांच्या हालचालींचे आवाज ती मूकपणे ऐकत होती. नंतर संधी मिळताच तिने डॉ. अनिता जोशींकडे रिपनची चौकशी केली. (रिपन अखेरच्या घटका मोजत असताना त्यांनीच त्याची शुश्रूषा केली होती.) पण अनिता जोशी तरी तिला काय सांगणार? त्यांनी काही माहीत नाही असंच सांगितलं. पण आता ती प्रतीक्षा तिला असह्य झाली. रांगेतून फिरणाऱ्या डॉक्टरला थांबवून ती म्हणाली : 'पता नही मेरे हजबंड कहाँ है?' (माझे पती कोठे आहेत कोण जाणे!) याच उलट्या काळजाच्या नराधमाने तिच्या पतीची निर्घृण हत्त्या केली होती. तो क्षणभर विचार करून म्हणाला- 'वो दुबईमें उतर गए। वो घर पहुँच जाएँगे।' (ते दुबईला उतरून गेले. ते घरी पोचतील)

पण रिपन घरी पोचला नव्हता. त्याच्या आईवडीलांपर्यंत अजून त्याच्या मृत्यूची बातमी पोचली नव्हती. इतर प्रवाश्यांच्या नातलगांप्रमाणे तेही दिल्ली विमानतळावर काळजी करत, वाट पाहत थांबले होते. समोरच्या लाऊंजमध्ये टी.व्ही. मोठ्या आवाजात लावून ठेवलेला होता. त्यावर बातम्या चालू असताना अचानक एका प्रवाश्याचा मृत्यू झाल्याचे निवेदन करण्यात आले. लाऊंजमध्ये थांबलेल्या प्रवाश्यांना जणू काही अचानक विजेचा धक्का बसावा अशी दारुण स्थिती त्यांची झाली. रामचमेली या स्त्रीचा मुलगा आणि सून विमानात होते. त्या जोराजोरात ओरडू लागल्या : 'जर माझ्या मुलांना सोडलं नाही, तर मी इथे विमानतळासमोर जीव देईन.' थोड्या वेळाने पुढील बातमीपत्र लागले. त्यात मृत प्रवाश्याचे नाव रिपन कट्याल असल्याचे जाहीर करण्यात आले. लाऊंजमध्ये खुर्चीत बसून असलेल्या रिपनच्या आईवडिलांच्या ही गोष्ट कानी पडताच ते शोकाकुल अवस्थेत जागच्या जागी कोसळले. दुःखाने विव्हळत, संताप आणि अविश्वासाने डोळे फाडफाडून ते समोर बघत राहिले. त्यांचे डोळे अश्रूंनी भरून आले. रिपनच्या तरुण चुलतभावाचा खांदा त्यांनी आधारासाठी गच्च पकडला. रिपनचे वडील चंद्रमोहन कट्याल यांना दुःखावेग असह्य होऊन तिथल्या तिथे हृदयविकाराचा सौम्य झटका आला आणि त्यांना तातडीने हॉस्पिटलमध्ये नेण्यात आले. तेथेही ते आपल्या मृत पुत्राच्या दर्शनाची इच्छा करत अश्रू ढाळत राहिले.

शहराच्या दुसऱ्या भागात आपल्या भव्य निवासस्थानात पंतप्रधान अटलबिहारी वाजपेयी यांनी आपल्या पक्षाच्या वरिष्ठ नेत्यांशी विचारविनिमय सुरू केला होता. पाकिस्तानशी झालेल्या कारगिलच्या युद्धानंतर इतकी मोठी आणीबाणी त्यांच्यासमोर उभी ठाकली होती. त्यातून वाट कशी काढायची अशी चर्चा सुरू

होती. विचारांमधील तफावतीमुळे त्यांच्यात दोन भिन्न मतप्रवाह दिसून येत होते. काही मंत्र्यांचं मत होतं, कोणत्याही परिस्थितीत हायजॅकर्सशी तडजोड करता कामा नये. पण जर तडजोड केली नाही तर त्याचे काय महाभयंकर परिणाम उद्भवतील याविषयी सावधगिरीचा इशारा बाकीचे देत होते. त्यामुळे या दोन्ही पक्षांत फूट पडली होती.

क्रायसिस मॅनेजमेंट सेंटरमधील वरिष्ठ अधिकाऱ्यांबरोबर परराष्ट्रमंत्री जसवंतसिंग यांची बैठक चालू होती. त्यांनी दोन महत्त्वाच्या मंत्र्यांना वगळलं होतं. एक म्हणजे गृहमंत्री श्री. लालकृष्ण अडवाणी. खरं म्हणजे कॅबिनेटमध्ये वाजपेयींनंतर सर्वात महत्त्वाचे स्थान यांचेच. (अतिरेक्यांविरुद्ध कडक कारवाई करावी असे त्यांचे मत होते.) दुसरे म्हणजे संरक्षणमंत्री श्री. जॉर्ज फर्नांडिस. सरकारने अमृतसरमधील परिस्थितीची हाताळणी करत असताना जो बेजबाबदारपणा दाखवला होता, त्यामुळे आर्मीमधील कित्येक वरिष्ठ अधिकाऱ्यांनी सरकारची निर्भत्सना केली. लष्करी कमांडोज्नी अमृतसरमध्ये त्या हायजॅकर्सना चांगलं काबूत आणलं असतं असं त्यांचं स्पष्ट मत होतं. पण आपल्याला या सर्व निर्णयप्रक्रियेतून वगळण्यात येत आहे याचं श्री जॉर्ज फर्नांडिस यांना तर अतीव दु:ख झालं. म्हणूनच ते तीन दिवसांसाठी ईशान्य भागी निघून गेले व हेतुपुरःस्सर या क्रायसिस मॅनेजमेंट ग्रुप पासून चार हात लांबच राहिले.

त्या साऊथ ब्लॉकमधील इमारतीपासून १४०० मैलांच्या अंतरावर, मुंबईत अब्दुल लतीफचाही आजचा दिवस अत्यंत धावपळीत जाण्याचा योग होता. गुळगुळीत दाढी करून, टी-शर्ट आणि जीन्स असा पेहराव करून तो जोगेश्वरी परिसरातील बेहरामबाग येथे असलेल्या आपल्या फ्लॅटमधून बाहेर पडला. ही वस्ती म्हणजे हजारो छोटी घरे, दुकाने आणि झोपडपट्टी- त्यातच कर्कश्य आवाज करणाऱ्या वाहनांचा गोंगाट. जवळच एक बूथ होता. त्या बूथचे मालक शीख तरुण भाऊ होते. त्यांना तो चांगलंच ओळखत होता. त्यांची नावे होती रफीक, जावेद आणि मुजफ्फर. लतीफच्या बहुतेक फोन बिलांवर कराचीचे नंबर असत. आजसुद्धा तो पुन्हा त्याच एका नंबरावर फोन करत होता. लतीफ जरी उर्दू बोलत असला तरी त्याच्या फोनवरील संभाषणात हायजॅक आणि होस्टेज असे शब्द वारंवार येत होते. पलिकडच्या बाजूने बोलणारा माणूस होता कराचीतील अब्दुल राऊफ, मौलाना मसूद अझर आणि इब्राहिम अत्तारचा धाकटा भाऊ.

लतीफ फोनवर बोलत असताना त्याच्या शेजारी उभा असलेला माणूस त्याचं बोलणं लक्षपूर्वक ऐकत होता. काही मिनिटांनंतर लतीफने फोन ठेवला आणि गजबजलेल्या गल्लीबोळांमधून वाट काढत तो जवळच्या मशिदीकडे प्रार्थनेसाठी गेला. दुसरा माणूस वेगाने तेथून निघून गेला. जवळच्या टेलिफोन

बूथमधून त्याने स्थानिक फोन केला.

'क्राईम ब्रँच, मुंबई पोलीस,' पलिकडून आवाज आला.

साधारण त्याच सुमाराला नवी दिल्ली येथे आणखी एक माणूस फोन फिरवत होता. इंदिरा गांधी आंतरराष्ट्रीय विमानतळाच्या एअर ट्रॅफिक कंट्रोल टॉवरचा फोन वाजला. 'मै इस्लामिक साल्व्हेशन फ्रंटसे बोल रहा हूँ।' (मी इस्लामिक साल्व्हेशन फ्रंटकडून बोलतोय) तो अनामिक फोनकर्ता म्हणाला. त्याला अपहरणाच्या संदर्भात काहीतरी माहिती सांगायची होती. तो तावातावाने बोलत होता. कंट्रोल टॉवरचे अधिकारी बुचकळ्यात पडून त्याचं बोलणं ऐकू लागले. स्टेट मिनिस्टर ऑफ सिव्हिल एव्हिएशन श्री. चमनलाल गुप्ता यांनी रिसिव्हर उचलला. त्यावर फोनकर्त्यांने अपहरणकर्त्यांच्या मागण्या सांगितल्या. 'जर विमानातील प्रवाश्यांची सुटका व्हावी असे वाटत असेल, तर सरकारला तीन मुजाहिद (धर्मयोद्धे)ची भारतीय तुरुंगातून सुटका करावी लागेल.' असे म्हणून तो त्या तिघांची नावे पुटपुटला. पहिली दोन नावे अगदी स्पष्ट ऐकू आली. ती होती- मौलाना मसूद अझर आणि मुश्ताक अहमद झरगार. तिसरं नाव मात्र नीट स्पष्ट ऐकू आलं नाही. अहमद ओमार सईद शीख असं काहीतरी अर्धवट ऐकू आलं. त्या माणसाने लगेच फोन बंद केला. त्यानंतर तासाभरातच चमनलाल गुप्ता यांनी पत्रकारांना त्या फोनविषयी सांगून टाकलं. त्यांच्या अशा घाईमुळे पंतप्रधान वाजपेयी आणि परराष्ट्रमंत्री जसवंतसिंग त्यांच्यावर चांगलेच नाराज झाले. अशा स्वरुपाचे चित्रविचित्र फोन्स एअर ट्रॅफिक कंट्रोलकडे सारखेच येत होते. नागरिक फोन करून आपल्या मनातील क्रोध, संताप, नाराजी, नैराश्य व्यक्त करत होते. तक्रारी नोंदवत होते. सूचना देत होते. अपहरणकर्त्यांबद्दल काय पाहिजे ते बोलत होते. हायजॅकर्सना गुपचूप अन्नातून विष द्यावं असं म्हणत होते. भारतीय कमांडोज्ना कारवाई करू द्या असं सुचवत होते. भारतीय सैन्याने सरळ कंदाहारवर हल्ला चढवावा असाही उपाय काही लोकांनी सुचवला. त्यामुळे हा फोन सुद्धा असाच बोगस असल्याचं अधिकाऱ्यांनी ताबडतोब घोषित करून टाकलं. मग त्या फोनकॉलवरून ज्या काही तथाकथित अतिरेक्यांच्या मागण्या मांडण्यात आल्या होत्या त्यांचा उल्लेखही न करता वाजपेयीजींनी अपहरणकर्त्यांविरुद्ध ठाम धोरण स्वीकारलं. बाहेर वृत्तपत्रप्रतिनिधींना त्यांच्या सचिवाने जे छापील निवेदन दिलं होतं, त्यात वाजपेयींनी म्हटलं होतं- 'अशा दहशतीच्या प्रदर्शनापुढे माझे सरकार वाकणार नाही. अपहरण हे वैफल्यग्रस्त लोकांचं दहशतवादी कृत्य असून त्या लोकांना मानवी जीवनाविषयी, मानवाच्या

मूलभूत हक्कांविषयी काहीही आदर नसल्याचेच दिसून येते. देशापुढे दहशतवादाचे किती भयानक मोठे संकट आज आऽ वासून उभे आहे हेच यातून समजून येते.'

या फोनकर्त्यांचा आणि विमान अपहरण करणाऱ्या अतिरेक्यांचा खरोखरच काही संबंध आहे का, हे शोधून काढण्यासाठी गुप्तचर अधिकाऱ्यांनी आपला मेंदू, आपली बुद्धी अक्षरश: पणाला लावली. मसूद अझर हे नाव मात्र वारंवार पुढे येत होतं. त्याला अटक झाल्यापासून इतकी वर्षे तो गजाआड बंदिस्त होता. पण तरीही काश्मीरचे लोक त्याला अजूनही विसरले नव्हते. दुसरा होता अतिरेकी नेता झरगार. श्रीनगरच्या सर्व दहशतवादाचा बोलाविता धनी हाच होता. त्याला अटक करण्यापूर्वी त्याने कित्येक राजकारण्यांची, पोलिसांची व जवानांची हत्त्या केली होती. प्रश्न असा होता की ही इस्लामिक साल्व्हेशन फ्रंट अशी संघटना खरोखर अस्तित्वात होती का? असली तर नक्की कशा प्रकारची होती?

भारतासारखेच युनायटेड स्टेटस् आणि इतर काही देशांपुढे सुद्धा इस्लामी मूलतत्ववादी संघटनांचे संकट आऽ वासून उभे आहे. त्यामुळे या सर्वच देशातील गुप्तचरांच्या अहवालानुसार पाकिस्तानची इंटर सर्व्हिसेस इंटेलिजन्स ही कंपनी अनेक इस्लामी अतिरेकी संघटनांना शस्त्रास्त्रे आणि पैसा पुरवत असते. उदाहरणार्थ मौलाना मसूद अझर यांची हरकत-उल-मुजाहिदीन ही संघटना. (हीच पूर्वी हरकत-उल-अन्सार या नावे ओळखली जात होती. परंतु पुढे युनायटेड स्टेट्सने या संघटनेचे नाव आंतराष्ट्रीय दहशतवादी संघटनांच्या यादीत समाविष्ट केले, त्यामुळे या संघटनेने आपले नाव बदलले.) लष्कर-ए-तोयबा, अल बद्र आणि ओसामा बिन लादेन याची अल् क्वेडा ही संघटना. या सर्वच संघटना बिन लादेनच्या इंटरनॅशनल इस्लामिक फ्रंटच्या सदस्य आहेत. यालाच इंटरनॅशनल इस्लामिक साल्व्हेशन फ्रंट असेही म्हणतात. त्यांचा उद्देश युनायटेड स्टेट्स आणि इस्त्रायल विरुद्ध धर्मयुद्ध पुकारणे हा आहे. मात्र हा अनामिक फोनकर्ता खरोखर बिन लादेच्या फ्रंटशी संबंधित होता की नाही हे सांगणे फारच कठीण होते. परंतु यथावकाश अझर, झरगार आणि शेख यांच्या नावांचा घोष या अपहरणाच्या संदर्भात वारंवार होणार होता. योगायोग म्हणावा की नवल म्हणावे, पण याच दिवशी बिन लादेनने एक निवेदन प्रसिद्ध केले. त्यात म्हटले होते :'भारत, युनायटेड स्टेट्स आणि रशिया हे इस्लामचे शत्रू असून काश्मीरमधील जिहाद-धर्मयुद्ध- चालूच राहील.'

जसा दिवस संपत येऊ लागला तसा भारतीय अधिकाऱ्यांचा तर्क सुरू झाला. पाकिस्तानचे तालिबान राजवटीशी जे खास संबंध होते ते लक्षात घेता अपहृत विमानाची हाताळणी कशी काय करतील यासंबंधीचे अंदाज वर्तवणे

सुरू झाले. अफगाणिस्तानच्या राजकीय गुंतागुंती समजून घेण्याचेही प्रयत्न सुरू झाले.

सप्टेंबर १९६६ पासून अफगाणिस्तानात सत्तेची दोन केंद्रे आहेत. व्यवस्थापनाच्या दृष्टीने काबूल हीच राजधानी आहे. कौन्सिल मिनिस्टर व त्यांचा नेता मुल्ला मुहंमद राब्बानी हा तेथे राहतो. कंदाहार ही मात्र अफगाणिस्तानची अध्यात्मिक राजधानी असून तेथे मुल्ला मोहंमद ओमार, तालिबानचा सार्वभौम अमीर असतो. हा ओसामा बिन लादेनच्या तीन सासऱ्यांपैकी एक. हा आपल्या तीस सदस्यांचा शूरा उर्फ कन्सल्टेटिव्ह कौन्सिलचा (सल्लागार समिती) प्रमुख आहे. या अमीरचा एक डोळा सोव्हिएत तुकड्यांशी लढत असताना निकामी झाला आहे. हायजॅकिंगच्या प्रकरणात याची भूमिका अत्यंत महत्त्वाची असणार हे अगदी उघडच होतं. या अमीरचा जन्म मेवांद जिल्ह्यातील सिंगसर या कंदाहारच्या जवळच्या एका खेड्यातील. अफगाणिस्तानातील पाख्तून लोकांचे मेवांद हे एक ऐतिहासिकदृष्ट्या महत्त्वाचे व धार्मिकदृष्ट्या पवित्र स्थळ होते. इतिहासकार म्हणतात पाख्तून लोकांनी चढाई करून येणाऱ्या ब्रिटिश तुकड्यांना नामोहरम केले. अमीर हा मूळचा मेवांद जिल्ह्यातील असल्यामुळे साध्याभोळ्या, धार्मिक आणि स्वाभिमानी पाख्तून लोकांनी ताबडतोब त्याला आपला नेता मानले व ते त्याचे कट्टर अनुयायी बनले. त्याच्या आज्ञांचे अंधपणे पालन करू लागले. परंतु केवळ कंदाहार व त्याच्या भोवतीचा प्रदेश सोडला तर बाहेरच्या जगाशी या अमीरचा काडीमात्र संबंध नाही.

अमीर आणि त्याचा तो शूरा हा तालिबानच्या राजवटीचाच एक भाग असून त्याला जगातील केवळ तीनच देशांची मान्यता आहे. त्यामुळेच हे तालिबान सरकार अपहरणनाट्याचा फार व्यापक दृष्टीने विचार करून त्या निमित्ताने आता आपल्या भारत सरकारशी संबंध प्रस्थापित करण्याचा विचार करणार की आपल्या पाकिस्तानला धार्जिण्या आणि दूरदृष्टीचा पूर्णतया अभाव असलेल्या धोरणाचा अवलंब करते हा ही एक प्रश्नच होता.

काबूलमधील सरकारात ज्या कुणाची नियुक्ती होईल किंवा जे काही धोरणात्मक निर्णय घेतले जातील ते सगळे अमीरच घेतो व त्यासाठी तो आपल्या 'शूरा' समवेत सल्लामसलत करतो.

अफगाणिस्तानात नव्वद टक्क्यांहून जास्त प्रदेश तालिबानच्या अधिपत्त्याखाली आला असून त्यांनी ताडजिकच्या वर्चस्वाखाली चालणाऱ्या बुरहानुद्दिन राबानी सरकारला हुसकून लावले. तेव्हापासून तालिबान सरकारला फार मोठ्या प्रमाणात पाकिस्तानच्या वायव्येकडील सीमेजवळील प्रांत, तसेच बलुचिस्तान येथील भागातून नियुक्त केलेल्या पाख्तून अधिकाऱ्यांवरच अवलंबून राहावे लागते.

त्यामुळे अनेक पाकिस्तानी पाख्तून सिव्हिल सर्व्हंट्सचा अफगाणिस्तानातील अनेक सरकारी संस्थांमध्ये समावेश आहे. गुप्तचरखाते, विमानतळसुरक्षा आणि कंदाहार एअरपोर्ट कंट्रोल टॉवर या सर्वच ठिकाणी त्यांचा शिरकाव झालेला असतो.

हरकत-उल-मुजाहिदीन या संघटनेला पाकिस्तान सरकारचे जबरदस्त पाठबळ आहे. याच संघटनेचा अपहरणात हात होता की नाही, हे लवकरच कळणार होते. अपहरणाच्या संदर्भात इब्राहिम अत्तारने 'शूरा'च्या एका सदस्याची मदत घेतली होती. अपहरणात आडून आडून साथ देण्याव्यतिरिक्त तालिबान सरकारपुढेही दुसरा काही पर्याय नव्हता. मुल्ला ओमारची राजवट पैसा, धान्य, रेशन, शस्त्रास्त्रे, दारुगोळा आणि मनुष्यबळ या सर्वच बाबतीत पाकिस्तानवर इतकी मोठ्या प्रमाणावर अवलंबून होती, की इस्लामाबादच्या समोर ब्र सुद्धा काढण्याची त्यांची छाती नव्हती.

चीफ फार घाईत होता आणि तो वैतागलेला सुद्धा होता. विमानावर कब्जा करून २४ तासांहून अधिक काळ लोटलेला होता आणि तो अजूनही काबूलला काही पोचला नव्हता. काबूल हे ठिकाण त्याने मनात ठरवलं होतं. कोणत्या तरी खास कारणाने काबूललाच जाण्याचा तो आग्रह धरून बसला होता. कंदाहार हा त्याच्या दृष्टीने दुसरा पर्याय होता. चीफने कॉकपिटचे दार उघडून जग्गियाला बोलावले. विमानात आणखी इंधन भरून काबूलला जाण्याची इच्छा त्याने व्यक्त केली.

'उसमें मेजर रिपेअर चाहिये,' (त्याच्यात बरीच मोठी दुरुस्ती करावी लागेल) जग्गियाने त्याला सांगितले. आदल्याच रात्री रीफ्युएलिंग इममोबिलायझरच्या बटणाशी फ्लाईट इंजिनियर जग्गियाने जी हातचलाखी केली होती, ती यशस्वी झाली असावी. त्याने बटणाची फिरवाफिरव केलेली कोणाच्या लक्षात आली नव्हती. अखेर आपला राहिलेला बेत काबूलऐवजी कंदाहारलाच पार पाडावा लागणार हे चीफला कळून चुकलं. पण तरीही त्याने जग्गियाला आपल्या जागी परत पाठवलं आणि रेडिओ सेट चालू केला. जग्गियाच्या सूचनेकडे दुर्लक्ष करून परत एकदा ग्राऊंड कंट्रोलकडे चीफने इंधनाची मागणी नोंदवली. परंतु विमानात इंधन भरता येत नव्हते.

त्यानंतर लगेच चीफने डॉक्टरला बोलावून घेतले. विमानाचा कब्जा घेतल्यापासून आत्ता प्रथमच ते दोघे विमानाबाहेर पाऊल टाकणार होते. चेहऱ्यावरचे मास्क ठाकठीक करून त्यांनी कॉकपिटच्या जमिनीतील छोटा दरवाजा उघडला व शिडी खाली सोडून ते खाली उतरले. ती वादळी दुपार होती. जोराचे वारे वाहत होते. तालिबान सैनिक मुकाट्याने त्यांच्याकडे पाहत होते. त्या सैनिकांच्या

सैलसर कपड्यात वारं शिरलं होतं. त्यांच्या लांब दाढ्या वाऱ्यावर हेलकावे खात होत्या. चीफ आणि डॉक्टर दोघेही चालत निघाले.

थोड्या अंतरावर एक माणूस त्यांचीच वाट पाहात थांबला होता. त्याने सैलसर अंगरखा घातला होता. त्याचे डोळे लुकलुकणारे होते. त्याला लांब दाढी होती. त्याने चौकोनी फ्रेमचा चष्मा घातला होता. हा मुल्ला वकील अहमद मुत्तवकील होता. हा तालिबानचा परराष्ट्रमंत्री. संपूर्ण अपहरणनाट्यात साऱ्या जगापुढे अत्यंत सौम्य, प्रेमळ मुखवटा धारण करून वावरणार होता. मुत्तवकील हा तसा त्याच्या कामात नवखाच. २७ ऑक्टोबर १९९९ च्या आधी तो केवळ अमीरचा प्रवक्ता म्हणून काम करत असे. या अपहृत विमानाने त्याला शूरा गटासमोर स्वतःचे महत्त्व सिद्ध करून दाखवण्याची आयती संधीच मिळवून दिली. मुत्तवकील हा एव्हाना मिनिस्टर्स कौन्सिलचा एक महत्त्वपूर्ण घटक बनला होता. त्याचा मुल्ला राबानीच्या खास आतल्या वर्तुळात शिरकाव झाला होता. सत्ताधीश (प्रिमीयर) मुल्ला महंमद हसन अखुंद, त्याचा डेप्युटी व खास विश्वासू सल्लागार तसेच इंटिरियर मिनिस्टर मुल्ला अब्दुर रझाक, तसेच मिनिस्टर फॉर इन्फर्मेशन अँड कल्चर मुल्ला कुदरतउल्ला अखुंद या सर्वांची खास मर्जी त्याने संपादन केली होती.

मुत्तवकील याच्या म्हणण्याप्रमाणे इब्राहिम अत्तार उर्फ चीफने स्वतःची ओळख 'इब्राहिम : मौलाना मसूद अझरचा भाऊ', अशी करून दिली. डॉक्टरने मात्र स्वतःची ओळख सांगितली नाही. अझर हा स्वतः तालिबानच्या वर्तुळात चांगला प्रसिद्ध होता. चीफ हा त्याचा भाऊ असल्याचे तालिबानने अपहरणप्रकरणात आत्ता पहिल्यांदा आणि शेवटचे जाहीरपणे सांगितले. परंतु तुरुंगात गजाआड असलेल्या मौलाना मसूद अझरला मुत्तवकीलने आपल्या भावाला नावानिशी ओळखले असून तसे जाहीररीत्या कबूलही केले आहे, हे काही माहिती नव्हते. त्यामुळे पुढे त्याने अर्थातच अपहरणकर्त्यांच्या व आपल्या संबंधांबाबत कानावर हात ठेवले. अपहरणकर्त्यांशी आपला काडीमात्रही संबंध नाही अशीच भूमिका त्याने नंतरही कायम ठेवली.

इकडे तालिबानच्या सरकारचीही हीच इच्छा होती, की अपहरणकर्त्यांचा आणि आपला काहीही संबंध जगाने जोडता कामा नये. त्यामुळेच तालिबानने बातमीदारांना स्वच्छ शब्दात सांगितलं- 'अपहरणकर्त्यांनी अफगाणिस्तान सोडून जावे असे आम्ही त्यांना सांगितले आहे.' पण चीफचं मत मात्र वेगळं होतं. विमानात इंधन भरण्यातच अडचण आल्याने त्याचा नाईलाज होता. पण तरीही आपल्याला कंदाहारमधून हुसकावून लावण्यात आले तर आपण जबरदस्तीने काबूलला जाऊन उतरु, असे त्याने मुत्तवकीलला स्पष्ट सांगितले. 'वेळ आली

तर आम्ही विमान उडवून देऊ, पण कोणत्याही परिस्थितीत अफगाणिस्तान मात्र सोडणार नाही,' हे त्याचे शब्द होते, असं मुत्तवकील वार्ताहरांशी बोलताना म्हणाला. त्यानंतर चीफने राजकीय आश्रयाची मागणी केली. परंतु राजकीय आश्रय देणं फारच कठीण आहे असंही त्याला सांगण्यात आलं.

अखेर मुत्तवकीलने भारतापुढे पहिली मागणी ठेवावी असे चीफने त्याला सांगितले. ती मागणी म्हणजे : मौलाना मसूद अझर व काश्मिरमधल्या तुरुंगात असलेल्या इतर अनेक अतिरेक्यांना भारताने सोडावे.

पुढे चीफला एक गोष्ट कळून चुकलीच असती. आत्तापर्यंत इतक्या बारकाईने तपशीलवार व सूत्रबद्धतेने आखलेल्या या संपूर्ण अपहरणाच्या योजनेमध्ये एकच कच्चा दुवा राहणार होता. मुत्तवकीलने चीफला ओळखले होते व ते जाहीरपणे कबूलही केले होते. मुत्तवकीलने त्या दोघा हायजॅकर्सबरोबर एकांतात काही वेळ काढला व नंतर ते दोघे विमानात परतले. नंतर कितीतरी वेळ मुत्तवकील टेलिफोनवरच होता. जगातील मोठमोठ्या वृत्तसंस्थांच्या प्रतिनिधींना फोनवर मुलाखत देण्यात तो गुंग झाला होता. अपहरणाच्या या नाट्यात तो तालिबानचा प्रवक्ता बनून गेला होता.

न्यूयॉर्क येथील आपल्या प्रतिनिधींमार्फत तालिबानने अपहरणकर्त्यांची मागणी युनायटेड नेशन्सला कळवली आणि यू. एन. ने. हायजॅकर्सशी बोलणी करावी असेही त्यांनी सुचवले. 'आम्ही यू. एन. ला त्यांची मागणी कळवली आणि यू. एन. ने. हस्तक्षेप करावा आणि हे प्रकरण मिटवावे. तालिबान अजिबात मध्यस्थी करणार नाही.' असे त्याने सॅटेलाईट फोनवर दिलेल्या मुलाखतीत सांगितले.

त्यानंतर काही तासातच असे निवेदन प्रसिद्ध करण्यात आले की, इस्लामाबादेतील यू.एन. चे अधिकारी एरिक दू मूल हे कंदाहार येथे जाऊन अपहरणकर्त्यांशी बोलणी करतील. त्यांच्या या भेटीची पूर्वतयारी म्हणून काळी पागोटी घातलेल्या, दाढीवाल्या तालिबान सैनिकांच्या तुकड्यांनी विमानाला वेढा घातला. विमानतळ सीलबंद करण्यात आला.

अपहरणकर्त्यांनी केलेल्या मागण्या नवी दिल्ली येथे जेव्हा क्रायसिस मॅनेजमेंट ग्रुपच्या कानावर गेल्या, तेव्हा त्यांना भोवळ येण्याची वेळ आली. नियंत्रण कक्षात आधीच सारा सावळागोंधळ होता. चार टेलिफोन लाईन्स सतत खणखणत होत्या. दाढीचे खुंट वाढलेले अधिकारी खोलीच्या आतबाहेर करत होते. फॅक्स मशीन्सवर लांबलचक, तातडीचे, अतिगोपनीय संदेश भराभर छापून निघत होते. खोलीच्या कोपऱ्यात एक दूरचित्रवाणी संच होता. त्यावर दाखवण्यात येणाऱ्या बातम्या येथे अगदी लक्षपूर्वक ऐकण्यात येत होत्या. एक वरिष्ठ अधिकारी त्यातही मधूनच थोडावेळ काढून भारताची ऑस्ट्रेलियामधील क्रिकेटटूर

बघण्याची संधी काही सोडत नव्हता.

मागण्यांवरून एक गोष्ट उघड झाली. या अपहरणकर्त्यांनी एक गंभीर कामगिरी हाती घेतली होती. या आणीबाणीच्या परिस्थितीची उकल होण्यास आणखी काही दिवस लागणार होते हे तर निश्चितच होते. खोलीच्या आतील मानसिक तणावाची पातळी वाढतच चालली होती. सिगारेटींची थोटके इतस्तत: पडली होती. काळ्या कॉफीचे कपचे कप रिते होत होते. कधीतरी अधिकाऱ्यांची आपापसात वादावादी होत होती. कधीतरी मंत्री आत शिरत होते. तासचे तास चर्चा-चर्चा! अपहरणकर्त्यांनी ज्या विशिष्ट कैद्यांच्या सुटकेची मागणी केली होती, त्या सर्व लोकांबद्दल जास्तीतजास्त माहिती काढण्याची आज्ञा गुप्तचरखात्याच्या अधिकाऱ्यांना देण्यात आली. या सर्व गोंधळात कंट्रोलटॉवरकडे सकाळी आलेल्या त्या निनावी फोनविषयी सर्वजण विसरुनही गेले होते. खरं पाहिलं तर स्वत:ला इस्लामिक साल्व्हेशन फ्रंटचा प्रतिनिधी म्हणवून घेणाऱ्या त्या माणसाने सुद्धा मौलाना मसूद अझरच्या सुटकेचीच मागणी केली होती.

सीमेपलिकडे पूर्वेला नेपाळच्या काटमांडू शहरातील विमानतळ. आदल्या सायंकाळी येथूनच उडालेल्या त्या विमानाचे अपहरण झाले. त्या भयंकर धक्क्यातून येथील अधिकारी अजूनही सावरले नव्हते. नेपाळच्या गेल्या पन्नास वर्षांच्या विमानोड्डाणाच्या इतिहासात विमान अपहरण होण्याचा हे केवळ दुसराच प्रसंग होता. आणि आंतरराष्ट्रीय फ्लाईटच्या अपहरणाची तर ही एकमेव घटना होती. त्या फ्लाईटच्या वेळी काटमांडूच्या विमानतळावर जे कोणी कर्मचारी कामावर रुजू होते, त्या सर्वच्या सर्व कर्मचाऱ्यांना सरकारने ताबडतोब निलंबित केले. निळा गणवेष घातलेल्या पोलिसांचा पहारा कडक झाला. बाहेरील अनाहूत व्यक्तींसाठी विमानतळ बंद करण्यात आला. एक नाही, दोन नाही, पाच माणसे तीही एवढी शस्त्रास्त्रे घेऊन, सुरक्षाव्यवस्था पार करून विमानात कशी काय पोचली या संबंधी वार्ताहारांनी प्रश्नांचा भडिमार केला. पण विमानतळावरील अधिकाऱ्यांनी त्यासंदर्भात बोलण्यास नकार दिला. टूरिझम आणि सिव्हिल एव्हिएशन मिनिस्टर नारायण सिंग यांनी पण सांगितले, की विमानतळावर हल्ला होणार आहे अशा अर्थाच्या अनेक धमक्या सरकारला मिळाल्या होत्या. सप्टेंबरमध्ये या प्रदेशातील विमानतळावर हल्ला होऊ शकेल व हा हल्ला ओसामा बिन लादेनशी संबंधित लोकांकडून होईल असा सावधानीचा इशारा यू.एस. कडून मिळाला होता. इंडियन एअरलाईन्सने त्रिभुवन आंतरराष्ट्रीय विमानतळाकडे जाणाऱ्या सर्व फ्लाईट्स रद्द केल्या होत्या. काही काळानंतर त्यांनी सर्वच फ्लाईटस् तात्पुरत्या स्थगित केल्या. विमानतळावर एकंदर कडक शिस्तीचा आभास निर्माण केला गेला. विमानतळ पाहण्यासाठी म्हणून आलेल्या

प्रेक्षकांना जे पास देण्यात येत तेही देणे आता बंद करण्यात आले. फक्त तिकीटधारी प्रवाश्यांनाच तेवढे आत सोडण्यात येत होते. विमानतळाच्या आत कंत्राटपद्धतीने चालवण्यात येणारी सर्व दुकाने बंद करण्यात आली होती. यात परकीय चलनाची देवाण-घेवाण करणारी दुकाने, ड्युटी फ्री दुकाने, रेस्टॉरंट्स, त्याचप्रमाणे डिपार्चर लाऊंजमधील खाद्यपदार्थांची दोन दुकाने यांचाही समावेश होता. १९९७ सालापासून विमानतळाचं नूतनीकरण चालू होतं. अनधिकृत व्यक्तींचा या निमित्ताने विमानतळावर अनिर्बंध वावर असणं अगदी सहज शक्य होतं. आता तात्काळ या गोष्टीचा शस्त्रास्त्रांच्या चोरट्या वाहतुकीच्या संदर्भात बोलबाला होणार, या दोहोंचा संबंध जोडला जाणार अशी भीती विमानतळावरील अधिकाऱ्यांना वाटू लागली. परंतु सरकारी अधिकाऱ्यांनी मात्र अपहरणाच्या बाबतीतील काही दोष दिल्लीच्या पदरात घालायला सुरवात केली. दिल्लीहून विमान काटमांडूला आलं तेव्हाच ती शस्त्रास्त्रे त्यातून आली होती वगैरे.

नवी दिल्ली येथे एअरबस ३२० हे इंडियन एअरलाईन्सचंच आणखी एक विमान टेक् ऑफ करत होतं. कॅप्टन आर.एन्. सिंग, एक अनुभवी वैमानिक आणि इंडियन एअरलाईन्सच्या उत्तरी विभागाचे जनरल मॅनेजर याचे पायलट म्हणून काम करत होते. हे विमान इंदिरा गांधी आंतरराष्ट्रीय विमानतळावरून निघाले होते. विमानात पुढच्या सीटवर सिव्हिल एव्हिएशन मिनिस्टर श्री. शरद यादव बसले होते. सुटका झालेल्या प्रवाश्यांना, जखमी सतनामसिंगला तसेच रिपन कट्यालच्या मृतदेहाला घेऊन येण्याची जबाबदारी त्यांना पार पाडायची होती.

कंदाहार विमानतळावर अपहृत विमान उभं होतं. खिडक्या आणि दारे बंद. आत नक्की काय चाललं आहे याची बाहेरून काहीही कल्पना येत नव्हती. चीफ परत कॉकपिटमध्ये गेला. बाकीच्या चार माणसांनी प्रवाश्यांमध्ये चार दिशांना चार जागा पकडल्या. तेही ठाण मांडून बसले. भोला मोठ्यांदा ओरडू लागला: ' किसीके पास बॅटरीज है? ' (कोणापाशी बॅटऱ्या आहेत?) त्याला संपर्क यंत्रणेसाठी बॅटऱ्या हव्या होत्या.

शनिवारच्या हवामानाच्या अंदाजानुसार कमाल तापमान १८ अंश सेल्सियस तर किमान तापमान दहा अंश सेल्सियस असेल असे सांगण्यात येत होते. त्यातल्या त्यात समाधानाची बाब एवढीच की आता त्या प्रवाश्यांना जरा मोकळेपणाने बसण्याची परवानगी देण्यात आली होती. ज्यांना असह्य भूक लागली असेल त्यांना खायला शेंगदाणे, फळे इत्यादी मिळत होते. ज्यांना काळा चहा प्यायचा असेल त्यांना चहा भुकटी (टीबॅग्जच्या स्वरुपात) व गरम

पाणी मिळत होते. निदान आजूबाजूला वळून बघण्याचे स्वातंत्र्य त्यांना होते. शेजारच्या प्रवाश्यांशी त्यांना कुजबुजत्या स्वरात बोलता येत होते. हळूहळू त्यांना डोळ्यावरच्या पट्ट्याही काढून टाकण्याची परवानगी मिळाली. आता निदान प्रसाधनगृहात जाण्यासाठी त्यांना विनवण्या कराव्या लागत नव्हत्या. हायजॅकर्स मोठमोठ्यांदा सीटचे नंबर ओरडून हाका मारत व एकेकाला प्रसाधनगृहाकडे सोडत. निदान आता त्यांनी प्रवाश्यांना थपडा किंवा लाथा मारणं तरी थांबवलं होतं! चोवीस डिसेंबरला विमानात जी काही दहशत पसरली होती, त्या मानाने हे तरी काय कमी होतं !

बर्गरने आता पहिल्यांदा अत्यंत गुंतागुंतीचे मनोवैज्ञानिक खेळ खेळायला सुरवात केली. या खेळांची योजनासुद्धा अपहरणकर्त्यांनी आधी पासूनच आखली होती. या खेळांमधून ते प्रवाश्यांना आशा-निराशा, भीती, नैराश्य, आनंद अशा परस्परविरोधी भावनांच्या हिंदोळ्यांवर झुलवत होते, खेळवत होते. उंदीर-मांजराचा खेळ चालू होता. बर्गरने अचानक एक अनपेक्षित घोषणा केली- ' आप सबके लिये खुश-खबरी है। आज रात नौ बजे तक आप सब छोड दिये जाएँगे। (आपणा सर्वांना एक चांगली बातमी आहे. आज रात्री नऊ वाजेपर्यंत आपल्याला सर्वांना सोडून देण्यात येईल.)

' हमने हिंदुस्तानकी सरकारसे कहा, कि आपमेंसे दस दस के बदले में हमारे एक साथीको छोड दे। ' (आम्ही हिंदुस्तानच्या सरकारला सांगितलयं, की आपल्यापैकी दहादहांच्या बदल्यात आमच्या एका साथीदाराला सोडा.)

प्रवाश्यांना ते ऐकून खूप बरं वाटू लागलं. कित्येक प्रवाश्यांना आधी नैराश्यानं इतकं घेरलं होतं. त्यांनी सगळी आशाच सोडून दिली होती. ठणकत्या अंगाने, कळा सहन करत, अवघडून ते खुर्चीत बसून होते. पण ही घोषणा ऐकताच त्यांना अगदी ख्रिसमस पार्टीला निघाल्याचा आनंद झाला. कॉकपिटमध्ये भरून ठेवलेल्या खाद्यपदार्थांपैकी स्वत:च्या गरजेपुरते काढून घेतल्यानंतर अपहरणकर्त्यांनी उरलेले खाद्यपदार्थ वाटपासाठी इकॉनॉमी क्लासमध्ये आणले. मोठ्या पोत्यासारख्या काळ्या प्लॅस्टिकच्या थैलीत चांदीच्या कागदात गुंडाळलेली पाकिटे होती. त्यात साधा, पांढरा भात होता. प्रत्येक प्रवाश्याला खाण्यासोबत पाणी पिण्यासाठी एकेक प्लॅस्टिकचा पेला देण्यात आला व तो फेकून न देण्याविषयी सांगण्यात आले.

' रमझान है, सारे रेस्टॉरंट्स बंद है. ' बर्गर दिलगिरी दाखवत म्हणाला. अनेक लोकांना खाण्याची वासनाच नव्हती. त्या अनिश्चिततेने त्यांची जणू भूक मेली होती. इतर प्रवाश्यांचं न खाण्यामागे आणखी एक कारण होतं- जर पोटभर जेवलं तर नैसर्गिक विधींसारखा आपद् धर्म काही टाळता येणार नाही.

आणि स्वच्छता गृहांची स्थिती तर इतकी भीषण झाली होती, की त्या दुर्गंधीचं शब्दात वर्णन करणं अशक्य होतं.

एका जागी, एका अवस्थेत बसून प्रवाश्यांचं अंग ठणकू लागलं होतं. त्यांच्या पायातून पेटके येत होते. अतीव मानसिक ताण, उच्च रक्तदाब यांसारखे त्रासही सुरू झाले होते. काही प्रवाश्यांची अवस्था तर अक्षरशः दयनीय झाली होती. असेच एक प्रवासी, पंचेचाळीस वर्षीय अरुण खुराणा. हे दिल्लीचे रहिवासी. कामानिमित्त हे आपला मामेभाऊ संजीव शर्मा याच्याबरोबर काटमांडूस आले होते. त्यांना जबरदस्त मधुमेह होता. रोजच्या रोज इन्शुलीनची दोन इंजेक्शने घेतली, तरच त्यांची प्रकृती ठीक राही. आदले दिवशी विमान प्रवास सुरू करण्याआधी खुराणा यांनी एक इंजेक्शन घेतले होते. उरलेले इंजेक्शन घरी गेल्यावर घ्यायचे असा त्यांचा बेत होता. त्यामुळे विमानात चेक् इन केलेल्या सामानात ठेवलेली इंजेक्शने विमानाबाहेरील सामानाच्या कप्प्यात (ठेवलेल्या बॅगेत) होती. इंजेक्शन वेळेवर न मिळाल्याने खुराणांची प्रकृती बिघडत चालली होती. ते आचके देऊ लागले. त्यांना गरगरु लागले. मळमळू लागले. वारंवार बाथरुमला जावे लागले. चीफने आधी डॉ. अनिता जोशींना बोलावून खुराणांना तपासायला सांगितले. त्यांनी खुराणांना तपासून औषधही दिले. पण प्रथमोपचाराच्या पेटीतील तुटपुंज्या औषधांनी काय होणार? खुराणांची प्रकृती फारच बिघडत चालली. अखेर अपहरणकर्त्यांनी तालिबान सैनिकांबरोबर खुराणांना स्थानिक लष्करी रुग्णालयात पाठवले. स्थानिक प्रमाण वेळेनुसार ९ वाजता चीफने रेडिओवर संपर्क साधला व खुराणांना परत विमानात पाठवून देण्यास सांगितले. ते अर्ध्यातासाने विमानात परत आले.

त्याच सुमाराला कॅप्टन आर्.एन् .सिंग यांनी एअरबस ३२० दिल्ली विमानतळावर उतरवण्यास सुरवात केली. यात एक शवपेटी आणि सव्वीस प्रवासी होते. मंत्री शरद यादव परत आले होते. दुबईमध्ये त्यांना कित्येक तासांचा विलंब झाला होता. रिपन कट्यालचा मृतदेह नोकरशाहीच्या दप्तर दिरंगाईमुळे अडकून पडला होता. कोणत्याही परिस्थितीत मृतदेह ताब्यात घेतल्याशिवाय हलणार नाही, असं शरद यादवजी म्हणत होते. सुटका झालेल्या प्रवाश्यांमध्ये तेरा महिला आणि ११ मुले होती. त्यांनी विमानतळावर पाऊल टाकताच वार्ताहरांनी आणि छायाचित्रकारांनी त्यांना घेराव घातला. संपूर्ण विमानतळावर सावळा गोंधळ माजला. पोलिसांनी प्रवाश्यांना घोळक्या-घोळक्याने सुरक्षितपणे नेऊन गाड्यांमध्ये बसवले. त्या प्रवाश्यांशी वार्ताहरांना काहीच बोलता आले नाही. स्वाभाविकच ते खवळले. त्यांच्या त्या गर्दीतून वाट काढत गाड्या निघाल्या. यादव मात्र वार्ताहरांशी बोलले. ते म्हणाले- ‘ एकंदर सहा

अपहरणकर्ते आहेत.' या अगोदर याच सायंकाळी परराष्ट्रमंत्री जसवंतसिंग यांनी अपहरणकर्ते सात असल्याचा अंदाज वर्तवला होता.

यू.एन् .चा अधिकारी प्रत्यक्ष कंदाहारला भेट देणार होता. त्यामुळे परराष्ट्रमंत्री जसवंतसिंग जरासे आशावादी दिसत होते. ' उद्या सकाळपर्यंत काय तो निर्णय लागेल, असं वाटतं, ' असं त्यांनी वार्ताहरांना सांगितलं.

■

तिसरा दिवस

एका माणसाची सुटका..... दुसऱ्यावर अग्निसंस्कार..... अतिमानसिक ताणाने प्रवाश्यांचा नर्व्हसब्रेक डाऊन.... हायजॅकर्स शस्त्रांस्त्रांची जमवाजमव करून स्वतःची पकड अधिक बळकट करतात.... तालिबान नुसते पाहतात.

कडाक्याची थंडी. पहाटेची वेळ. जम्मूच्या कोटभालवाल तुरुंगात मौलाना मसूद अझरला जाग आली. आदल्या दिवशी कंदाहारमध्ये जे नाट्य घडलं होतं त्याची त्याला यत्किंचीतही कल्पना नव्हती. शनिवार रात्रीचा नमाज पढून झाल्यावर तो लगेच जेवला आणि झोपला. शनिवारचा दिवसभर आशा-निराशेचा नुसता खेळ चालला होता. स्थानिक आकाशवाणीने दिलेल्या वृत्तानुसार इस्लामिक साल्व्हेशन फ्रंटने त्याच्या व आणखी दोघांच्या सुटकेची मागणी केली होती. पण ती मागणी खरोखर अधिकृत होती की नाही, ते कळायला मार्ग नव्हता. झोपण्यापूर्वी त्याने जम्मू रेडिओ केंद्रावरील बातम्या ऐकल्या. पण कंदाहारमधील घटनांविषयी फारच थोडी बातमी हाती आली होती. तो बिछान्यावरून उठला. झटपट अंघोळ उरकून परत प्रार्थनेसाठी तयार झाला. अझरने दैनिकाचे पहिले पान उघडले आणि त्याला त्याचे नाव दिसले. त्याने मुख्य बातमी व इतर संबंधित वृत्ते अधाश्यासारखी भराभर वाचली.

एका तुरूंगाधिकाऱ्याने अझरचं नाव अपहरणाच्या संदर्भात आधीच ऐकलं होतं. तो अझरवर बारकाईने नजर ठेवून होता. दैनिकातील वृत्त पाहूनसुद्धा अझरने चेहऱ्यावरची रेषासुद्धा हलवली नाही. आपल्या सुटकेची शक्यता निर्माण

झालेली आहे याविषयी आनंद व्यक्त करणं ही तर फार दूरची गोष्ट! अधिकारी अझरच्या जवळ आला. अपहरणकर्त्यांनी ज्या काही मागण्या नोंदवल्या होत्या त्या गोष्टीचा त्याने मुद्दामच विषय काढला. आता अझर क्षणभर कसनुसं हसला.

' देखिये खुदा क्या करता है, ' (बघू या देव काय करतो ते!) तो म्हणाला. मग त्याने अशी ही पुष्टी जोडली, ' मैं बाइज्जत जाना चाहता हूँ। ' (मला उजळ माथ्यानं जायचं आहे.)

थोड्या वेळानंतर अझरने आपल्या कपड्यांचं गाठोडं उचललं आणि तुरुंगाच्या कुंपणाच्या शेजारून चालत निघाला. त्याला आता दुसऱ्या एका बराकीत हलवण्यात येत होतं. तेथे तो एकटाच असणार होता. त्याच्यावर चोवीस तास कडी नजर ठेवण्यात येणार होती. तुरुंगाभोवतीची सुरक्षाव्यवस्था अधिकच कडक करण्यात आली होती. श्रीनगरच्या सेंट्रल जेलच्या बाहेरसुद्धा असाच कडा पहारा देण्यात येत होता. या ठिकाणी मुश्ताक अहमद झरगार याला ठेवण्यात आलं होतं.

सीमेपार पाकिस्तानात राहणारे अझरचे वडील अचानक प्रसिद्धीच्या झोताखाली आले होते. त्यांचे नाव अल्लाबक्ष सबीर. पूर्व पंजाबमधील बहावलपूर येथे असलेल्या त्यांच्या राहत्या घरी बातमीदारांची रीघ लागली होती. त्यांच्यावर प्रश्नांचा भडिमार चालू होता. विषय अर्थातच-मसूद अझर आणि इब्राहिम अत्तार!

इब्राहिम अत्तार या आपल्या धाकट्या मुलाचा अपहरणाच्या कटात काही हात आहे ही गोष्ट सबीरना अजिबात मान्य नव्हती. उलट आपला धाकटा मुलगा सौदी अरेबियाला उम्रा- तीर्थयात्रेला गेला आहे असा त्यांचा दावा होता. प्रत्यक्षात काय घडलं होतं-आईवडिलांना तीर्थयात्रेचं कारण देऊन इब्राहिम अत्तार बाहेर पडला होता, की आईवडील मुलाच्या कारस्थानाला पदराखाली घालत होते, हे कळायला काही मार्ग नव्हता. ' या सगळ्या बातम्या ऐकून तर आम्ही सुद्धा काळजीत पडलो आहोत. पण माझ्या मुलाचा या असल्या कारस्थानात भाग असणं कदापि शक्य नाही. उलट त्याने काल सौदी अरेबियातून फोन करून माझ्या प्रकृतीची चौकशी सुद्धा केली, ' असं सबीर म्हणाले. ते पुढे म्हणाले, ' आमचा त्या अपहरणाशी काही एक संबंध नाही. उलट आम्ही त्याचा निषेधच करतो. तसेच विमानातील प्रवाश्यांबद्दल आम्हाला अत्यंत सहानुभूती वाटते. ' त्यांचे हे निवेदन उर्दू वृत्तपत्रात प्रसिद्ध झाले. त्या निवेदनात ते असंही म्हणाले होते. ' त्या लोकांचा जीव वाचावा म्हणून मी परमेश्वराची प्रार्थना करतो. परमेश्वराने त्यांचा सांभाळ करावा हीच माझी इच्छा आहे. '

इकडे विमानात प्रवाश्यांना नाश्ता देण्यात आला. आम्लेट्स, फळे, फळांचा

रस आणि मुख्य म्हणजे ताजं पाणी. स्वच्छतागृहातून येणाऱ्या सततच्या दुर्गंधीने आता विमानात बसणं अशक्यप्राय झालं होतं. स्वच्छतागृहांची स्थिती तर शब्दात वर्णनही करता येण्याजोगी नव्हती. त्यामुळे विमानाच्या मागील भागाची स्थिती जनावरांच्या गोठ्याहूनही दुर्धर झाली होती. प्रवाश्यांनी चोवीस तास विमानात काढले होते. कमोडच्या फ्लशला पुरेसे पाणी नव्हते. सव्वीस डिसेंबरच्या सकाळी सर्व शौचालये भरून वाहत होती. बिचारे प्रवासी तिकडे जायची वेळच येऊ नये यासाठी अन्नपाणी घेण्याचे टाळत होते. काही वेळानंतर बाथरुममधून मूत्राचे ओघळ दाराच्या फटींमधून बाहेर वाहू लागले. तशात लोकांनी वापरून फेकलेले टॉयलेट पेपर्स त्यात तरंगू लागले. यातून काहीतरी मार्ग तर काढला पाहिजे. मग काही प्रवाश्यांनी बाथरुमच्या बाहेरील जमिनीवर वर्तमानपत्रे अंथरली. पण लवकरच तीही भिजून त्यांचा लगदा झाला. अखेर विमानाचे पडदे फाडून ते त्यावर अंथरण्यात आले. दुर्गंधी तर इतकी असह्य झाली होती की त्या वासाने अनेक प्रवाश्यांना उलट्या होत होत्या.

जेट विमानाच्या बाहेरील बाजूने टारमॅक(धावपट्टी) वर सुमारे २०० तालिबान शिपायांचा वेढा पडला होता. वाहनांवर, विशेषत: टोयोटा ट्रक्सवर त्यांनी स्वयंचलित शस्त्रे वाहून आणली होती. पाकिस्तानातील बेल्जियम, स्पॅनिश, इटालियन आणि स्वीस दूतावासाचेही आपापल्या नागरिकांच्या सुटकेचे प्रयत्न सुरू झाले. रखरखीत प्रदेशांतून कित्येक मैलांचा प्रवास करून बातमीदारांचे ताफे विमानतळाच्या इमारतीत येऊन दाखल झाले. कंदाहार विमानतळाबाहेर वीसपेक्षा अधिक तालिबानचे रायफलधारी जवान पहारा देत खडे झाले.

यानंतर चीफ कामाला लागला. यू.एन्. चे अधिकारी एरिक दू मूल यू.एन्.च्या पांढऱ्या विमानातून येऊन हजर झाले. त्यांनी तातडीने तालिबान अधिकाऱ्यांची भेट घेतली व त्यानंतर अपहरणकर्त्यांशी बोलणी करण्यासाठी ते तडक कंट्रोल टॉवरकडेच गेले. दिवसभर थोड्या थोड्या अंतराने चर्चा सुरुच राहणार होती. आपण आपल्या मताशी ठाम राहायचं, असं अत्तारने मुळी ठरवूनच ठेवलं होतं. त्याच्या मागण्या तर स्पष्टच होत्या. त्या त्याने काहीही आडपडदा न ठेवता समोर ठेवल्या होत्या. आता ही देवाण-घेवाण कशा पद्धतीने करण्यात यावी याचा तपशीलही त्याने दिला. 'आम्ही एकूण दहा भारतीय व पाच परदेशी प्रवाश्यांना सोडू, व त्या मोबदल्यात आमचा एक कैदी तुम्ही तुरुंगातून सोडावा' अत्तार तोडक्या मोडक्या इंग्रजीत म्हणाला. दू मूल वाटाघाटी करण्यासाठी आले होते खरे. पण ते चांगलेच अडचणीत सापडले होते. भारत सरकारतर्फे ते त्या अपहरणकर्त्यांना कोणतेही आश्वासन देऊ शकत नव्हते. परंतु भारतीय लोक वाटाघाटीसाठी येथे येऊन हजर

होईपर्यंत त्यांना कसंतरी करून त्या अपहरणकर्त्यांना थोपवून धरणं, वेळकाढूपणा करणं हे तर भाग होतं. नाहीतर मग अपहरणकर्त्यांनी तरी थकून हार मानायला हवी होती. भारताची अडचण वेगळीच होती. भारताने यू. एन्. ला विनंतीकरून मध्यस्थी करण्यासाठी बोलावून घेतले असते तर सरकारला दोन आघाड्यांवर टीकेला तोंड द्यावं लागलं असतं- एक तर दिल्लीतील विरोधक. दुसरा काश्मीरच्या युद्धभूमीवर हजर असलेला सशस्त्र शत्रू. काश्मीरच्या मुद्द्याला भारताने नाहक आंतरराष्ट्रीय स्वरुप आणले, असा ठपका या सर्वांनी सरकारवर ठेवला असता. आणि ‘ आंतरराष्ट्रीय प्रश्न ’ हा शब्द कोणीसुद्धा उच्चारलेला भारतीय राजकारण्यांना चालत नाही. भारत सरकारचे दुटप्पी धोरण दुसऱ्याच दिवशी स्पष्ट होणार होते. दुसऱ्या दिवशी पंतप्रधान म्हणाले: ‘भारताने काही त्यांना (यू.एन्.ला) मध्यस्थी करण्यासाठी बोलावलेलं नाही. ते आपण होऊन आले आहेत.’ त्यानंतर काही तासांतच त्यांचे स्वत:चेच परराष्ट्रमंत्री जसवंतसिंग म्हणत होते. ‘ मि. एरिक् दू मूल हे आमच्याच विनंतीवरून कंदाहारला गेले आहेत व तेथे नक्की कशी काय परिस्थिती आहे, याची जातीने पाहणी करत आहेत. ’ सगळ्या जगाचं लक्ष आपल्याकडे वेधलेलं आहे, या कल्पनेने अपहरणकर्ते प्रसन्न झाले होते. दू मूल ही फारसं काही करू शकत नव्हते. त्यांची ही बिकट परिस्थिती चीफ उर्फ इब्राहिम अत्तारच्या लक्षात येण्यास फार वेळ लागणार नव्हता.

केवळ काही तासांच्या अवधीतच ते त्याला कळूनही चुकलं. दू मूलने नंतर वार्ताहरांना सांगितले: ‘ अपहरणकर्ते आपल्या मुद्द्यावर ठाम होते. ’ हे अपहरणकर्ते नक्की कोण, कुठले याचा काही धागादोरा हाती मिळतो का ते पाहण्याचा दू मूल यांचा प्रयत्न होता. अपहरणकर्त्यांनी किमान स्त्रिया आणि मुलांना तरी सोडावे म्हणून त्यांचे मन वळवण्याचा प्रयत्न केला. पण चीफ काही आपला हट्ट सोडण्यास तयार नव्हता. तो अस्वस्थ झाला होता. तो चिडून उलट उत्तरे देत होता. त्याला आणखी प्रश्न विचारल्यावर तो आणखीनच वैतागत होता. ते सुमारे दोन तास रेडिओ यंत्रणेद्वारे बोलत होते. मध्येच काही काळ शांतता पसरे. दोन्ही पक्ष मौन धारण करीत. अचानक चीफ काश्मीरमधील परिस्थितीवर टीकेची झोड उठवे. भारतीय सैनिक निरपराध लोकांचा कसा छळ करत आहेत, यावरही तो भाष्य करे. कॉकपिटच्या बाहेर पब्लिक ॲड्रेस सिस्टिमवर डॉक्टरसुद्धा प्रवाश्यांना असेच भाषण देत होता.

विमानाच्या इंजिनांमध्ये काहीतरी बिघाड झाल्यामुळे ती सतत चालू ठेवण्यात आली होती. याच कारण असं, की जर ती एकदा बंद केली असती तर ती परत चालूच झाली नसती. त्यांची दुरुस्ती करण्यासाठी लागणारी यंत्रणा तालिबानकडे

नव्हती. फ्लाईट इंजिनिअरच्या सल्ल्यानुसार अपहरणकर्त्यांनी तालिबानकडे जेट इंजिन ऑईलची मागणी केली. ए-३०० विमानाच्या इंजिनांना तेल द्यायला हवं होतं. नंतर जग्गिया स्वत: कॉकपिटमध्ये शिरला व दू मूलशी बोलला: 'विमानाची स्थिती फार वाईट आहे. मदतीची गरज आहे. तुम्ही जर एअरबस इंडस्ट्रीची मदत मिळवू शकाल तर फार बरे पडेल. ' त्यावर तालिबानने आपल्या अरियाना अफगाण एअरलाईन्स या त्यांच्या देशांतर्गत विमान कंपनीकडून एक तंत्रज्ञ व एक इंजिनिअर यांची मदत मागितली. पण त्यांनाही विमानात इंधन भरता येईना. जग्गियाने अल् मिनहाद विमानतळावर आधीच हातचलाखी करून ठेवली होती. हे विमान व्यवस्थित दुरुस्त झाल्याशिवाय उडवता येणार नाही असे तो चीफपाशी पुन:पुन्हा सांगत राहिला.

वाटाघाटींच्या दरम्यान एका तालिबान अधिकाऱ्याने चीफपाशी एक मागणी केली. निदान मृत रिपन कट्यालची पत्नी रचना हिला तरी सोडावे. रचनाला आता काहीतरी संशय येऊ लागला असावा. ती सारखेच प्रश्न विचारू लागली. त्यामुळे तिला झोपेचे औषध देऊन झोपवण्यात आले होते. आपल्या पतीची अत्यंत निर्घृण रितीने हत्या करण्यात आली असून लवकरच त्याच्या पार्थिवावर दिल्ली येथे अंत्यसंस्कार होणार आहेत याची तिला अजून कल्पना नव्हती. विमानात जो काही काळ ती बंदिवासात होती, त्यात एकंदर चारवेळा तिला झोपेची औषधे द्यावी लागली. मध्येच कधीतरी ती जीवाच्या आकांताने आपल्या पतीचा तपास लावण्याचा प्रयत्न करी. मग तिला झोपेचे इंजेक्शन देण्यात येई. निदान पतीच्या अंत्यसंस्काराला उपस्थित राहण्यासाठी तिला सोडावे अशी मागणी कट्यालच्या आईवडिलांनी आणि भारत सरकारने केली. तालिबानच्या अधिकाऱ्याने वार्ताहरांच्या उपस्थितीत ती मागणी अपहरणकर्त्यांपर्यंत पोचवली पण त्यांचं उत्तर एकच. '

' हम यहाँ एक या दो लोगोंको छोडने नही आए है।' (आम्ही येथे एकदोन लोकांना सोडण्यासाठी आलेलो नाही) चीफ म्हणाला : 'हम ये मासला इंडियाकी गव्हर्नमेंटसे पूरी तरह हल करना चाहते है।' (आम्हाला या प्रकरणाचा भारत सरकारकडून काय तो सोक्षमोक्ष लावून हवा आहे.)

इब्राहिम अत्तारचे ते निर्दयी शब्द नवी दिल्ली स्मशानभूमीवर पुत्रशोकाने विव्हळ झालेल्या एका पित्याचे काळीज चिरत गेले. चुरगळलेले कपडे, वाढलेल्या दाढीचे पांढरे खुंट, विस्कटलेले केस अशा स्थितीत तेथे उभ्या असलेल्या त्या पित्याच्या तोंडून हुंदका बाहेर पडला. तीन आठवड्यानंतर चंद्रमोहन कट्याल यांचा मुलगा रिपन खरं तर आपल्या नवपरिणित वधूला घेऊन घरी यायचा. पण त्याऐवजी आज त्याचे प्राणहीन कलेवर निळ्या रंगाच्या वस्त्रात गुंडाळून त्यांच्या

पुढ्यात ठेवले होते. त्यावर पांढऱ्या, लाल आणि पिवळ्या फुलांचे हार होते. डोळे मिटलेले, ओठ अर्धोन्मीलित. जणू काही त्यांवर अनामिक, अस्फुट हास्य थिजलेले होते. त्यांच्या त्या मुलाची तरुण पत्नी त्याच्यापासून शेकडो मैल दूर होती. आपल्या मृत पतीचं अंतिम दर्शनसुद्धा तिच्या नशिबात नव्हतं. इतकंच काय- तो आता या जगात नाही, हे तरी तिला कुठे माहीत होतं? त्या हिवाळ्याच्या थंडीत भर दुपारी रिपन कट्यालच्या वडिलांचे अंग शहारले. आपल्या मुलाच्या अंगावर थरथरल्या हातांनी त्यांनी आणखी एक पांघरुण घातले.

'रिपन मुझे बुला रहा है... वो सो रहा है । तू क्यों सो रहा है रिपन? अपना चष्मा पहन ले ।' (रिपन मला बोलावतोय. तो तर झोपलाय. तू का झोपलायस् रिपन? आपला चष्मा घाल बघू.) 'आँखे खोल बाबू, आँखे खोल बाबू ।' (डोळे उघड बेटा, डोळे उघड बेटा) त्यांनी हंबरडा फोडला. एखाद्या अर्भकाप्रमाणे हमसाहमशी रडू लागले. दुःखाच्या त्या तीव्र झटक्यामुळे घायाळ झालेली त्याची पत्नी, रिपनची आई एखाद्या पुतळ्यासारखी स्तब्ध बसून होती. तिच्या डोळ्यातून अश्रूच येत नव्हते. शोकावेग अनावर झालेल्या वडिलांना नातलगांनी बाजूला नेले. कुटुंबियानी २६ डिसेंबरपर्यंत रिपनचा मृतदेह सांभाळून ठेवला होता. या आशेने, की कदाचित त्याच्या विधवा पत्नीला तरी ते अपहरणकर्ते सोडतील. पण मग चीफने ती विनंती अमान्य केल्यानंतर अंत्यसंस्कार उरकून टाकण्यापलिकडे दुसरा काही पर्यायच राहिला नाही. अत्यंसंस्कारासाठी शेकडो नातेवाईक, मित्र, वार्ताहर उपस्थित होते. चितेवर ठेवण्यापूर्वी आपल्या मुलाला अखेरचा स्पर्श करावा, त्याला कुरवाळावे म्हणून आईवडील धावले. पण नातेवाईकांनी त्यांना धरुन दूर नेले.

कंदाहारमध्ये ओलीस म्हणून विमानात पकडून ठेवलेल्या प्रवाशांची भीती आता थोडी कमी झाली होती. ते आता कुजबुजत्या स्वरात बोलत होते. परंतु जरा सुद्धा मोठ्यांदा हसण्या-बोलण्याला चीफची परवानगी नव्हती. कॉकपिटमधून चीफ परत एकदा बाहेर आला आणि प्रवाशांमध्ये शांतता पसरली. मागच्या रांगेत बसलेले जे प्रवासी होते ते मात्र चीफला पाहताच मागची सीट्स मिळाल्याबद्दल मनातून सुटकेचा निश्वास टाकत. कधी चीफ एखाद्या प्रवाशाकडे नजर वळवील, त्याला पकडेल आणि ठार मारण्यासाठी घेऊन जाईल याची त्यांना शाश्वती वाटत नसे. ललित वर्मा हा व्यवसायाने डॉक्टर होता. भूलतज्ज्ञ. त्याने अपहरणकर्त्यांमधील शंकरशी थोड्याशा गप्पा मारल्या. शंकर तसा अबोलच.

पण गप्पांच्या भरात त्याने आपण होऊन सांगितले, 'मी अल् तहरिक नामक अतिरेकी गटाचा सदस्य आहे.' बर्गरसुद्धा याच गटाचा सदस्य होता. त्याचा भाऊ तसेच डॉक्टरचा भाऊ गेली कित्येक वर्षे भारतीय तुरुंगात बंदिवान होते. आपापल्या नातेवाईकांची भारतीय तुरुंगांमधून सुटका करणे या एका ध्येयाने प्रेरित होऊन सगळे एकत्र आले होते. शंकरने असाही दावा केला, की अशाच आणखी काही नातेवाईकांच्या व मित्रमंडळींच्या सुटकेसाठी आमची संघटना अपहरणासारखे आणखी काही प्रकार घडवून आणील.

पुढच्या रांगेत बर्गर लहान मुलांबरोबर खेळत होता. गंमतीजंमती करत होता. त्याच्याजवळ नेहमी मुलांना द्यायला खाऊ असे, गोळ्या असत. त्याने आपल्या हातातील बंदूक बारा वर्षांच्या हिमांशु शर्माला दिली व ती कशी पकडायची तेही दाखवलं. तो म्हणाला,

'ये रिव्हॉल्व्हर है। इसमें छे गोलियाँ है। (हे रिव्हॉल्व्हर आहे. यात सहा गोळ्या आहेत.) छोटा हिमांशु आपल्या कुटुंबियांबरोबर प्रवासाला जायला निघाला होता. बंदूक कशी पकडायची हे इथे हा बर्गर त्याला शिकवत होता. त्यानुसार हिमांशुने ती बंदूक हातात पकडली.

'डर लाग रहा हैं? (भीती वाटते?) बर्गरने विचारले.

'नहीं, ' हिमांशु म्हणाला.

'अगर कोई चीज माँगनेसे नहीं मिलती है, तो उसे बंदूककी ताकत से छीनना पडता है।' (जर एखादी गोष्ट मागून मिळाली नाही, तर बंदुकीच्या जोरावर हिसकावून घ्यावे लागते) बर्गर म्हणाला.

असाच आणखी एक प्रवासी होता, संजीव शर्मा. या अपहरणाच्या भयंकर प्रकारातून आपण काही जिवंत परत जात नाही, अशी याची खात्रीच पटली होती. त्यामुळे त्याने आपली पत्नी शीबा, मुलगी रुक्मिणी, मुलगा शिव आणि आणि इतर कुटुंबियांना एक अखेरचे पत्र लिहिले होते. बिझिनेस क्लासच्या फाटक्या बोर्डिंग कार्डाच्यापाठीमागे त्याने ही चिठ्ठी लिहिली होती. ती अशी होती.

॥ हर श्री नाथ ॥

प्रिय शीबा,

आपल्या मुलांना माझ्या आणि तुझ्या वाटचं प्रेम तूच दे. आपल्या दोघांमधील जे काही चांगलं असेल ते त्यांना तू दे. तू पत्नी आणि आई म्हणून फार चांगली आहेस.

माझ्या भावांनो

माझ्या वाट्याचं सारं शीबाला द्या आणि तुम्ही धीर सोडणार नाही अशी

माझी खात्री आहे. माझी सर्व मालमत्ता शिव आणि रुकू यांच्यात समान वाटा.

गॉडब्लेस.

प्रिय आई बाबा,

तुमच्या इतके चांगले मातापिता या जगात मला कुठे शोधूनही दुसरे मिळाले नसते. माझ्या पुढील जन्मातही देव मला तुमच्याच पोटी जन्माला घालो.

माझ्या सर्व नातलगांस,

गॉडब्लेस.

नीलूस,

सॉरी, मी टुक्कूस वाचवू शकलो नाही.

लव्ह, चिटू.

संजीवचा भाऊ अनिल खुराना याची नीलू ही पत्नी. हा खुराना उर्फ टुक्कू मधुमेहाचा रुग्ण होता. सर्व वेळ दोघे एकमेकांच्या शेजारीच बसून होते. खुरानाचा जीव धोक्यात होता. रेडिओपाशी बराच वेळ बसून चर्चा केल्यानंतर चीफने अखेर खुरानाला हॉस्पिटलमध्ये हलवण्यास परवानगी दिली. एव्हाना त्याला विमानात रक्ताच्या उलट्या होत होत्या. सारखे आचके येत होते. खुरानाला परत हॉस्पिटलमध्ये हलवण्यात आले. सायंकाळी यू. एन .च्या अधिकाऱ्यांनी त्याला आपल्या विमानातून पाकिस्तानातील इस्लामाबादेतील हॉस्पिटलमध्ये नेऊन पोचवण्याची तयारी दाखवली. पण विमानातील आपला भाऊ संजीव तसेच इतर प्रवाश्यांची सुटका झाल्याखेरीज आपण येथून हलणार नाही, असं त्याचं म्हणणं होतं. पण नंतर त्याची प्रकृती इतकी जास्त बिघडली, की तो अत्यवस्थ झाला. मग मात्र त्याला इस्लामाबादाच्या शिफा हॉस्पिटलमध्ये हलवण्यात आलं. डॉक्टरांच्या म्हणण्याप्रमाणे त्याच्या रक्तातील साखरेचे प्रमाण १३०० युनिट्स इतके वाढले होते.

याच खुरानाला आदले दिवशी डॉ. अनिता जोशी यांनी तपासले होते. परंतु आज त्या स्वत: गेल्या काही दिवसांच्या आत्यंतिक मानसिक ताणामुळे फार गंभीर परिस्थितीत होत्या. त्या नर्व्हस ब्रेकडाऊनच्या क्षणापर्यंत जाऊन पोचल्या होत्या, असे त्यांनी त्या प्रसंगाविषयी नंतर बोलताना संगितले. अपहरणकर्ते रोजच्या रोज प्रवाश्यांना धमकावत होते. त्यांनी प्रवाश्यांना परत सक्तीने डोळ्याला पट्ट्या बांधायला लावल्या होत्या. जो कोणी आज्ञा पाळणारी नाही, त्याचा खून करून टाकू अशा धमक्या सुद्धा ते देत होते. ते त्यांचे वागणे एका क्षणी डॉ. अनिता जोशींना इतके असह्य झाले, की त्या ताड्कन उठून उभ्या राहिल्या व बर्गरच्या अंगावर जोरात ओरडल्या, ' चलो, मुझे मार दो। तुम किसीसे

शुरुआत करना चाहते हो ना? तो मुझे मारकर शुरुआत करो। ' (चला, मला ठार मारा. तुम्हाला कोणापासून तरी सुरुवात करायचीच आहे ना? मग माझ्यापासून सुरूवात करा)

जो तो प्रवासी या आणीबाणीचा मुकाबला आपल्या आपल्या परीने करत होता. आपापला मार्ग शोधत होता. आपण सर्व प्रवाश्यांनी त्या अपहरणकर्त्यांना खोटीच सहानूभुती दाखवली, आपुलकी वाटल्याचा बहाणा केला तर कदाचित काही चांगलं निष्पन्न होईल अशी आशा संजीव शर्माला वाटली. त्याने बर्गरकडून पब्लिक ॲड्रेस सिस्टिमचा माईक मागून घेतला व त्याच्या संमतीने प्रवाश्यांना उद्देशून एक छोटे भाषण केले. ' ये अच्छे लोग है। ' (ही चांगली माणसे आहेत) तो अपहरणकर्त्यांविषयी म्हणाला. ' ये काम ये लोग जबरदस्ती कर रहे है, क्योंकि हमारी सरकारने इनके भाईबहनोंके साथ बदसलूकी की है। ' (हे काम हे लोक नाईलाजाने करत आहेत, कारण आपल्या सरकारने यांच्या भावाबहिर्णींबरोबर गैरवर्तन केलं आहे.)

इकडे भारताने अपहरणकर्त्यांशी वाटाघाटी करण्यास नकार दिला होता. परंतु हा हट्ट भारताने सोडावा या साठी तालिबान सरकारने भारतावर दडपण आणण्यास सुरवात केली. परराष्ट्रमंत्री वकील अहमद मुत्तवकील याच्या म्हणण्याप्रमाणे या संकटातून लगेच काही तोडगा निघत नव्हता, कारण यू. एन्.च्या अधिकाऱ्यांच्या अपहरणकर्त्यांबरोबर ज्या वाटाघाटी झाल्या त्यातून काहीच निष्पन्न झालं नव्हतं. मुत्तवकीलच्याही आजच्या व उद्याच्या वक्तव्यात तफावत होतीच. आदल्या दिवशीचे त्याचे उद्‌गार होते : 'तालिबानने कितीही विरोध दाखवला, तरी त्याला न जुमानता हायजॅकर्स अफगाणिस्तानातच राहू इच्छितात. त्यांना हा देश सोडून जायचंच नाहीये.' आणि हाच मुत्तवकील रविवारी म्हणाला- 'विमान कोणत्याही क्षणी निघून जाईल.' भारताने अजूनपर्यंत अपहरणकर्त्यांशी समझोता करण्यासाठी कोणालाही न पाठवल्याबद्दल मुत्तवकीलने भारत सरकारवर प्रचंड टीका केली. 'प्रवासी आणि विमान यांच्या भवितव्याबद्दल भारतसरकार अगदीच उदासीन आहे,' असे तो वार्ताहरांना म्हणाला. 'भारताने खरंतर बोलणी करण्यासाठी ताबडतोब मध्यस्थांना पाठवलं पाहिजे.' त्याने असाही दावा केला, की आता आम्ही विमानात पूर्णपणे इंधन भरलेलं आहे. परंतु ही गोष्ट अर्थातच सपशेल खोटी होती हे फ्लाईट इंजिनिअर जग्गियाने सांगितले. इकडे त्याचा स्वत:चाच सहकारी एव्हिएशन मिनिस्टर अख्तर मन्झूर म्हणत होता : 'तालिबान सरकार विमानात इंधन भरू देण्यास तसेच अपहरणकर्त्यांना दुसरीकडे जाऊ देण्यास तयार आहे.'

ही असली उलटसुलट विधाने ऐकून आणि आपल्या नातलगांविषयी कोणतीच धड माहिती उपलब्ध नसल्याचे पाहून दिल्ली विमानतळावर जमलेले नातेवाईक दु:खविव्हल होत होते. खरं पाहाता त्यांची स्थितीसुद्धा त्या विमानात बंदिवान होऊन पडलेल्या प्रवाश्यांहून फारशी काही वेगळी नव्हती. दूरदर्शनच्या चॅनेल्सवर सारखे सारखे अनोळखी देशात उभे असलेले ते विमान दाखवण्यात येत होते, आत काय काय घडत असेल याचा तर्क टी.व्ही.च्या स्टुडिओत बसून मानसशास्त्रज्ञ करत होते. नर्व्हस ब्रेकडाऊनपर्यंतच्या मानसिक स्थितीत पोचलेल्या प्रवाश्यांचे भीषण कल्पनाचित्र ते नातलगांसमोर उभे करत होते. हृदयविकाराचा झटका येणे, मेंदूत रक्तस्त्राव होणं इत्यादी महाभयंकर दुखण्यांच्या शक्यता वर्तवत होते. व ती सर्व चर्चा ऐकून आधीच हतबल झालेले नातलग स्वत:च त्या दारुण मन:स्थितीला जाऊन पोचत होते. त्यांच्या आजूबाजूला माहितीचा पूर लोटला होता. ते अपहरण, ते अपहृत विमान आणि ते अपहरणकर्ते रेडिओ, टी.व्ही व वृत्तपत्रांच्या माध्यमांतून कोट्यवधि नागरिकांच्या घराघरात जाऊन पोचले होते. त्या परिस्थितीत कोंडलेले अपहरणकर्ते स्वत: कशा मन:स्थितीत असतील- संतापलेले, खून करण्यास तयार.. तसेच आत कोंडलेले प्रवासी कशा असहाय स्थितीत असतील.... सतत अंधारात, डोळ्यावर पट्टी बांधलेल्या अवस्थेत... इत्यादी वर्णनांनी दूरदर्शनवरील बातमीपत्रे भरलेली असायची. आणि अजूनही भारत सरकारकडून यावर काहीही भाष्य नव्हते. काही अधिकारी तर चक्क चुकीची माहिती पुरवत होते. काही अधिकाऱ्यांनी बातमीदारांना सांगितलं, की अपहरणकर्ते एकूण सहा होते; चार पाकिस्तानी, एक अफगाणी, एक नेपाळी, विमानातील प्रवाश्यांमध्ये गर्जेंद्र मान तमराकर नामक एक नेपाळी बिझिनेसमन होता. हा क्वचित तेथील टी.व्ही.वर विनोदी भूमिकाही करत असे. त्याला या अधिकाऱ्यांनी खुशाल अपहरणकर्ता ठरवून टाकले. टेलिव्हिजन नेटवर्क्सनी अधाश्यासारखी ती बातमी उचलली व बिचाऱ्या तमराकरचे नाव अल्पावधितच खलनायक म्हणून घरोघरी जाऊन पोचले. टी.व्ही. नेटवर्क्सकडून ही एवढी एकच चूक झालेली नव्हती, अशा अनेक चुका घडत राहिल्या. हे अपहरणनाट्य अर्ध्यात असताना एका भारतीय नेटवर्कने आपल्या बातमीपत्राच्या अखेरीला सी.एन.एन. चा हवाला देऊन अशी बातमी पुरवली : 'सर्व प्रवाश्यांना सोडण्यात आले आहे.' ते ऐकून आणखी एक प्रतिस्पर्धी नेटवर्क पुढे सरसावले. गुप्त बातमीचा स्फोट करण्याच्या अभिनिवेषात त्यांनीही याच गोष्टीचा पुनरुच्चार केला. परंतु यामागचे गूढ काही उलगडेना. मुळात सी.एन.एन. ने अशी बातमी दिलीच नव्हती. आणि या दोन प्रतिस्पर्धी नेटवर्क्सनी मात्र बातमी प्रसारित करण्याआधी कंदाहारच्या एअर ट्रॅफिक कंट्रोल ऑफिसर महंमद खैबर याच्याशी

संपर्क साधण्याची व या बातमीची शहानिशा करण्याचीसुद्धा फिकीर केली नव्हती. त्याच वेळी भारतातील प्रत्येक बातमीपत्रात या खेबरची दूरध्वनीवरील मुलाखत प्रसारित करण्यात येत होती.

नंतर अनेक दिवसांनी अधिकृत सूत्रांनी जाहीरपणे खुलासा केला- तमराकर हा एक साधा प्रवासी होता, अपहरणकर्ता नव्हता. पण तरीही या चुकीच्या वृत्ताच्या प्रसारणास जबाबदार असणाऱ्या एकाही अधिकाऱ्याने साधी दिलगिरी सुद्धा व्यक्त केली नाही.

सरकारकडे मात्र काहीच माहिती उपलब्ध नव्हती. इतकं की पंतप्रधानांचा एक वरिष्ठ सहाय्यक पंतप्रधानांच्या निवासस्थानातून बाहेर पडत होता. त्याच्याकडून काहीतरी निवेदन मिळेल या आशेने बरेच वार्ताहर तेथे तिष्ठत उभे होते. परंतु त्याने स्वतःच एका आंतरराष्ट्रीय वृत्तसंस्थेच्या प्रतिनिधीला बाजूला बोलावले व विचारले - 'काय हो, काही ताजी बातमी? नाहीतरी ताज्या बातम्या आम्हाला तुमच्यासारख्यांकडूनच समजतात.'

सरकारकडून काहीच सहानुभूती मिळत नाही असे पाहून प्रवाश्यांच्या नातलगांनी स्वतःच काहीतरी कृती करायची असं ठरवलं. २७ डिसेंबर रोजी परराष्ट्रमंत्री जसवंतसिंग यांनी प्रेस इन्फर्मेशन ब्यूरोच्या कॉन्फरन्स हॉलमध्ये रोजच्याप्रमाणे वार्ताहरांना निवेदन देण्यास सुरुवात केली. त्या हॉलच्या बाहेरील अंधाऱ्या व्हरांड्यात प्रवाश्यांचे बरेच नातलग एकत्र जमले होते. एक्सटर्नल अफेअर्स मिनिस्ट्रीच्या वरिष्ठ अधिकाऱ्यांनी जसवंतसिंग यांच्यावर प्रश्नांचा भडिमार सुरू केला. त्यापैकी पहिल्या प्रश्नाचे उत्तर श्री. सिंग हे देत असताना अचानक बाहेर जमा झालेले सर्व नातेवाईक रांगेने आत शिरले आणि परराष्ट्रमंत्र्यांच्या शेजारी जाऊन उभे राहिले. त्यांच्यातील एकाने बोलण्यास सुरुवात केली. त्यांचं नाव डॉ. संजय बिब्बर. यांचे सहा कुटुंबीय विमानात अडकले होते. त्यांनी प्रथम स्वतःची ओळख करून दिली. जमलेल्या सर्वांसमोर त्यांनी आपली तक्रार मांडली- 'कंदाहारमध्ये नक्की काय चाललं आहे, त्याचप्रमाणे आमच्या कुटुंबियांचे प्राण वाचवण्यासाठी सरकारने नक्की काय काय पावले उचलली आहेत, याविषयी आम्हाला अंधारात ठेवण्यात येत आहे,' असा आरोप त्यांनी केला. १९८९ साली जेव्हा त्यावेळचे गृहमंत्री मुफ्ती मोहंमद सैद यांच्या कन्येचे अपहरण झाले, तेव्हा तिला सोडवण्याच्या मोबदल्यात अनेक अतिरेक्यांना कसे मुक्त करण्यात आले होते त्या गोष्टीचा त्यांनी उल्लेख केला. व आता त्याच न्यायाने आमच्या नातेवाईकांची सुटका का होऊ नये? ते भारताचे नागरीक नाहीत का? असे प्रश्न त्यांनी उपस्थित केले. त्यानंतर जमलेल्या नातेवाईकांनी जोराजोरात ओरडून प्रश्न विचारण्यास सुरुवात केली. त्यातील एका स्त्रीला तर

रडूच कोसळले. जसवंतसिंग यांनी मात्र जराही विचलित न होता, शांतपणे सगळे ऐकून घेतलं. सरकारचे हात कसे बांधलेले आहेत हे ही स्पष्ट करून सांगत, असे वचन दिले. 'मग हेच सर्व नियम रुबिया सैदच्या केसमध्ये लागू होत नाहीत का?' असं एका वार्ताहराने विचारताच सिंग रागाने उत्तरले : 'तुम्ही त्यांच्या काळजीचा गैरफायदा घेताय.' नंतर प्रवाश्यांचे नातलग उठून हॉलच्या बाहेर पडले आणि स्वतंत्रपणे मंत्र्यांना जाऊन भेटले. त्यानंतर सर्वजण पंतप्रधानांच्या निवासस्थानापाशी धरणे धरण्यासाठी गेले. अखेर सरकारला काहीतरी तोडगा काढण्याच्या दृष्टीने हातपाय हलवणं भाग होतं. नागरिकांच्या या सततच्या प्रयत्नांना यश आले.

नंतरच्या काही तासांत निदान एक गोष्ट उघड झाली की सरकारने आपल्या धोरणात बदल केलेला आहे. कारण आता तर सर्वच गोष्टी सरकारच्या विरोधात होत्या. - एकीकडे तालिबानने सामोपचाराचं धोरण स्वीकारलं होतं. दुसरीकडे ते विमानाला इंधन पुरवण्याच्या धमक्याही देत होते. अपहरणकर्ते तर आपल्या मागण्यांपासून रेसभरही मागे हटण्यास तयार नव्हते. तर दुसरीकडे नातलगांनी जो आवाज उठवला होता, तो देशाच्या साऱ्या कानाकोपऱ्यांत जाऊन दुमदुमला होता. लोकांची सहानुभूती प्रवाश्यांना व त्यांच्या नातेवाईकांना होती. आदल्याच दिवशी, म्हणजे शनिवारी पंतप्रधान श्री. वाजपेयी त्वेषाने म्हणाले होते- 'आम्ही अतिरेक्यांच्या दहशतवादापुढे जरासुद्धा नमते घेणार नाही. झुकणार नाही.' पण दुसऱ्याच दिवशी, म्हणजे रविवारी मात्र सरकारने आपल्या या भूमिकेत तसूभर का होईना बदल केला होता. परराष्ट्रमंत्री जसवंतसिंग आता म्हणू लागले होते: 'सरकार अपहरणकर्त्यांच्या मागण्यांवर विचार करत आहे. ओलीस प्रवाश्यांची सुटका होण्याचा काही मार्ग आहे का, ते ही तपासून पाहण्यात येणार आहे.' 'मौलाना मसूद अझर याला सोडणार की नाही, ' असा प्रश्न विचारताच जसवंतसिंग यांनी त्याचे हो किंवा नाही असे काहीही स्पष्ट उत्तर दिले नाही. 'याचं उत्तर मी माझ्या अधिकारात देऊ शकत नाही. ते उत्तर इतकं सोपंही नाही. परंतु प्रवाश्यांच्या स्वास्थ्यासाठी, त्यांचा जीव वाचवण्यासाठी जे काही करावं लागेल ते, करण्याचा मी माझ्या परीने प्रयत्न करेन.' श्री. वाजपेयी यांनी मुद्दाम आपल्या निवासस्थानी विरोधी पक्षांची एक मीटिंग बोलावली. कोणताही निर्णय घेण्यापूर्वी विरोधी पक्षांचाही त्याला पाठिंबा असणे आवश्यक होते. त्याच्या दुसऱ्याच दिवशी सकाळी संपूर्ण कॅबिनेटची मीटिंग घेण्यात येणार होती. अपहरणाची घटना घडल्यानंतरची ही पहिलीच कॅबिनेट मीटिंग.

त्याआधी आणखी एक गडबड झाली. रोजच्याप्रमाणे परराष्ट्रमंत्री जसवंतसिंग यांनी वार्ताहरांपुढे एक निवेदन दिले आणि ते जाण्यासाठी उठले. निघता निघता

त्यांनी कॉन्फरन्स रुममध्ये जणू काही एक बॉंबस्फोटच केला. एका वार्ताहराच्या शेवटच्या प्रश्नाला उत्तर देताना सहजगत्या, फारसा विचार न करता, साऱ्या पत्रकार जगतापुढे त्यांनी एक खळबळजनक विधान केले : 'हे पाच हायजॅकर्स पाकिस्तान एअरलाईन्सच्या विमानात बसून काठमांडूला पोचले. तेथे ते ट्रान्झिट लाऊंजमध्ये बसून राहिले. त्यांना सामील असणाऱ्याने पुढच्या विमानाची तिकीटे त्यांच्या हातात पोचवली व डिपार्चर लाऊंजमध्ये शिरुन ते सरळ इंडियन एअरलाईन्सच्या फ्लाईटमध्ये शिरले.' जसवंतसिंग यांच्या तोंडचे हे उद्गार ऐकताच त्या खोलीत एकच धावपळ उडाली. वार्ताहर उठले. आपापले मोबाईल कानाला लावत त्यांनी आपल्या ऑफिसांमध्ये फोन लावले. सिंग आपल्या खुर्चीतून उठून जाऊ लागले, तेव्हा एका वार्ताहराने विचारले : 'पण मुळात ही फ्लाईट कुठून आली असावी?'

'ती फ्लाईट मुळात आली होती... अं.., खरंतर आत्ताच मी ते सांगणं योग्य नव्हे,' असं म्हणून जसवंतसिंग यांनी वेळ मारून नेली आणि ते निघून गेले. त्यामागील सत्त्य असं होतं, की फ्लाईट कुठून आली ते त्यांना स्वत:लाच माहीत नव्हतं. याच ठिकाणी त्यांनी फार मोठी चूक केली होती. जसवंतसिंग यांनी अशी विधाने करण्यामागेही एक कारण होतं. एका स्थानिक टी.व्ही. चॅनेलवर अशा तऱ्हेचा अंदाज वर्तवण्यात आला असल्याचं सिंग यांच्या हाताखालच्या अधिकाऱ्याने ऐकलं. त्याने ताबडतोब ती गोष्ट सिंग यांच्या कानावर घातली. जसवंतसिंग यांनी केलेल्या विधानावर पाकिस्तान इंटरनॅशनल एअररलाईन्स, नेपाळ सरकार आणि आपली इंडियन एअरलाईन्स या सर्वांनीच कडाडून हल्ला चढवला. पाकिस्तान इंटरनॅशनल एअरलाईन्स व इंडियन एअरलाईन्स या दोघांच्या फ्लाईटसमध्ये किमान पाच तासांचा अवधी होता. त्याहीपेक्षा महत्त्वाचे : त्रिभुवन आंतरराष्ट्रीय विमानतळावर ट्रान्झिट लाऊंजच नाही आहे.

सीमेपार पाकिस्तानात याच सुमाराला पाकिस्तानचे परराष्ट्रमंत्री अब्दुल सत्तार यांनी याच्या बरोबर विरुद्ध विधान केले. ते म्हणाले, 'भारताचे गुप्तचर खाते म्हणजेच रीसर्च अँड ॲनालिसिस विंगने मुद्दाम स्वत:च हे अपहरणाचे नाट्य घडवून आणले आहे. पाकिस्तानात नव्याने स्थापन झालेल्या लष्करी राजवटीची बदनामी करण्याचा त्यांचा डाव आहे व या सगळ्या खेळामागील सूत्रधार एक परकीय गुप्तचर संघटनाच आहे, अशी शक्यताही नाकारता येत नाही.' डोळ्याची पापणीही न हलवता अब्दुल सत्तार यांनी इस्लामाबादेतील प्रेस कॉन्फरन्समध्ये ही सर्व विधाने केली. गंमत अशी, की अपहरणकर्त्यांने मौलाना अझर आपला धाकटा भाऊ असल्याचे जाहीरच करून टाकले होते. त्यावर

पाकिस्तानच्या परराष्ट्रमंत्र्याची मल्लीनाथी तर ऐकण्यासारखीच होती. 'पाकिस्तानला आंतरराष्ट्रीय पातळीवर बदनाम करण्यासाठी भारताने ही एक नवीन कहाणी रचलेली आहे.'

हे सर्व राजकीय डावपेच, आरोप-प्रत्यारोप आपल्या जागी होते. या सर्वांपासून दूर, प्रवाश्यांच्या व अपहरणकर्त्यांच्या मनात आपल्या नातलगांचे, प्रियजनांचे विचार घोळत होते. नवी दिल्ली येथील एक तरुण स्त्री आपल्या पतीबरोबर सुट्टीसाठी काठमांडूला गेली होती. आता मात्र या विमानात बसल्याबसल्या तिला एक मोठी कामगिरी बजावायची होती. नंतर बोलताना या तरुण स्त्रीने ही सगळी हकीकत जशीच्या तशी सांगितली. फक्त आपले नाव जाहीर करू नका अशी विनंती केली. आत्ता विमानात असताना तिने आयुष्याची आशाच सोडली होती. त्यामुळे आपल्या चार वर्षाच्या मुलीला पत्र लिहायचे तिने ठरवले. काठमांडूतील हॉटेलात तिला जे ग्रीटिंग कार्ड मिळाले होते. त्याच्या पाठीमागच्या बाजूस आपल्या मुलीसाठी तिने एक पत्र लिहिले.

'बाळा,

मी काही जगातली सर्वात चांगली आई होऊ शकले नसेन, पण प्लीज.. एक गोष्ट समजून घे. मी तुझ्यावर अगदी जिवापाड प्रेम केलं. तू धीर धर आणि देव तुझा नक्की सांभाळ करेल. आत्ता तू हे पत्र वाचण्याएवढी मोठी नाहीस, पण एक दिवस तुला हे नक्कीच वाचता येईल.'

या अपहरणातून सहीसलामत कोण बरं वाचू शकेल? असा तिने विचार केला. अशा व्यक्तीकडे ते पत्र सोपवायचं होतं. तिला उत्तर सापडलं. शंभर टक्के वाचू शकतील अशा व्यक्ती कोण- अर्थातच अपहरणकर्ते ! मग अपहरणकर्त्यांनी ते पत्र स्वत:जवळ ठेवून घ्यावं आणि नंतर सुटका झाल्यावर ते पत्र कसंही करून आपल्या मुलीपर्यंत पोचवावं, अशी तिने त्यांना विनंती केली. पण त्यांच्यापैकी एकही जण ते पत्र ठेवून घेण्यास तयार होईना.

परत एकदा कसंही करून त्या अपहरणकर्त्यांचं मन वळवावं आणि त्यांना ते पत्र ठेवून घेण्यास भाग पाडावं, अशा चिंतेत ती स्त्री बुडून गेली. जवळच काही बिझिनेसवाल्या लोकांचा ग्रुप आवडत्या विषयावर गप्पा मारत बसला होता. विषय सर्वांच्याच जिव्हाळ्याचा होता- रंगांच्या किंमती.

काही रांगा सोडून पलिकडे संजीव शर्मा विचारांमध्ये गढून गेला होता. अचानक त्याचे डोळे पाण्याने भरलं. त्याला आपला छोटा मुलगा शिव याची फार तीव्रतेने आठवण येत होती. आपल्या भावाबरोबर (मधुमेही रुग्ण अनिल

खुराणाबरोबर) तो जेव्हा काठमांडूला येण्यासाठी निघाला, त्याच्या आदल्या दिवशीचे संभाषण त्याला आत्ता तीव्रतेने आठवले. त्याचा मुलगा शिव याने अचानक, विनाकारण त्याला कडकडून मिठी मारली आणि तो जोरात रडू लागला. 'मला खूप खूप जवळ घ्या,' असं तो पुन्हा पुन्हा सांगत होता. अचानक आपल्या मुलाला काय झालं, ते संजीव शर्मास उमगेना. तेव्हा रडतच शिव म्हणाला :'पापा, अगर तुम मर गए ना, तो मैं तुमको वोही आकर बहुत मारुंगा।' (जर तुम्ही मेलात ना, तर मी तिथे येऊन तुम्हाला खूप मारेन.)

आपल्या मुलाच्या तोंडून असली मरणाची भाषा ऐकून संजीव शर्मा चरकला.

'मैं क्यूं मरुंगा शिव? मै नही मरुंगा।' (मी कशाला मरेन, शिव? मी नाही मरणार) , तो म्हणाला.

'प्रॉमिस?'

'प्रॉमिस'

विमानात शर्माला परत गहिवरून आलं. तो त्या आठवणींनी रडू लागला. त्याने रडत रडत ही घटना बर्गरला सांगितली. 'मै अपने बेटेको डिच् नही करना चाहता।' (मुलाला दिलेलं वचन मला मोडायचं नाही.)

'इन्शाल्ला तुम अपना प्रॉमिस रखोगे।' (देवाशपथ तुम्ही तुमचं वचन पाळाल), बर्गर त्याला म्हणाला. 'मेरी दो महिनेकी बेटी है, और मैने उसे अबतक देखा नहीं है।' (माझी दोन महिन्यांची मुलगी आहे आणि मी तिला अजून पाहिलेलंही नाही.)

रात्री साडेनऊ वाजता प्रवाश्यांसाठी जेवण आले- अफगाणी रोट्या उर्फ खातूस आणि राजमा. जणू काही जेवणात काहीतरी औषध मिसळले आहे की काय असे वाटावे एवढा आश्चर्यकारक बदल त्या अपहरणकर्त्यांच्या वर्तनात जेवणानंतर दिसून आला. परत ते निर्दयपणे वागू लागले.

बर्गरनेसुद्धा आपला चांगुलपणाचा, संवेदनाक्षमतेचा बुरखा उतरवला. एक प्रवासी रडत होता. त्याच्यावर तो जोराजोरात खेकसू लागला. 'कोणीही रडले किंवा आमच्याकडून कशाचीही अपेक्षा केली तर त्याला ठार मारण्यात येईल,' अशी धमकी देत तो हिंडू लागला. 'मेरे भाई जेलमें है। उनको टॉर्चर करते है। तुम मर जाओगे तो तुम्हारी बॉडीज तुम्हारे रिश्तेदार ले जाएँगे।' (माझे भाईबंद तुरुंगात आहेत. त्यांचा तिकडे छळ चाललाय. जर तुम्ही मेलात तर तुमचे शव तुमचे नातेवाईक घेऊन जातील)

कट्यालच्या हत्त्येपूर्वी एकंदर आठ लोकांना बिझिनेस क्लासमधे खुर्च्यांमध्ये बांधून ठेवण्यात आले होते. त्यांच्यापैकी आठवा माणूस म्हणजे राजीव आहुजा.

अपहरणकर्त्यांचं आणि याचं जणू प्रथमपासूनच काहीतरी वाकडं होतं. ते त्याची सारखी हेटाळणी करत. आत्ता परत एकदा त्या बिचाऱ्याचं दुर्दैव ओढवलं. पहिल्या खेपेला त्याच्या डोळ्यांवरची पट्टी चुकून सरकून खाली घसरली होती तेव्हा संतापलेल्या हायजॅकर्सच्या हातून तो मरतामरता वाचला होता. आत्ता परत एकदा त्याच्या डोळ्यांवरची पट्टी अशीच सुटून आली. त्याने इकडे तिकडे पाहिलं. विमानात सर्वत्र शांतता होती. बहुतेक सर्वजण झोपलेले दिसत होते.

अपवाद फक्त एकाचा. डॉक्टरचा. तो एका कोपऱ्यातून सर्व प्रवाश्यांवर कडी नजर ठेवून होता. राजीव आहुजापाशी तो पळत आला आणि त्याने त्याला एक श्रीमुखात भडकावली. आहुजा वेदनेने कळवळला. त्याचे डोळे पाण्याने भरले. आपल्या तोंडातून रक्त येत असावं असं त्याला वाटलं. खरंतर निदान बोट लावून चाचपून तरी पाहावं, असं त्याला वाटत होतं. पण डॉक्टर तर डोळे फाडफाडून त्याच्याकडे बघत होता. कसाबसा धीर गोळा करून आहुजा म्हणाला : 'आपने मुझे क्यों मारा?' (मला तुम्ही का मारलं?) डॉक्टर संतापला. त्याच्या प्रश्नाकडे दुर्लक्ष करून म्हणाला. 'मेरी बात सुनले. कल सुबह तुझे आगे लेकर जाएँगे और तेरा काम कर देंगे।' (मी काय सांगतो ते ऐक. उद्या सकाळी तुला पुढे घेऊन जाऊ आणि तुझं काम तमाम करून टाकू.) आहुजा रात्रभर भीतीने थरथर कापत होता. ज्या नराधमाने नुकताच एकाचा खून केला आहे, अशा माणसाच्या हातात आपली मान देण्याची त्याने मानसिक तयारी केली.

पण सकाळ उजाडण्यापूर्वीच दोन आश्चर्यकारक घटना घडल्या.

त्यावेळी रात्रीचे ११ वाजले असतील. हायजॅकर्सनी आपले नेहमीचे तंत्र आरंभले होते. त्यांनी परत एकदा सर्वांना डोळ्यावर पट्टी बांधण्याची आज्ञा केली. त्यांची काहीतरी कारणाने लगबग चालू होती. जे कोणी आज्ञा पाळणार नाहीत, त्यांना ते थपडा मारत होते. सर्वांशी इतका वेळ कनवाळूपणाने वागणारे ते हायजॅकर्स परत एकदा राक्षस बनले होते. जणू काही प्रवाश्यांचा डोळा चुकवून त्यांना काहीतरी कार्यभाग उरकण्याची घाई सुटली होती. त्यांनी सर्वांना गुडघ्यात डोकं घालून झोपी जाण्याचा हुकूम दिला. बर्गर प्रवाश्यांच्या रांगांमधील उभ्या लांबलचक पॅसेजमधून अनेकदा पुढे मागे पळत जात होता. शंकरने आपल्या हातातील बाँबची पिन उघडून ठेवली होती. भोला पुढच्या भागात बसलेल्या प्रवाश्यांवर नजर ठेवून होता. त्याने आपल्या हातात भरलेले रिव्हॉल्वर तयारीत धरले होते. प्रवाश्यांमध्ये कमालीची शांतता पसरली. थोड्याच वेळात हायजॅकर्सनी मोठमोठ्यांदा आरडाओरडा करण्यास सुरुवात केली. ते अस्वस्थ, चिडलेले व आत्यंतिक मानसिक ताणाखाली असल्यासारखे दिसत होते.

अचानक विमानाबाहेरुन बंदुकीच्या फैरी झडल्याचा आवाज झाला. जणू

काही बंदुकींनी मानवंदना देणे चालू होते. त्याचबरोबर तालिबान सैनिकांच्या घोषणांनी अवघा परिसर दुमदुमला. त्यानंतर विमानाच्या पुढील भागातील दार उघडले. पावलांचा आवाज येऊ लागला. कोणीतरी नक्की विमानात प्रवेश केला असावा. ही जी कोणी व्यक्ती होती ती फार महत्त्वपूर्ण असणार, कारण हायजॅकर्सही गप्प होते. ते फक्त हळुवार आवाजात इस्लामी मंत्रोच्चार करत होते. पण मान वर करून पाहण्याची एकाही प्रवाश्याची हिंमत झाली नाही. असे कितीतरी क्षण गेले. त्या नव्या पाहुण्याने बहुधा सभोवार पाहून आतील परिस्थितीची पाहणी केली असावी. मग तो विमानाबाहेर निघून गेला. दार बंद झाले.

प्रवाश्यांच्या नंतर जे काही वृत्त कानावर आले त्यानुसार मुल्ला ओमारने अपहरणाच्या प्रकरणात अत्यंत महत्त्वाची कामगिरी बजावली होती. हे ऐकताच त्यांच्या मनात आले, आपण विमानात बंदिवान असताना सव्वीस डिसेंबरच्या त्या रात्री बंदुकांच्या फैरी झडल्यानंतर जी व्यक्ती विमानात येऊन पाहणी करून गेली, ते मुल्ला ओमार तर नव्हते?

ती व्यक्ती परत गेल्यानंतर तासाभराने बर्गरने येऊन शांततेचा भंग केला. 'सर उठा सकते है।' (डोके वर करू शकता) बर्गर शांततेचा भंग करत म्हणाला. ते ऐकून सर्वजण अधिकच गोंधळले. तो पुढे म्हणाला :'कुछ बोलो भी। कोई चुटकुला सुनाओ।' (काही तरी बोला तर. काही विनोदी किस्सा सांगा.) काही लोकांनी तर मनात धीर गोळा करून विनोदी चुटकुलेसुद्धा आठवण्यास सुरुवात केली. एव्हाना मध्यरात्र होत आली होती. खरं तर रात्री ९ वाजेपर्यंत तुमची सुटका होईल असे बर्गर मगाशी बडबडला होता. तीच वेडी आशा मनात धरुन काही प्रवासी बिचारे जागत बसले होते. मग हळूहळू निराश होऊन सारे झोपेच्या आधीन झाले.

आणखी एक तास लोटला. अजून एक आश्चर्य पडले. पण ते साऱ्या प्रवाश्यांना समजले नाही. ते केवळ फ्लाईट इंजिनिअर जग्गियापुरतेच होते. तो बिचारा पेंगत होता.

शंकर चालत त्याच्या सीटपाशी गेला आणि त्याने बंदुकीची थंडगार नळी त्याच्या मस्तकाला टेकवली. जग्गिया खडबडून जागा झाला. हायजॅकर्स त्याला आपल्या सोबत कॉकपिटच्या जमिनीतील दरवाज्याने शिडीवरून खाली उतरवून विमानाबाहेर घेऊन गेले. त्यांना विमानाच्या पोटातील सामनासुमान ठेवण्याचा कप्पा उघडून हवा होता. जग्गियाच्या हातात भला मोठा टॉर्च दिला होता. विमानतळावर सभोवार मोठमोठे प्रकाशझोताचे दिवे लावून ठेवले होते. अनेक तालिबान सैनिक आपापल्या गाड्यांमधून तसेच टारमॅकवर उभे राहून त्याच्या

हालचालीवर नजर ठेवून होते. जग्गियाला अगदी खेटून बर्गर आणि शंकर उभे होते. त्यांनी त्याच्या डोक्याजवळ बंदुकी रोखल्या. 'ओपन इट. हमने एअर ट्रॅफिक कंट्रोलसे परमिशन ले ली है।' (उघड ते. आम्ही एअर ट्रॅफिक कंट्रोलकडून परवानगी घेतली आहे.)

जग्गिया हा विमानातील कर्मचाऱ्यांपैकी वयाने सर्वात मोठा. ही गोष्ट टाळण्याचा त्याने शक्य तेवढा प्रयत्न केला. त्याने पुष्कळ वेळकाढूपणा केला. आपल्याला कप्पा उघडत नसल्याचे ढोंग केले. बरीच खटपट करत असल्याचा बहाणा केला. पण हायजॅकर्सचा धीर सुटत चालला. जग्गियाने कंट्रोल टॉवरशी प्रत्यक्ष काय ते बोलण्याचा आग्रह धरला. परंतु त्यावेळी कंट्रोल टॉवरमध्ये कोणी नव्हते. 'आम्हाला तातडीने काही गोष्टी हव्या आहेत.' बर्गर म्हणाला. अखेर कसाबसा तो कप्पा उघडण्यात आला. शंकर लोखंडी जिन्यावरून कप्प्यापर्यंत वर चढला. आत बरीच शोधाशोध करून त्याने एक भलीमोठी बॅग बाहेर काढली. त्यात आधुनिक शस्त्रास्त्रांचा मोठा साठा होता. ही बॅग व त्यातील शस्त्रे कॉकपिटमध्ये नेण्यात आली. जग्गिया परत सीटवर जाऊन बसला.

आता संपूर्ण विमानावर पहारा ठेवायला फक्त भोला आणि डॉक्टरच होते. चीफ बिझिनेस क्लासमध्ये झोपला होता. पंचेचाळीस वर्षांचा फ्रेंच प्रवासी फॅन्क्वाईज जुग्ला याने व इतर काही प्रवाश्यांनी धीर करून, खुर्च्यांच्या मधल्या फटींना डोळे लावून बारीक नजरेने पाहण्याचा प्रयत्न केला. अपहरणकर्ते गडद हिरव्या रंगांच्या पेट्या उघडून काहीतरी करत होते. नीट पाहिलं तर ते आपापल्या बंदुकांमध्ये स्फोटके भरत होते.

थोड्याच वेळात विमानाबाहेर गेलेले अतिरेकी विमानात परतले. मग त्यांनी कॉकपिटमध्येच मोठ्या बॅगेतील शस्त्रास्त्रे व स्फोटके तसेच हिरव्या पेट्यांमधील सामान उतरवले. मशीनगन्स, पिस्तुले, बॉंब, स्फोटके यांचा नुसता खजिना कॉकपिटच्या जमिनीवर विखुरला होता. कित्येक एके फोर्टीसेव्हन आणि एके फिफ्टी सिक्स मशीनगन्स व बॉंब तर असे काही रचून ठेवले होते की जणू दिवाळीच्या फटाक्यांचे दुकानच मांडलेले असावे. वैमानिकाच्या सीटमागे असलेल्या उंच टेबलावर या वस्तूंचे प्रदर्शन भरवण्यात आले होते. त्यात पूर्णपणे स्वयंचलित व अत्त्याधुनिक अशा इस्त्रायली बनावटीच्या सबमशीनगन्स होत्या. जेव्हा अगदी जवळून लढाई करायची असते तेव्हाच या वापरतात. तसेच अनेक स्वयंचलित पिस्तुले हारीने मांडून ठेवली होती. छोट्या छोट्या खोक्यांमधून बंदुकीची काडतुसे भरलेली होती. ती खोकी सिगारेटच्या पेट्यांएवढी असावीत. निष्काळजीपणे ती खोकी वैमानिकाच्या समोरील टेबलावर भिरकावून देण्यात आली होती.

या सगळ्याच गोष्टी काही शंकरने सामानाच्या कप्प्यातून काढून आणलेल्या बॅगेतून निघाल्या नव्हत्या हे निश्चित. मग उरलेली शस्त्रास्त्रे, स्फोटके आली कुठून? या बाबतीत एकच तर्क करता येण्यासारखा होता- अर्थात तालिबानकडून!

■

कंदाहारची सुरक्षाव्यवस्था मजबूत करण्यासाठी तालिबानचे जवान पिकअप ट्रक्समध्ये भरून अपहृत विमानापाशी येताना दिसत आहे. किती काश्मिरी आतिरेक्यांची सुटका करायची, याविषयी भारतीय मध्यस्थांची अपहरणकर्त्यांशी घासाघीस चालू आहे.

कंदाहार विमानतळाचे कर्मचारी अपहृत विमान आयू. सी.-८१४ मधील प्रवाशांसाठी नळाचे पाणी भरत आहे.

अमेरिकन बनावटीची अस्त्रे धारण केलेले तालिबान सैनिक अपहृत विमानाजवळून चालले आहेत.

अपहरणकर्त्यांची मुखचित्रे

राजेश गोपाल वर्मा
उर्फ
शकीर

इब्राहिम अत्तार
उर्फ
चीफ

सनी अहमद काझी
उर्फ
बर्गर (मन्सूर)

मिस्त्री झहूर इब्राहिम
उर्फ
भोला

शहिद अख्तर सईद
उर्फ डॉक्टर
(खालिद)

मागण्या पूर्ण न झाल्यास प्रवाशांची हत्या करू अशी अतिरेक्यांनी धमकी दिल्याचे ऐकून शोकविव्हल झालेले प्रवाशांचे आप्तेष्ट - नवी दिल्ली येथे.

नवी दिल्ली येथील पंतप्रधानांच्या निवासस्थानाबाहेर दुःखावेग अनावर झालेले एका प्रवाशाचे वयोवृद्ध कुटुंबीय.

अधिकृत निवेदन
गंभीरपणे ऐकत असलेले
नातेवाईक
- नवी दिल्ली येथे.

अपहरणाच्या परिस्थितीतून
तोडगा काढण्याच्या कामी
सरकार दिरंगाई करत असल्याच्या निषेधार्थ
नातेवाईकांनी रस्त्यावरील
वाहतुकीस अडथळा निर्माण केला.
-पंतप्रधानांच्या निवासस्थानाबाहेरील दृश्य.

दुबई विमानतळावरील वैद्यकिय कर्मचारी रिपन कट्याल यांच्या देहाची तपासणी करत आहेत. रिपन कट्याल या प्रवाशाची अपहरणकर्त्यांनी निर्घृण हत्या केली. त्याच्याच बरोबर प्रवास करणारी त्याची पत्नी रचना हिला मात्र त्याच्या हत्येविषयी अंधारात ठेवण्यात आलं. कंदाहारला कूच करण्यापूर्वी दुबई येथे अपहरणकर्त्यांनी एकंदर २६ प्रवाशांची सुटका केली तेव्हाच रिपनचा मृतदेह ताब्यात दिला.

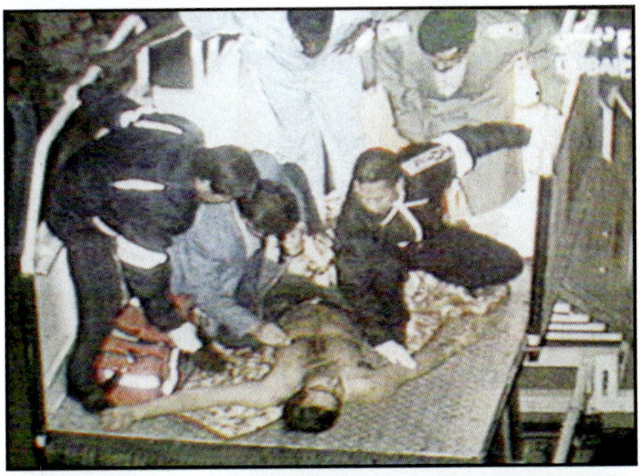

रिपन कट्याल व
त्याची पत्नी रचना
आनंदाच्या क्षणी
टिपलेले छायाचित्र

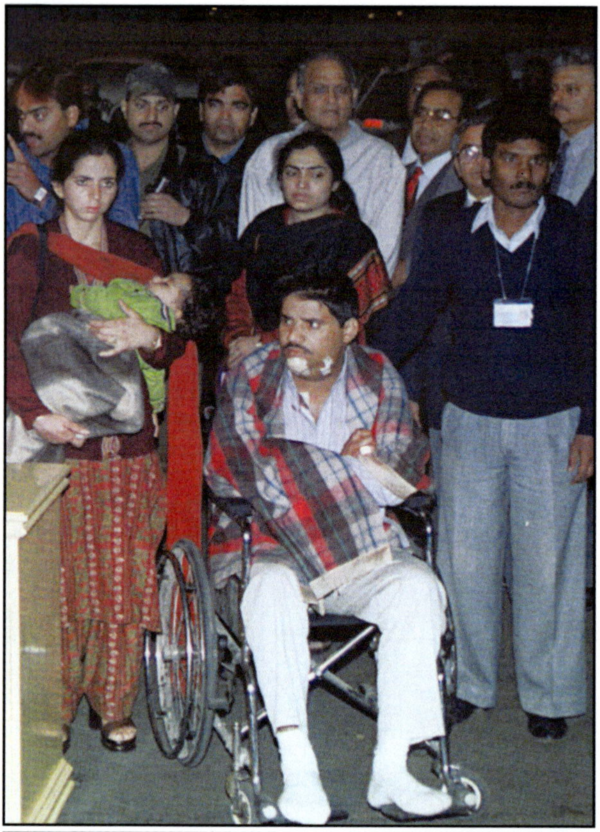

दुबई येथे सुटका झालेले
प्रवासी नवी दिल्लीस परतताना.
व्हिलचेअरमध्ये सतनाम सिंग
- अपहरणकर्त्यांनी त्यांच्यावर
पाशवी पद्धतीने वार केले.

भारतीय मध्यस्थांच्या तुकडीतील
काही सदस्य उन्हात
निवांत बसले आहेत.
त्यांच्यातील व अपहरणकर्त्यांमधील
पेचप्रसंग अजून कायमच आहेत.

एक अपहरणकर्ता (बर्गर) कॉकपिटमधून उतरत आहे. त्याच्या हातात पिस्तूल आहे. सुटका झालेले अतिरेकी आणि अपहरणकर्ते गाड्यांमध्ये बसून तालिबान विमानतळ सोडून निघून जाण्याच्या काही क्षण आधी टिपलेले हे दृश्य!

चौकटीची पँट आणि बुरखा धारण केलेला एक अपहरणकर्ता (डॉक्टर), एक तालिबान अधिकारी व इंडियन एअरलाईन्सचा एक इंजिनिअर दुरुस्त केलेल्या अपहृत विमानाकडे बघत उभे आहेत. विमानाची इंजिने बंद पडल्यामुळे रेडिओ संपर्क यंत्रणा खंडित झाली होती व वाटाघाटी काही काळ थांबल्या होत्या.

अपहरणकर्ता भोला एका तालिबान ओलिसाची झडती घेत आहे. (कंदाहार कोअर कमांडरचा हा भाऊ) आठ दिवस चाललेल्या अपहरण नाट्यावर पडदा पडण्याच्या काही क्षण आधी टिपलेले हे दृश्य.

अपहरणकर्ते 'डॉक्टर' व 'शंकर' तालिबानच्या ओलिसाला उभ्या असलेल्या गाडीकडे घेऊन जात आहेत.

विमानाचे अपहरण झाल्यानंतर एका आठवड्याने प्रवाश्यांना बसमधून दुसऱ्या विमानाकडे नेण्यात येत आहे. हे विमान त्यांना घेऊन भारतात परतणार आहे.

अपहरणनाट्याची समाप्ती झाली. इंडियन एअरलाईन्सचे रिकामे विमान कंदाहारकडून नवी दिल्लीकडे निघालेले दिसत आहे. प्रवाशांना दुसऱ्या एका विमानाने आधीच नेण्यात आले आहे.

नवी दिल्ली येथील इंदिरा गांधी
आंतरराष्ट्रीय विमानतळावर उतरल्यानंतर
एक प्रवासी
जमिनीवर डोके टेकत आहे.

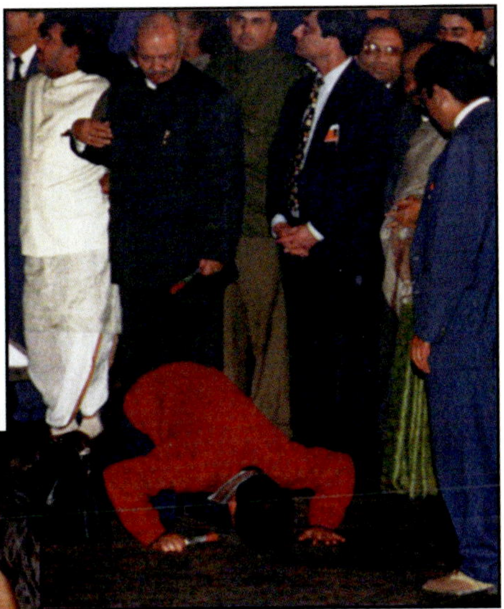

रिपन कत्यालची (विधवा) पत्नी
रचना हिला
इंदिरा गांधी आंतरराष्ट्रीय
विमानतळावर
विमानातून उतरविण्यात येत आहे.

अपहृत विमानाचा कॅप्टन शरण यांचे
कंदाहार कडून नवी दिल्लीस आगमन
—जल्लोषात स्वागत.

कंदहार येथे सुटका झालेला प्रवासी
अनिल खुराणा (मधुमेही)
आपल्या पत्नीसह दिल्ली येथे
पंतप्रधान श्री. वाजपेयी
यांची भेट घेत आहे.

सशस्त्र रक्षकांच्या घोळक्यात मौलाना
मसूद अझर (बसलेला) याचा मुक्त
संचार चालू आहे.
पाकिस्थानातील बहावलपूर या
आपल्या जन्मगावी ईदच्या दिवशी
आपल्या समर्थकांपुढे भाषण देत आहे.

मौलाना मसूद अझरचे
कराची विमानतळावर आगमन.
अझरप्रमाणेच पाच अपहरणकर्त्यांनीही
पाकिस्तानात आश्रय
घेतल्याची वंदता आहे.

मुश्ताक अहमद झरगार.
प्रवाशांच्या सुटकेच्या
मोबदल्यात ज्या तीन
काश्मिरी अतिरेक्यांची
सुटका करण्यात आली
त्यापैकी हा एक.
झरगार सध्या
पाकव्याप्त काश्मीरमध्ये
असल्याची वंदता आहे.

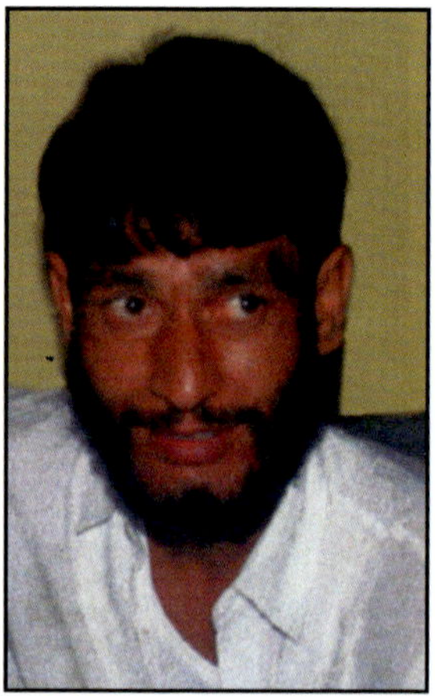

चौथा दिवस

अखेर वाटाघाटींसाठी आपले मध्यस्थ कंदाहारला पाठवण्याची भारत सरकारची तयारी.. क्षणाच्या अवकाशाने अनेक जीव वाचतात. प्रवाश्यांच्या सुटकेसाठी सरकारने काही कृती करावी म्हणून त्यांच्या कुटुंबियांचा दबाव.. मसूद अझरच्या सुटकेच्या मुद्याबाबत हेका कायम.

सायकल रिक्षा आणि स्कूटरींची गर्दीतून वाट काढता काढता एकच तारांबळ उडाली होती. धूर सोडत गाड्या जोरजोराने धावत होत्या. गल्ल्याबोळांमधून हातगाड्या पळत होत्या. हे दृष्य कानपूर शहरातील होते. सोमवार सकाळची उन्हे पडली होती. एका मुस्लीम वस्तीतील किराणामालाच्या दुकानापाशी एक तरुण पोरांचं टोळकं उभं होतं. त्या पोरांनी नंतर पोलिसांना दिलेल्या उलटतपासणीत सांगितलं की त्यांना येथे मुद्दाम जमा करण्यात आलं होतं. त्यांना येथे एका रोमहर्षक भाषणाची टेप ऐकायला मिळणार आहे असं सांगून येथे आणलं होतं. काही मिनिटातच एक माणूस कॅसेट प्लेअर घेऊन आला. त्या टेपचा आवाज रस्त्यावरील गोंगाटात नीटसा ऐकू येत नव्हता. मग ती मुले अगदी कान देऊन ते भाषण ऐकू लागली. टेपवरील आवाज मौलाना मसूद अझरचा होता. पाकिस्तानातील एका धार्मिक शाळेमध्ये अनेक वर्षांपूर्वी त्याने केलेल्या भाषणाची ती टेप होती. त्याला आपल्या धर्मयुद्धांमध्ये तरुण मुले भरती करून घ्यायची होती. नंतर या भाषणाच्या असंख्य टेप्स काढून मुस्लीम जगतात त्या मोफत वाटण्यात आल्या. चीफचा प्रमुख हस्तक अब्दुल लतीफ याने ही टेप जेद्दा येथे

आणली होती, ते भाषण असे होते...

'नही चाहिये मुझे वो नौजवान, जो इस्लामी कीमतपर हॉकी और क्रिकेटके कयाल है। मुझे चाहिये जवाँ, जोशीले मर्द जो दुनियाभरमें इस्लामकी रहनुमाई करेंगे और काफिरोंके खिलाफ जिहाद करेंगे, एके सैंतालिस रॉकेट लाँचर और पिस्तौल की ताकतपर।' अझर टाळ्यांच्या कडकडाटात म्हणाला. (इस्लामच्या जिवावर हॉकी आणि क्रिकेटमध्ये रस घेणारे तरुण मला नको आहेत. मला तरुण, ताकदवर माणसे हवी आहेत. एके फोर्टीसेव्हन पिस्तुले आणि रॉकेट लाँचरच्या बळावर इस्लामच्या शत्रूंना विरोध करणारी, त्यांच्याविरुद्ध धर्मयुद्ध पुकारणारी) त्याचं भाषण संपलं आणि पाठोपाठ त्या टेपमध्ये एक आवाज दुमदुमला. 'अल्लाहुमा लाबाईक अल् जेहाद.' त्यानंतर हवेत बंदुकीच्या फैरी झडल्याचेही आवाज आले.

या कॅसेटच्या प्रती गेली अनेक वर्षे इकडून तिकडे फिरतच आहेत. परंतु अपहरणनाट्याची सुरवात झाल्यापासून तर हिमाचल प्रदेशापासून ते आसामपर्यंत भारतातील राज्याराज्यांमध्ये परत एकदा या टेपच्या प्रती डोके वर काढू लागलेल्या दिसून आल्या. विशेषत: हा सर्व अपहरणाचा खेळ हायजॅकर्सनी मसूद अझरच्या सुटकेसाठी मांडला आहे हे स्पष्ट झाल्यानंतर या गोष्टीला ऊतच आला. टेपमधील भाषण इतके भडक होते की त्यात हिंसाचाराची आणि जातीय दंगलींची ठिणगी पेटवून देण्याचे सामर्थ्य होते. पोलिसांच्या कानावर ही गोष्ट पडताच काही तासांतच त्यांनी जागोजागी छापे मारून त्या टेपच्या प्रती हस्तगत केल्या.

एव्हाना अपहरणनाट्याचा चौथा दिवस उजाडला होता. त्या घटनेने साऱ्या देशाला भारुन टाकले होते, अस्वस्थ करून सोडले होते. वाय-टू-के बग् आणि मावळते सहस्त्रक या इतक्या सनसनाटी गोष्टींनाही या घटनेने मागे सारले होते. या आणीबाणीविषयी माहिती मिळवण्यासाठी हजारो घरांमध्ये दूरदर्शन हे एक अतिमहत्त्वपूर्ण माध्यम बनले होते. ज्या लोकांनी आजपर्यंत कधीही एवढ्या उत्साहाने बातम्या ऐकल्या नसतील ते लोकसुद्धा बातमीपत्र कधी एकदा लागते अशी मोठ्या उत्सुकतेने वाट पाहात टी.व्ही.समोर बसून राहत. वृत्तपत्रांच्या संपादकांना जे फोन्स येत त्यामधून सामान्य माणसाची अस्वस्थता प्रकट होत होती. घराघरात, रस्तोरस्ती, गल्ल्यांमध्ये, चौकात, बसस्टॉपवर, हॉटेलांमध्ये, पाहावे तेथे केवळ हीच चर्चा चालू होती. कमांडोजूनी विमानावर हल्ला चढवावा आणि अतिरेक्यांवर ताबा मिळवावा अशीच सर्वांची इच्छा दिसत होती. अपहरणकर्त्यांना जास्तीत जास्त कडक शिक्षा व्हावी असं त्यांना वाटत होतं. घराघरातील आज्यांना आणि आयाबहिणींना रचना कट्यालविषयी अपार दुःख वाटत होतं. केवळ तीन आठवड्यात वैधव्य कपाळी आलेल्या त्या मुलीसाठी

त्या अश्रू ढाळत होत्या. रस्त्यांमध्ये, चौकांमध्ये, कॉफी शॉप्स्मध्ये लोकांच्या बोलण्याचा विषय एकच होता- अपहरणकर्त्यांना नामोहरम करण्याचे उपाय. वेगवेगळ्या टेलिव्हिजन नेटवर्कच्या ऑफिसात, सळसळणाऱ्या रक्ताच्या तरुणांचे फोन येत होते. ज्या बंदिवासातील कैद्यांच्या सुटकेसाठी हा अपहरणाचा कट रचण्यात आला त्या कैद्यांना आधी भर चौकात, जनतेसमोर फाशी द्यायला हवी, असं ते सुचवत होते. काही लोकांचं म्हणणं होतं, त्या कैद्यांना एडसच्या विषाणूंचं इंजेक्शन द्यावं किंवा असं काही विष द्यावं (स्लो पॉयझनिंग) जे प्रवाश्यांची सुखरुप सुटका झाल्यानंतर सावकाश काही दिवसांनी आपला इंगा दाखवेल. काही लोकांच्या मते त्या अतिरेक्यांना सोडण्यापूर्वी त्यांच्या शरिरात छोटे बॉंब पेरुन ठेवायचे होते. एकंदर अपहरणाच्या प्रसंगामुळे कोट्यवधी भारतवासियांच्या दु:ख आणि वेदनेला वाचा फुटली होती.

एका शब्दाचा तर गेले काही दिवस वारंवार उच्चार होत होता. तो शब्द म्हणजे एन्टेब.

आत्ताचे अपहरण ही २७ जून १९७६ रोजी झालेल्या एअरलाईन्सच्या एअरबस-३०० या विमानाच्या अपहरणाची सही सही नक्कल होती. चार सशस्त्र माणसे- दोन पॅलेस्टिनियन्स आणि दोन जर्मन- यांनी मिळून इस्त्रायलच्या बेन गुरियन या विमानतळावरून फ्रान्सकडे निघालेली फ्लाईट १३९ याचे अपहरण केले होते. विमान इस्त्रायलाकडून निघाले ते मध्ये अथेन्स येथे थोडावेळ थांबले. येथील सुरक्षा व्यवस्थेतील ढिलाईचा फायदा घेऊन अतिरेकी विमानात चढले. लिबियाच्या 'बेनघाझी' विमानतळावर जेव्हा विमान इंधन भरुन घेण्यासाठी थांबले, तेव्हा तेथून विमानाचे उड्डाण होताच ताबडतोब अपहरणकर्त्यांनी त्यावर कब्जा केला आणि ते जबरदस्तीने युगांडामधील एन्टेब येथे उतरवले. या ठिकाणी तेव्हा इदी अमीन या हुकुमशहाची राजवट होती. हा इदी अमीन एकेकाळचा इस्त्रायलचा दोस्त पण आता मात्र तो कट्टर शत्रू झाला होता. एकंदर १०४ इस्त्रायली आणि ज्यू नागरिकांना ओलीस म्हणून विमानात डांबून ठेवण्यात आले होते.

आत्ताच्या फ्लाईट-८१४ प्रमाणेच एअरफ्रान्सच्या विमानाचेही अपहरण करण्यामागे तुरुंगात असलेल्या एका धार्मिक नेत्याला तसेच पॅलेस्टाईनधार्जिण्या कैद्यांना सोडवणे हाच हेतू होता. एन्टेब येथील अतिरेक्यांना आपला धर्मगुरु बिशप हिलॅरियोन कापुची याला सोडवायचे होते. त्याला इस्त्रायलमधील रमला येथे असलेल्या तुरुंगात ठेवण्यात आले होते. हा उद्धट आणि हेकेखोर होता. पांढरी लांब रुळणारी दाढी असलेल्या या धर्मगुरुला तुरुंगाचे पहारेकरी देखील सलाम करीत. मौलाना अझर मसूद ही सुद्धा याचीच पाकिस्तानी आवृत्ती होती.

अझरप्रमाणेच या कापुचीला सुद्धा तुरुंगात मानाची वागणूक देण्यात येत असे. या कापुचीला जेव्हा १९७४ साली अटक करण्यात आली तेव्हा त्याने अटक करणाऱ्या सैनिकांना सांगितले होते, 'तुम्ही मला फार काळ डांबून ठेवू शकणार नाही.' वीस वर्षानंतर याच अर्थाचे वक्तव्य अझरने केले होते.

एअरफ्रान्सचे विमान अपहरणकर्त्यांनी अशाच देशात उतरवले होते, जो अपहरणकर्त्यांच्या मदतीला धावून येण्यासारखा होता. त्यामुळे ३ जुलै रोजी युगांडा सरकारला अजिबात न जुमानता इस्त्रायली सरकारने जबरदस्ती तेथे चार विमाने भरुन कमांडोज् घुसवले आणि 'ऑपरेशन थंडरबॉल' ला सुरुवात झाली. केवळ ५३ मिनिटात सारा खेळ खलास झाला. या चकमकीत ओलीस ठेवलेले २ प्रवासी मृत्युमुखी पडले तर दहा जखमी झाले. त्यांच्यातील एक प्रवासी नंतर हॉस्पिटलात मरण पावला.

भारत सरकारला या एकाच प्रश्नाने झपाटून टाकले होते- कंदाहारचे सुद्धा एन्टेब सारखेच होणार का?

कंदाहारमध्ये एव्हाना प्रवासी जागे झाले होते. अपहरणकर्त्यांच्या हातात शस्त्रे नाहीत हे बघून तर ते विस्मयचकित झाले. एकंदर दिवस बरा होता. अपहरणकर्त्यांनी प्रवाश्यांना खिडक्यांची शटर्स उघडण्यास परवानगी दिली होती. त्यांना बाहेर बघता येत होते. प्रवाशांना बाहेरचे जे दृश्य पाहायला मिळाले, ते मात्र अंगावर काटा आणणारे होते. फेटा बांधलेले बंदूकधारी, प्रचंड मोठी अस्त्रे व रॉकेट लाँचर्स सारख्या यंत्रणा वाहून नेणारी वाहने विमानाच्या पंखाखालून इकडे तिकडे फिरत होती. आपण नक्की कोणत्या प्रदेशात येऊन पोचलो आहोत त्याची भयप्रद जाणीव आज पहिल्यांदाच त्या प्रवाश्यांना झाली.

प्रवाश्यांपैकी एक स्त्री होती पूजा कटारिया. तिचा आज वाढदिवस होता. कुजबुजत्या स्वरात ती बातमी सर्व प्रवाश्यांमध्ये पसरली. बर्गरला ते समजताच तो आपण होऊन तिच्यापाशी गेला आणि त्याने स्वत:च्या अंगावर पांघरलेली शाल काढली, त्यावर पेनने लिहीले ' टु अवर डियर सिस्टर पूजा, विथ लॉट्स ऑफ लव्ह ॲन्ड विशेस, ' (आमची प्रिय बहीण पूजा हीस, सप्रेम व सदिच्छा पूर्वक) त्यांच्या विषयी नंतर बोलताना पूजा म्हणाली,' ते लोक काही अगदीच उलट्या काळजाचे नव्हते. '

परंतु राजीव आहुजाच्या बाबतीत मात्र ते खरं नव्हतं. सोमवारच्या दिवशी आहुजाला ठार मारण्याची शपथ डॉक्टरने घेतली होती. व लवकरच त्याचा भडका उघडण्यासाठी नवे निमित्त मिळाले.

चीफ कॉकपिटच्या आत होता. सकाळपासून त्याची एरिक दू मूलशी सतत चर्चा चालू होती. दोघे वारंवार एकाच गोष्टीविषयी बोलत होते. तोच तोच

युक्तिवाद दोन्ही बाजूंनी परत परत चालला होता. निदान स्त्रियांना व मुलांना सोडावे, अशी विनंती दू मूल वारंवार करत होता. पण चीफचे उत्तरही ठरलेलेच होते. ' तात्पुरती तडजोड करण्यात काहीच हशील नाही. काय तो सोक्षमोक्ष एकदाच लागू दे. ' त्यामुळे या दोघांचं संभाषण सारखं एकाच परिघात फिरत राहिलं होतं. भारतीय मध्यस्थ वाटाघाटीला कधी येणार, कोण जाणे! अजून तरी त्यांचा काही पत्ता नव्हता. हे भारतीय अधिकारी आपल्याला गृहीत तर धरत नाहीत ना, असा चीफला वारंवार संशय येऊ लागला होता. अपहरणकर्त्यांना हवे तेवढे महत्त्व द्यायला भारत सरकार तयारच नव्हते. त्यामुळेच या भारतीयांना आता धडा शिकवण्याची वेळ जवळ येत चालली होती. आणखी काही प्रवाश्यांना ठार करून टाकण्याची आता गरज होती. सकाळचे साडेनऊ वाजले होते. चीफचा पारा वर वर चढत होता. अखेर त्याने आरडाओरडा करून रेडिओवरून धमक्या देण्यास सुरवात केली. ' आमच्या मागण्या ताबडतोब मान्य करण्यात आल्या पाहिजेत ' असं तो वारंवार सांगत होता.

' आम्ही तुम्हाला केवळ दहा मिनिटांचा अवधी देत आहोत. फक्त दहा मिनिटे! ' तो ओरडला. त्याच्या जवळ उभा राहिलेला डॉक्टरही संतापाने धुमसत होता. त्याने भोलाला आपल्या सोबत घेतले. दोघांच्याही हातात शस्त्रे होती. दोघे लांबलांब ढांगा टाकत इकॉनॉमी क्लासकडे चालत गेले. डॉक्टरने राजीव आहुजाकडे बोट दाखवले व एअर होस्टेसच्या अंगावर ओरडला, ' मुँहपर कपडा बांधो। (तोंडावर कापड बांधा) राजीव आहुजा मुकाट्याने आपल्या सीटवर बसून होता. ते दोघे हायजॅकर्स चालत त्याच्याकडे येत असताना त्याने मान वर करण्याचं सुद्धा धाडस केलं नाही. सारीरात्र त्याने झोपेविना तळमळत काढली होती. एका एअरहास्टेसने घाबरत घाबरत त्याच्या डोळ्यांवर घाईने पट्टी बांधली,. त्याचे हात पाठीमागे बांधण्यात आले. डॉक्टरने आहुजाच्या शर्टाची कॉलर पकडून त्याला खुर्चीतून खेचून बाहेर काढले. मग त्याला तो निर्दयपणे ढकलत बिझिनेस क्लासमध्ये घेऊन गेला. आधी दोन वेळेला आहुजा डॉक्टरच्या तावडीतून कसाबसा वाचलेला होता. पण आत्ता मात्र त्याला ठार मारण्याचा डॉक्टरने जणू चंगच बांधला होता.

' मैने क्या किया है? मैंने क्या किया है? प्लीज मुझे छोड दो, प्लीज- ' (मी काय केलंय? मी काय केलंय? प्लीज मला सोडा, प्लीज..) असे म्हणत तो रडू लागला. डोळ्याला पट्टी बांधलेली. काही एक दिसत नव्हतं. आहुजा भेदरलेल्या लहान मुलासारखा अगतिकपणे रडत होता. रडता रडता त्याच्या तोंडून विनवण्यांचे जे शब्द बाहेर पडत होते, त्याचं हुंदक्यात रुपांतर होत होतं. साक्षात मृत्यू समोर उभा होता. डॉक्टर आहुजाला घेऊन बिझिनेस क्लासमध्ये

पोचला. त्याच्या पोलादी पकडीतून आपलं मनगट सोडवून घेण्याची आहुजा जिवाच्या आकांताने धडपड करू लागला. झालं! डॉक्टरला संतापण्यास आणखी एक कारण मिळालं. त्याने परत आहुजाच्या शर्टाची कॉलर खेचली आरि त्याला त्वेषाने गदागदा हलवले. जणू काही एखाद्या हिंदी चित्रपटाच्या क्लायमॅक्सचं दृश्य चाललं होतं. '

' अगर तू गिडगिडाना नहीं बंद करेंगा, तो हम तुझे मारेंगे नहीं, तेरे टुकडें कर देंगे। बहुत दर्द होगा। तुम्हारे सरकारको तुम्हारी कोई फिकर नहीं हैं। हमने उनसे कहा, हम डेढसौ लोग मार देंगे। वो बोले, मार दो, हमें फिक्र नहीं है।' (जर तू विनवण्या करणं थांबवलं नाहीस तर आम्ही तुला नुसतं मारणार नाही, तुझे तुकडे करून टाकू. फार वेदना होतील. तुमच्या सरकारला तुम्हा लोकांची काही काळजीच नाही. आम्ही त्यांना म्हटले, आम्ही दीडशे लोकांना मारू. ते म्हणाले, मारा. आम्हाला काही चिंता नाही.)

भोलाने त्यानंतर आहुजाचा एक हात जोराने खेचला आणि त्याला स्वत:पाशी ओढले, ' इसका आय डी कार्ड निकालो। ' (याचं ओळखपत्र बाहेर काढा.) अखेर आहुजाचा धीर सुटला. यानंतर क्षणार्धात काय होणार आहे, याचं चित्र त्याच्या डोळ्यापुढे अगदी स्पष्ट उभं राहिलं.... आता हे आपल्याला ठार मारतील. आपलं शरीर धावपट्टीवर फेकण्यात येईल. त्यासोबत आपलं आयकार्डसुद्धा फेकतील. त्यावरून आपली ओळख सर्वांना पटेल.

कॉकपिटमध्ये चीफ अजूनही रेडिओवरच होता. आत्तापर्यंत कधी उच्चारले नसतील एवढे कडक धमकावणीचे शब्द त्याने आत्ता उच्चारले. दहा मिनिटांच्या आत जर मागण्या मान्य झाल्या नाहीत, तर एकेका प्रवाश्याला ठार मारण्यास सुरवात करु, असे तर त्याने एरिक दू मूलला आधीच बजावले होते. त्याचाच परिणाम म्हणून आत्ता आहुजाला ठार मारण्याच्या उद्देशाने बिझिनेस क्लासमध्ये आणण्यात आलं होतं. पण मध्यस्थांनी आटोकाट प्रयत्न करून त्यांचं मन वळवलं. मग त्यांनी दहा मिनिटांऐवजी तीन तासांची मुदत दिली. स्थानिक वेळेनुसार १२ वाजून चाळीस मिनिटांपर्यंत म्हणजेच आंतरराष्ट्रीय प्रमाणवेळेनुसार आठ वाजून तीस मिनिटांपर्यंत ही मुदत वाढवण्यात आली.

कॉकपिटचा दरवाजा उघडून चीफ बाहेर आला. आहुजाला त्याची चाहूल लागली. त्यानंतर चीफ ओरडून म्हणाला, ' वो बात करनेंको तैयार है। इंडियन गव्हर्नमेंटको तीन घंटोका वक्त दिया है। इसे अभी छोड दो। जाने दो। ' (ते बोलणी करायला तयार आहेत. भारत सरकारला तीन तासांची मुदत दिली आहे. याला आता सोडून द्या. जाऊ द्या.)

त्यानंतर आहुजाचे हातपाय सोडण्यात आले. त्याला परत सीटवर आणून

बसवण्यात आले. मग त्याच एअरहोस्टेसने त्याला विचारलं, ' सर तुम्हांला थोडं पाणी आणू का? ' आपण एखादेवेळी मरणारही नाही, कदाचित आपला जीव वाचूसुद्धा शकेल. ' असा दिलासा आहुजाला या क्षणी मिळाला, असं त्याने नंतर बोलताना सांगितलं.

विमानतळावरील ताण मात्र वाढतच चाला होता. जिकडे तिकडे धावपळ सुरू होती. तालिबानने जर काहीच हालचाल केली नाही आणि जर का खुद्द त्यांच्याच भूमीवर रक्तपात झाला, तर मात्र जगभर तालिबानची छी-थू होणार होती- अतिरेक्यांना पाठीशी घालणारे सरकार म्हणून! त्यामुळे अफगाणी अधिकाऱ्यांनी त्यांच्या सैनिकांना त्या विमानतळाला वेढा घालण्याची आज्ञा केली.

नवी दिल्ली येथे प्रत्येकाची सहनशक्ती संपुष्टात येत चालली होती. तीन दिवस प्रवाश्यांच्या असहाय हतबल नातेवाईकांना ज्या काही गोष्टी करण्याची पाळी आली होती, त्या त्यांनी आपल्या उभ्या आयुष्यात कधीच केल्या नसतील. वेळप्रसंगी त्यांना भर रस्त्यात उकिडवं बसावं लागलं, अधिकाऱ्यांसमोर माहिती मिळवण्यासाठी अक्षरश: पदर पसरून याचना करावी लागली, प्रेस कॉन्फरन्समध्ये आरडाओरडा करावा लागला आणि कधीकधी तर चक्कर येऊन भर रस्त्यात एकमेकांच्या अंगावर कोसळून पडण्याची वेळ आली. आज हायजॅकर्सनी तीन तासांची मुदत दिली असून ती संपल्यावर ते एक एक करून प्रवाश्यांना ठार मारण्यास सुरवात करणार आहेत अशी बातमी सगळीकडे पसरली. ते ऐकताच कित्येकांच्या डोळ्यांपुढे अंधारी आली. जणू काही आपल्या जिवलग व्यक्तीला आपल्या समोर ठार मारण्यात येणार आहे, असं चित्र त्यांच्या नजरेसमोर सारखं येऊ लागलं. सेंटॉर हॉटेलमध्ये सरकारी अधिकारी त्या नातेवाईकांना घडलेल्या घटनांची माहिती देत होते. तेथे सर्व नातेवाईकांनी धक्काबुक्की करण्यास सुरवात केली. लोक खुर्च्यांवर उभे राहून अधिकाऱ्यांच्या अंगावर ओरडू लागले. ही तीन तासांची मुदत दिल्याची बातमी खरी आहे कां, असं ते जोराजोरात विचारु लागले. अनेक लोकांना त्या कल्पनेने रडू कोसळले. जे जास्त आक्रमक होते त्यांनी सरकारला शिवीगाळ करण्यास सुरवात केली. अनेकांच्या मुठी आपोआप आवळल्या गेल्या. त्यांनी निषेधाच्या घोषणा देण्यास सुरवात केली. काहींनी खुर्च्यांची फेकाफेकी करायला सुरुवात केली.

अखेर सगळा राग, संताप सोडून सर्वजण याचना करू लागले. 'वेळ फार कमी आहे हो,' एक माणूस हात जोडून, डोळ्यात पाणी आणून म्हणाला.' आम्हांला आधी तुमच्या वर जे अधिकारी असतील, त्यांना भेटायचंच. त्यांना कुठे भेटायचं? आम्ही पंतप्रधानाकडे गेलो, तर तिथे सांगतात राजीव गांधी भवनमध्ये जा. इथे आलो, तर तुम्ही म्हणता अजून काही बातमी नाही. मग आम्ही जायचं तरी कुठं?'

सिव्हिल एव्हिएशन मिनिस्ट्रीतील एका अधिकाऱ्याने आपल्या सेल्युलर फोनवर एक कॉल केला. त्यानंतर जमलेल्या नातेवाईकांना सांगितलं- ‘ राजीव गांधी भवनमध्ये सिव्हिल एव्हिएशन मिनिस्ट्रीत क्रायसिस मॅनेजमेंट ग्रुपची तातडीची बैठक होणार आहे. ’ त्याचे हे शब्द ऐकताच सिव्हिल एव्हिएशनचे डायरेक्टर जनरल एच् .एस् . खोसला यांच्याबरोबर सगळा घोळका सेंटॉर हॉटेलच्या बाहेर पडला. काही क्षणांमध्ये सुमारे तीस मोटारगाड्यांचा ताफा रस्त्यातील गर्दीतून वाट काढत ट्रॅफिक सिग्नलची जरासुद्धा पर्वा न करता तीरासारखा सुटला.

मिनिस्ट्रीच्या इमारतीपाशी आल्यावर त्यांना पहारेकऱ्यांनी हटकले. तेथील मोठे काळे प्रवेशद्वार बंद होते. आपल्याला आत सोडावे म्हणून डझनावारी माणसे गयावया करत होती. थोडया वेळाने काही तरणोपाय नाही, असं दिसताच ती रस्त्यावरच ठाण मांडून बसली. अशी चाळीस मिनिटे गेली. ३ तासांची मुदत भरत आली होती. अचानक सर्वच्या सर्व जमाव उठून उभा राहिला. एखादा प्रचंड मोठा पाणलोट निघावा तसे सर्वजण निघाले. बंद काळ्या दरवाज्यांवर चढून आत घुसले. कोणी उड्या मारल्या. कोणी कुलपे तोडण्यासाठी दगड शोधू लागले. लाठ्या उगारत, बाजूला हटण्याचा हुकूम सोडत पोलीस उभे होते. ते सुन्न झाले होते. लोक सरळ त्यांनाच बाजूला ढकलून आत शिरत होते. सरकारविरोधी घोषणा वातावरणात घुमत होत्या. शिव्यांचा वर्षाव चालू होता. मग अखेर एकामागोमाग एक वरिष्ठ अधिकारी बाहेर आले, ‘ विमानात प्रवासी सुरक्षित आहेत, वाटाघाटींकरिता मध्यस्थींची तुकडी तातडीने कंदाहारला रवाना होत आहे, ’ असं ते जमलेल्या लोकांना समजावू लागले. पण त्यांची समजूत काही केल्या पटेना. किमान पंतप्रधानांनी येऊन आपल्याशी बोलावं, आपली समजूत काढावी अशी त्यांची अपेक्षा होती. खवळलेला जनसमुदाय परत निघाला. सर्वजण पंतप्रधानांच्या निवासस्थानी जाऊन पोचले. अनेक लोकांनी त्यांच्या घराबाहेरील रस्त्यावर अंग झोकून देऊन आपली आत्यंतिक असहायता व्यक्त केली. काही लोकांनी आत्मघात करून घेण्याची धमकी दिली. काही लोक छाती पिटून रडू लागले. ते सर्वजण परत परत आपल्या घड्याळांकडे बघत होते. पंतप्रधानांच्या निवासस्थानावरील पहारेकऱ्यांना न जुमानता लोक आत शिरण्याचा प्रयत्न करू लागले.

एक वृद्धा वाजपेयींना भेटण्यासाठी आत शिरण्याचा प्रयत्न करत होती रखवालदाराने तिला अडवताच ती रुद्ध कंठाने म्हणाली : ‘त्यांना आम्हीच निवडून दिलं, आणि आता साधं भेटूही शकत नाही आम्ही?’

हजारो मैल दूर, पृथ्वीच्या दुसऱ्या खंडामध्ये त्या चार स्त्रिया होत्या. परंतु बाजपेयीजींच्या घरासमोर जमलेल्या अस्वस्थ जमावाची वेदना त्यांना मनोमन समजली होती. त्याच वेदनेचा अनुभव एकेकाळी त्यांनीही घेतला होता.

पश्चिमेकडे हजारो किलोमीटर दूर अमेरिकेतील पेन्सिलव्हानिया प्रांतातील ओरफील्ड या गावी आपल्या राहत्या घरी जेन शेली पुन: पुन्हा घड्याळाकडे पाहत होती. समोर टी.व्ही. चालू होता. त्यावर बातमीपत्र चालू होतं. अपहरणकर्त्यांनी दिलेली मुदत हळूहळू संपत चालली होती. जेन मनातल्या मनात हिशोब करत होतो. भारतीय प्रमाणवेळेनुसार किती बरं वाजले असतील? विमानातील प्रवाश्यांच्या नातेवाईकांनी ज्या असहायतेचा, अगतिकतेचा अनुभव घेतला होता, ती भावना तिला परकी नव्हती. शेली ही अमेरिकेची रहिवासी. डोनल्ड हचिन्स याची ती पत्नी. ४ जुलै १९९५ रोजी पाच परकीय नागरिकांबरोबर तिच्या पतीचं काश्मिरमधून अपहरण करण्यात आलं. मौलाना मसूद अझरच्या सुटकेसाठी जे काही अयशस्वी प्रयत्न झाले, त्यातील हा एक! तिचा पती मानसशास्त्रज्ञ होता. त्याचा त्या अपहरणानंतर कधीच थांगपत्ता लागला नाही. त्याची अतिरेक्यांनी हत्त्या केली असावी, असा तर्क करण्यात आला.

जेन टी.व्ही.समोर बसून अपहरणाचे वृत्त ऐकत होती. तेव्हा तिच्या मनात एक भाबडी आशा अंकुरित झाली. कदाचित... या अपहरणकर्त्यांकडून आपल्या पतीचा ठावठिकाणा समजेल का? गेली पाच वर्षे पतीच्या विरहाचं दु:ख तिनं भोगलं होतं. तशात त्याचं नक्की काय झालं हे न समजल्यामुळे जिवाची जी काही उलघाल होई, त्यात तर ती अक्षरश: जळून निघत होती. तिनेही काही कमी प्रयत्न केले नव्हते. प्रसिडेंट क्लिंटन यांचं दार ठोठावलं, सेक्रेटरी ऑफ स्टेट मॅडलीन अल्ब्राईट, एफ्.बी.आय्., दोन पाकिस्तानी पंतप्रधान, भारतीय अधिकारी, धार्मिक आणि अतिरेक्यांचे नेते या सर्वांकडे तिने याचना केली. त्यातूनही काही निष्पन्न होईना. मग तिने जगाच्या कानाकोपऱ्यात प्रवास केला. पाकिस्तानातील मशिदी आणि बसस्थानके सुद्धा पालथी घातली. आपल्या पतीचा फोटो छापलेली परिपत्रके जागो जागी वाटली. १९९५ सालापासून प्रत्येक उन्हाळा तिने काश्मिरमध्ये आपल्या पतीचा शोध घेण्यात घालवला आहे.

४ जुलै १९९६ रोजी ती तिहारजेलमध्ये जाऊन प्रत्यक्ष मौलाना मसूद अझरलासुद्धा भेटली. त्याच्याच सुटकेसाठी तिच्या पतीचे अपहरण करण्यात

आले होते. मसूद अझर बुद्धिमान आणि संभाषण कुशल आहे असं तिला या भेटीत जाणवलं. तिने त्याच्यापाशी मदतीची याचना केली. 'व्हॉट कॅन आय् डू?' (मी काय मदत करु?), असं अझरनं तिला इंग्रजीत विचारलं. ओलीस म्हणून पळवून नेलेल्या व्यक्तींची मानवतावादी दृष्टिकोनातून सुटका करण्यात यावी असं आवाहन प्रसिद्ध करण्याचं तिला त्याने आश्वासन दिलं.

अटलांटिक समुद्र ओलांडून पार ब्रिटनमध्येही टी.व्ही.च्या पडद्यावर मसूद अझरचा चेहरा झळकला. तो तेथे राहणाऱ्या एका स्त्रीने पाहिला. तो चेहरा पाहताच तिच्या अंगातून जणू विजेचा लोळ चमकून गेला. या स्त्रीने- ज्युलीने- नंतर एका दैनिकाला दिलेल्या मुलाखतीत म्हटले होते, ' परत एकदा तोच चेहरा पाहून आणि तेच नाव ऐकून मला धक्का बसला.' ज्युली मॅन्गन ही कीथ मॅन्गनची पत्नी. अझरच्या सुटकेसाठी पुन्हा एकदा सहा पाश्चात्य नागरिकांचं अपहरण करण्यात आलं, त्यांच्यातील एक म्हणजे हा कीथ मॅन्गन. आज २६ डिसेंबरला परत एकदा त्या अझरचा चेहरा टी.व्ही. वर झळकलेला तिच्या दृष्टीस पडला. नेमका हा दिवस तिच्या पतीचा जन्मदिवस होता.

१९९७ मध्ये ज्युलीसुद्धा अत्यंत आशेने अझरच्या भेटीस तुरुंगात गेली होती. आता त्याला तिहारमधून हलवून जम्मूच्या कोट भालवाल कारागृहात ठेवले होते. ती परत आली तीच दु:खी व निराश मन:स्थितीत. मसूद अझर हा अत्यंत निर्दयी व दुष्ट मनोवृत्तीचा आहे, असं तिचं मत पडलं. 'हे अपहरणनाट्य बघत असताना जुनी वेदना ठणकू लागली आहे,' ती म्हणाली. 'खरं तर आम्हाला मदत करणं त्याला सहज शक्य होतं, पण त्याने ती केली नाही. '

त्या सहा अपहृत माणसांपैकी एक पळून गेला. एकाची हत्त्या झाली. उरलेल्यांचं काय झालं, ते अजून कोणालाही माहीत नाही. पण दुर्दैवी योगायोग असा, की त्या सर्वांची १९९५ सालच्या ख्रिसमसपूर्व संध्येला (ख्रिसमसईव्ह) अतिरेक्यांनी हत्त्या केली, असं तुरुंगात असलेल्या एका कैद्यानं नंतर कबूल केलं. यानंतर बरोबर चार वर्षांनी इंडियन एअरलाईन्सच्या विमानाचं याचवेळी अपहरण झालं.

काश्मिरमध्ये सुद्धा दोन स्त्रिया हे अपहरणाचं नाट्य टी.व्ही. वर बघत होत्या. या स्त्रियानांच काश्मिरी अतिरेक्यांनी पळवून नेलं होतं. आत्ता हे अपहरणाचं नाट्य बघत असताना ते जुने भयंकर दिवस पुन्हा सजीव झाले. त्यावेळचे युनियन होम मिनिस्टर मुक्ती महंमद सैद यांची मुलगी रुबिया सैद, त्याचप्रमाणे पूर्वीचे फॉरेस्ट मिनिस्टर प्रोफेसर सैफुद्दिन सूझ यांची मुलगी नाहीद या दोघींना

अतिरेक्यांनी अनुक्रमे १९८९ आणि १९९१ साली पळवून नेलं होतं. त्यानंतर तुरुंगातील काही कैद्यांच्या सुटकेच्या मोबदल्यात सोडून दिलं होतं.

‘ त्या अतिरेक्यांच्या ताब्यात असताना मला जे ११ दिवस बंदिवासात काढावे लागले, ते मी कधीच विसरणार नाही.’ नाहीद सूझ एका दैनिकाला दिलेल्या मुलाखतीत म्हणाली,

‘ ओलीस म्हणून बंदिवासात राहाणं इतकं भयंकर असतं, कारण कधी आपली हत्त्या होईल याची काही शाश्वतीच नसते. प्रत्येक क्षणी त्या भीतीच्या छायेतच जगायचं. खरं तर सरकारने इतका वेळ दवडू नये. अपहरणकर्ते कोणत्याही थराला जाऊ शकतात. ’

नाहीद सूझ हिचं म्हणणं खरं होतं. कंदाहारमध्ये आता अपहरणकर्त्यांची कोणत्याही थराला जाण्याची तयारी होती. प्रवाशांची एका पाठोपाठ एक हत्त्या करू, अशी धमकी तर त्यांनी दिलीच होती. तत्पूर्वी प्रवाशांना छळणाच्या नवनवीन मार्गांचा अवलंब सुरू केला होता. आता ते प्रवाशांना उपाशी ठेवत होते. भारतीयांची तुकडी वाटाघाटींना येण्यास फार उशीर करत होती. त्याचा सूड म्हणून २७ डिसेंबरला प्रवाशांसाठी पाठवण्यात आलेलं जेवण त्यांनी परत पाठवून दिलं. आदल्या दिवशीचं पाणी पण संपून गेलं होतं. सर्वजण तहानेने कासावीस झाले होते.

प्रवाशांना ठार मारण्याची वेळसुद्धा जवळ येत चालली होती. आपण नुसत्याच पोकळ धमक्या देत आहोत असे कोणालाही वाटू नये, यासाठी चीफने आता विशेष काळजी घेण्यास सुरुवात केली. त्याने कॉकपिटचे दार उघडून बर्गरला हाक मारली. बर्गर पळतच गेला. तो गेला तसा लगेच परतही आला. विमानाच्या डाव्या भागात बहुतेक परकीय नागरिक बसले होते. त्यांच्यापाशी येऊन तो थांबला. दोन परकीय नागरिकांना त्याने बाहेर काढले. त्यातील एक बेल्जियन होता तर दुसरा स्पॅनिश. त्यांना धरून बिझिनेस क्लासमध्ये नेण्यात आले. एव्हाना बिझिनेस क्लास म्हणजे कत्तलखाना असंच बऱ्याच प्रवाशांनी गृहीत धरलं होतं. बर्गरने त्या दोघांना बसण्यास फर्मावले. परत एकदा त्यांचे डोळे बांधण्यात आले. हातही मागे बांधण्यात आले. काही वेळ गेल्यानंतर इकॉनॉमी क्लासमध्ये पुढच्या रांगेत बसलेल्या प्रवाशांना बर्गरचा आरडाओरडा ऐकू आला, ‘जर का डोळे उघडलेत, तर गोळी घालीन. जर का हललात, तर गोळी घालीन.’

अपहरणकर्त्यांनी डोकी उडवण्यासाठी अशा प्रकारे मुद्दामच दोघा विदेशी नागरिकांची निवड केली होती. जर आपण यांचं काही बरवाईट केलं, तर भारत

सरकारला याचा नक्कीच जाब विचारण्यात येईल, याबद्दल त्यांची खात्रीच होती. बोलणी करत असलेल्या माणसाला चीफने या दोन विदेशी प्रवाशांबद्दल सांगितलं. पण दू मूलने त्याची समजूत काढली. भारतीय मध्यस्थ लवकरच येऊन दाखल होत आहेत, असं पुन्हा पुन्हा सांगितलं. अखेर चीफने त्या दोघांना आपापल्या जागी परत पाठवलं.

टू मूल तर कॅप्टन शरणशी सुद्धा बोलला. विमान एकदा कंदाहारला येऊन उतरल्यानंतर कॅप्टन शरणला फारसं काही कामच उरलं नव्हतं. 'विमान नक्की कोसळेल,' कॅप्टन शरणने संभाव्य धोक्याची सूचना दिली होती. 'शंभर टक्के कोसळेल. अफगाणिस्तानातून आता जर परत टेक् ऑफ करायचा म्हटलं तर विमान १०० टक्के कोसळेल. मी प्रमाणाबाहेर थकलो आहे. मला आता विमान चालवणं शक्य नाही.'

अखेर या एकतर्फी चाललेल्या खेळात भारतानं पहिलं पाऊल उचललं. अतिरेक्यांनी दिलेली मुदत भरण्याच्या अगदी थोडा वेळ आधी इस्लामाबादेतील भारतीय हाय कमिनशनचे कौन्सेलर ए. आर. घन:श्याम हे कंदाहारमध्ये येऊन दाखल झाले. तातडीने कंट्रोल टॉवरमध्ये जाऊन त्यांनी आधी चीफशी संपर्क साधला. भारत सरकार आणि अपहरणकर्ते यांच्यात घडून आलेले हे पहिले थेट संभाषण. अत्यंत तणावपूर्ण वातावरणात थोडीशी चर्चा घडून आली. त्याचा श्री घन:श्याम यांनी तातडीने नवी दिल्लीला वृत्तांत दिला. 'अपहरणकर्ते अजून तग धरून आहेत. वाटाघाटी करण्यासाठी भारतीय मध्यस्थांची तुकडी जर लवकरात लवकर येऊन पोचली नाही, तर एक एक करून प्रवाशांना ठार मारण्याचीही त्यांची तयारी आहे.'

आता अखेर भारताने झटपट निर्णय घेतला. परराष्ट्रमंत्री जसवंत सिंग यांनी नवी दिल्ली येथे घोषणा केली, की ५२ सदस्यांची एक तुकडी तातडीने कंदाहारकडे निघाली आहे. ही गोष्ट त्वरेने कॉकपिटमध्ये बसलेल्या चीफला रेडिओमार्फत कळवण्यात आली.

आता त्याने घालून दिलेली मुदत मागे घेतली. त्या दिवशी प्रथमच त्याने इकॉनॉमी क्लासमध्ये पाऊल ठेवले. प्रवाशांमध्ये एकदम शांतता पसरली. 'एक अच्छी खबर है। इंडियन डेलेगेशन हमसे बातचीतके लिये आ रहा है।' (एक चांगली बातमी आहे. भारतीय शिष्टमंडळ आमच्याशी बोलणी करण्यास येत आहे.)

तालिबाननेही आपली किंमत मोजून वसूल करण्यास सुरुवात केली. मध्यस्थांना घेऊन येणाऱ्या दुसऱ्या विमानाला आपल्या विमानतळावर उतरु देण्याची किंमत म्हणून मुत्तवकील याने २५००० अमेरिकन डॉलर्सची मागणी केली. पैसे मोजण्या व्यतिरिक्त भारत सरकारकडे दुसरा काही पर्यायच नव्हता.

पुढील दोन तास अपहरणकर्त्यांनी आपला पहारा जरा ढिला सोडला. ते प्रवाशांच्या नजरेस पडेनात. एक तर ते विमानाबाहेर तरी होते, नाहीतर कॉकपिटमध्ये डोक्याशी डोकी भिडवून चर्चा करत बसले होते. चर्चेचा विषय अर्थातच- भारतीय मध्यस्थांशी वाटाघाटी कशाप्रकारे करायच्या, हा होता.

विमानाच्या खिडक्यांची शटर्स मात्र खाली पाडलेली होती आणि इंजिने चालू ठेवण्यात आली होती. यू. एन्. चा अधिकारी एरिक दू मूल दाखल झाल्याच्या त्या बातमीनंतर आज पहिल्यांदा प्रवाशांना ही बातमी ऐकून आशेचा किरण दिसू लागला होता. भारतीय मध्यस्थांची तुकडी अखेर वाटाघाटींसाठी येणार होती! विमानाबाहेरील जगात आता काहीतरी हालचाल सुरू झालेली दिसत होती. परंतु विमानाच्या आत राहण्याऱ्या प्रवाशांची स्थिती मात्र दिवसेंदिवस अतीच बिकट होत चालली होती. चार सीटस् रक्ताने माखून निघाल्या होत्या. कट्यालचे रक्ताने भरलेले कपडे तसेच एका बाजूला पडले होते. खुर्च्यांच्या रांगांमधील उभ्या लांबलचक पॅसेजमध्ये सर्वत्र मटणातील खाऊन टाकलेली हाडे, कागदाचे तुकडे, बियरचे कॅन्स, ओकाऱ्यांचे व फळांच्या रसाचे वाळलेले ओघळ, पेपर नॅपकिन्स, सिगारेटची थोटके, तंबाखूची पाकिटे, ब्रेडचे तुकडे आणि भाताची शिते इतस्तत: पसरली होती. विमानाच्या मागील भागात शौचालयाच्या समोरच्या जमिनीवर अंथरलेल्या कार्पेट्सची (गालिच्यांची) स्थिती तर बघवत नव्हती. शौचालयातून बाहेर वाहत आलेल्या मूत्राने भिजून त्यांचा नायनाट झाला होता. सार्वजनिक स्वच्छतागृहे तरी त्या पेक्षा बरी असतील! सर्व परिसर असह्य, किळसवाण्या दुर्गंधीने भरून गेला होता. विमानात जी काही मासिके, पुस्तके, दैनिके उपलब्ध होती, त्यांचा प्रवाश्यांनी आणि अपहरणकर्त्यांनी टॉयलेट पेपर म्हणून उपयोग केला होता. त्यामुळे आता तीही संपून गेली होती. आता नाईलाजाने काही लोकांनी सीटचे कापड फाडून वापरण्यास सुरवात केली होती. मूत्राने गच्च भिजलेल्या गालीच्यांवर पाऊल टाकले, की घाणेरडा आवाज येत होता. काठमांडूत खरेदीच्या वेळी अनेक प्रवाश्यांनी रुम फ्रेशनर्स सारखे सुगंधी फवारे विकत घेतले होते. ते त्यांच्या बॅगेमध्ये होते. अपहरणकर्त्यांची परवानगी घेऊन त्यांनी ते काढून सर्वत्र उडवले. पण नंतर तेही संपून गेले. मग लोकांनी सुगंधी अत्तरे, कोलन वॉटर इत्यादी वापरण्यास सुरवात केली. पण काही तास गेले, की परत आपली पहिल्यासारखी दुर्गंधी आणि घाण. काही लोकांनी तर शौचालयात जाण्याचा इतका धसका घेतला, की त्यांनी विमानात असलेल्या काही डॉक्टरांपाशी 'सक्तीचा मलावरोध होण्याची काही औषधे आहेत का?' अशी विचारणा करण्यास सुरवात केली .

संपूर्ण इकॉनॉमी क्लासलाच एखाद्या शौचकूपाचे स्वरूप येत चालले होते.

अखेर बिचाऱ्या प्रवाश्यांचे भाग्य उजाडले. तालिबानने सफाई कामगारांना विमानातील शौचालयाची स्वच्छता करण्यासाठी पाठविले. त्यामुळे प्रवाश्यांना थोडा दिलासा मिळाला. या कामगारांना विमानात प्रवेश देण्याआधी अपहरणकर्त्यांनी त्यांची कसून झडती घेतली. प्रवाश्यांशी एक अक्षरही बोलायचं नाही, त्यांच्याकडे साधं वळून सुद्धा बघायचं नाही अशी सक्त ताकीद त्यांना देण्यात आली. आश्चर्य करण्यासारखी गोष्ट म्हणजे ते अपहरणकर्ते अफगाणी सफाई कामगारांशी चक्क त्यांच्या पुश्तू भाषेत बोलत होते. एकदा खुद्द चीफ कॉकपिटमध्ये रेडिओवर बोलत असताना पुश्तू भाषेत आरडाओरडा करत असतानाही काही लोकांनी ऐकले होते. एक अपहरणकर्ता शौचालये साफ करण्यासाठी आलेल्या सफाई कामगाराशी बोलत असताना संजीव शर्माने कान देऊन ऐकले होते-त्याची आई पाकिस्तानातील पेशावर गावची आहे. त्याच्या कुटुंबातील वडिलधाऱ्या माणसांना सुकामेव्याचा व्यापार करण्याच्या निमित्ताने अनेकदा बाहेर प्रवासाला जावे लागे. त्यामुळे तो लहान असताना अनेकदा पेशावरला गेला होता. सर्वच अपहरणकर्त्यांना पुश्तू भाषा येत होती. यात काही नवल नव्हते. भारत आणि अमेरिकेच्या मते सर्व अपहरणकर्ते हरकत् -उल् -मुजाहिद्दीनचे सदस्य होते. या संघटनेच्या सर्व सदस्यांना अफगाणिस्तानातील खोश्त प्रांतात प्रशिक्षण दिले जाते. हे शिबीर पाकिस्तानच्या इंटर सर्व्हिस इंटेलिजन्समार्फत चालवण्यात येते. मौलाना मसूद अझर हा सुद्धा याच शिबीरासाठी गेला असताना त्याला अपात्र ठरवून तेथून परत पाठवण्यात आले होते.

विमानतळाच्या परिसरात मोठमोठे हिरवे तंबू उभारण्यात आले होते. इंटरनॅशनल फेडरेशन ऑफ रेडक्रॉसच्या डॉक्टरांनी आणीबाणीच्या परिस्थितीत लागणाऱ्या सर्व औषधांचा साठा तेथे मोठ्या प्रमाणात आणून ठेवला होता. त्यामध्ये अंगदुखी, डोकेदुखी, मळमळणे, मानसिक ताण अशा दुखण्यांवर उपयोगी पडतील अशी रामबाण औषधे होती. एका रुग्णाला सलाईन लावावे लागले. दुसऱ्या एका प्रवाश्याला सतत गुडघ्यात डोके घालून बसण्याचा ताण सहन झाला नाही. तो बेशुद्ध झाला. त्याचे शरीर निळे पडू लागले. मग त्याला तातडीने बाहेरून काही औषधे पुरवण्यात आली, प्रवाश्यांमध्ये तीन भारतीय डॉक्टर्स आणि एक फ्रेंच डॉक्टर होता. हे सर्व डॉक्टर्स प्रवाश्यांची देखभाल करीत. दिवसांतून अनेकदा ते रेडक्रॉसमध्ये अनेक औषधांची मागणी करीत.

विमानात प्रवासी मध्यस्थांच्या वाटेकडे डोळे लावून बसले होते. अपहरणकर्त्यांनी ती संधी साधून प्रवाश्यांसमोर भारत सरकारवर यथेच्छ तोंडसुख घेण्यास सुरवात केली. एक म्हणजे काश्मिरमधील अत्याचाराचा मुद्दा ते वारंवार उकरून काढून सरकारची निर्भत्सना करत. दुसरे म्हणजे विमानातील प्रवाश्यांबद्दल

इतका निष्काळजीपणा दाखवून त्यांना तसंच वाऱ्यावर सोडल्याबद्दल ते सरकारची निंदानालस्ती करत.

'कैसी है ये तुम्हारी सरकार? तुम्हें तो चुल्लूभर पानीमें डूब मरना चाहिये। तीन दिन हो गए और वो तुम्हारे लिये कुछ भी नहीं करना चाहते? ' (कसं असं तुमचं सरकार? तुम्ही तर शरमेने जीव दिला पाहिजे. तीन दिवस झाले आणि त्यांनी तुमच्यासाठी काहीही करू नये?)

जम्मूच्या तुरुंगात काहीतरी अघटित घडत होतं. अचानक कैद्यांना रेडिओवरील बातम्या ऐकण्यात रस उत्पन्न झाला होता.

आपापल्या बराकी आणि कोठड्यांमध्ये बसून मौलाना मसूद अझरचे साथी या अपहरण नाट्याविषयीचा प्रत्येक तपशील अगदी बारकाईने ऐकत होते. ते सतत कानाला ट्रान्झिस्टर रेडिओ लावून बसत. रोज सायंकाळी सर्व बराकींमधून अपहरणकर्त्यांचा जयजयकार सुरू होई. पुढे पुढे तर सुरक्षाव्यवस्थेच्या दृष्टीने ही एक डोकेदुखीच होऊन बसली. १९९८ मध्ये या तुरुंगातून तीन कैद्यांनी पलायन केले होते. त्यामुळे या खेपेला कोणताही धोका पत्कारण्याची अधिकाऱ्यांची तयारी नव्हती. त्यांनी जेल बाहेरील रस्त्यावरची सुरक्षाव्यवस्था अधिकच कडक करून टाकली. बाहेरून येणाऱ्या लोकांची अचानक झडती घेण्याचे सत्र सुरू केले. नंतर बाहेरच्या लोकांचे येणेच बंद करून टाकले. अखेरचा उपाय म्हणून त्यांनी कैद्यांचा बाहेरील जगाशी संबंध प्रस्थापित करणारा एकमेव दुवासुद्धा तोडून टाकला. त्या सर्वांचे ट्रान्झिस्टर रेडिओच त्यांनी जप्त केले.

इकडे कंदाहार मधील अपहृत विमानातील प्रवाश्याने मात्र बाहेरच्या जगाशी एक कमकुवत दुवा प्रस्थापित केला होता. इंटरनेटच्या मार्फत! बीजींगमध्ये एक चीनी माणूस आपल्या घरात बसून इंटरनेटमार्फत चॅट करत होता. अचानक चॅटरुममध्ये बाहेरून एका यूजरने लॉग-इन् केले. हा नवा माणूस एक अद्ययावत सेल्युलर फोन वापरत होता. चॅटरुममध्ये शिरलेल्या त्या नव्या माणसाने जो काही विचित्र संदेश पाठवला, तो वाचून चिनी माणूस स्तंभित झाला. त्या दोघांमध्ये इंटरनेट चॅटमार्फत झालेले संभाषण तसेच्या तसे देत आहे.

SOS SOS THE GRENADES WITH
THE HIJACKERS R NOT REAL
PLZ INFORM AUTHORITIES
I`M ON A LAPTOP

CAN`T MESSAGE AGAIN PLZ HELP

I am in china, how can I help you?
Where r u?

I`m in a fuckin hijacked plane plz inform my
1 st message to Indian or afghan authorities
hey u there

i am telling to my AUTHORITIES

ok go ahead plz n keep me updated

r u on the plane now?

YEAH ON A LAP TOP
I am telling to Afghanistan embassy
they said the hostage have been disimprisoned
why r u say that?

WHAT R U KIDDIN WE R 150 PEOPLE
OUT HERE

What mean` out here. `

INSIDE THE PLANE

are you online now?

yah sorry got to shut 4 sometime

WHAT ABOUT NOW?
I AM TELLING TO INDIA embassy in china now

the embassy ask u what they can do for you

tell them the grenades r fake thats all

I faxing to him

ok thanks

i have faxed

thanxs a lot ur a life saver

how many kidnapper on the plane?

5

how about u now?
don`t be afraid

well desperately need a fuckin smoke u`ve been
a good friend
so where r u from
the embassy ask for your real name

wait nline one is coming here
hey u there my names r k ghosh `
hello plz did u get me i got just 2 mins
hello plz reply
hello plz

i know your name

ok then go ahead i`m going now thanks 4

helping me i`llgo offline r u sure the
embassy`ll get it
hey u sure the embassy got it
hello

i have told them

ok bye thanks

(एस् .ओ. एस् .एस् .ओ. एस् .
हायजॅकर्स जवळचे बाँब
असली नाहीत
प्लीज, ॲथॉरिटिजना सांगा
मी लॅपटॉपवर आहे
परत संदेश पाठवू शकत नाही
प्लीज... मदत करा.

मी चीनमधे आहे.
मी कशी मदत करु?
तू कुठे आहेस?

मी XXXX अपहृत विमानात आहे
प्लीज माझा एवढा संदेश
अफगाण नाहीतर इंडियन
ॲथॉरिटिजना पोचव
ए...तू...प्लीज

मी माझ्या ॲथॉरिटिजना कळवतो

ओ.के. तसं कर प्लीज आणि
काय होतं ते मला कळवं

तू आत्ता त्या विमानात आहेस?

हो लॅपटॉपवर.

मी अफगाण एंबसीला सांगितले
ते म्हणताहेत-प्रवाश्यांना सोडून दिलंय
मग तू असं का म्हणतोयस?

गंमत करतोयस् का? इथे आम्हा
१५० लोकांना डांबून ठेवलंय्.

इथे म्हणजे काय?

विमानाच्या आत.

तू अजूनही ऑन् लाईन् आहेस का?

हो. सॉरी. थोड्या वेळासाठी बंद करावं लागलं.

मग आता?
मी चीनमधल्या इंडियन एंबसीला बोललो.
एंबसीतून विचारतयूत, ते तुमच्यासाठी
काही करू शकतात का?

त्यांना सांग, ते बॉंब खोटे आहेत, एवढंच.

मी त्यांना फॅक्स पाठवतो.
ओ.के. थँक्स

मी फॅक्स पाठवलाय.

थँक्स अलॉट. तू प्राण वाचवणारा आहेस.

विमानात किती किडनॅपर आहेत?

५

तू आता ठीक आहेस का?
घाबरु नको.

वेल् एखादा XXXX सिगारेटचा
झुरका मारावासा वाटतोय
तू चांगला मित्र आहेस.

तू कुठला आहेस? एंबसीचे लोक
तुझं खरं नाव विचारतायत्

ऑन लाईन थांब. एकजण इकडेच येतोय्.
ए माझं नाव आर.के. घोष
हॅलो, तुला कळलं का?
माझ्याकडे फक्त दोनच मिनिटे आहेत.
हॅलो, प्लीज उत्तर दे
हॅलो, प्लीज

मला तुझं नाव कळलं.

ठीक आहे, मग काय ते कर.

मी जातोय्. मला मदत केल्याबद्दल आभार,
मी आता ऑफ लाईन जातोय् .
एंबसीला नीट कळलं ना
नीट कळलं ना
हॅलो.

मी त्यांना सांगितलंय् .

ओ.के. बाय्. थँक्स.)

हा घोष सारखा बाँब बनावट आहेत असा संदेश पाठवण्याचा प्रयत्न करत होता. पण ते खरं की खोटं ते कळायला मार्ग नव्हता. बाँबच्या वरच्या तोंडावर एक पिन असते. बाँबचा स्फोट घडवून आणण्याआधी ही उघडावी लागते. शंकरने ती प्रवाश्यांच्या समक्ष अनेकदा उघडली होती. फक्त त्याने तो बाँब हातात अगदी घट्ट व काळजीपूर्वक धरला होता. तरीसुद्धा ती गोष्ट धोकादायकच होती. पण दुसरी शक्यता अशी होती की बाँबमधील एक छोटा प्लग काढून तो बाँब त्याने आधीच निकामी करून ठेवला असेल. मग मात्र शंकरचं ते वर्तन प्रवाश्यांना मुद्दाम घाबरवून सोडण्यासाठीच होतं, असं म्हणावं लागेल.

त्या चिनी माणसाने इंटरनेट चॅटवर झालेल्या संभाषणाची एक कॉपी बीजींग मधील भारतीय दूतावासाकडे फॅक्सने पाठवली. त्यांनी ती तात्काळ फॅक्सने भारतात पाठवून दिली. लगेच त्याची प्रत कॅबिनेट मिटींगमध्ये पाठवण्यात आली. सुरवातीला ती कॉपी हातात घेऊन पंतप्रधान वाजपेयीजींनी मिटींगमध्ये तो मजकूर मोठ्यांदा वाचायला सुरवात केली. मग त्यातील सातव्या ओळीपाशी ते अडखळून थांबले. तेथे घोषने एक शिवी हासडली होती. त्याठिकाणी मोठ्यांदा वाचन थांबवून पंतप्रधानांनी ती समोरच्या मंत्र्यांच्या हातात दिली. प्रत्येकाने ती स्वतंत्रपणे वाचावी, असे सांगितले.

सूर्य किरमिजी झाला होता. कोणत्याही क्षणी तो गारठलेल्या उदास डोंगरांच्या आड जाण्याची वेळ जवळ आली होती. त्याच सुमारास कंदाहारच्या आकाशातून एअरबस ३२० उतरु लागली. त्यात मध्यस्थांची तुकडी बसली होती. अत्यंत काळजीपूर्वक त्यातील एकेकाची निवड करण्यात आली होती. त्यांच्यात पुरुषांबरोबर स्त्रियाही होत्या. विमानाच्या आत बंदिवासात असलेल्या १६० स्त्री-पुरुषांसाठी आशेचा एक किरण घेऊन ही मंडळी आली होती. २६ सप्टेंबर १९९६ नंतर आज प्रथमच भारतीय अधिकारी अफगाणिस्तानात दाखल होत होते. वरील दिवशी झालेल्या मोठ्या बंडानंतर तालिबान सत्तारुढ झाले आणि तेथील भारतीय दूतावास बंद करण्यात आला. काबूलवर बाँब हल्ला होत असताना, तेथील विमानतळ बंद केलेला असताना भारतीय दूतावासाच्या अधिकाऱ्यांना बॅग्राम मिलिटरी अधिकाऱ्यांच्या आश्रयाला जावं लागलं. त्यानंतर युद्धभूमी बनलेल्या त्या देशामधून भारतीय दूतावासातील राजकारणी आणि कर्मचारी यांनी विमानात बसून अक्षरश: पळ काढला होता.

आता तीन वर्षानंतर तशाच एका संध्याकाळी एक विमान-अपहृत विमानापेक्षा आकाराने बरेच लहान-५२ सदस्यांची एक तुकडी वाटाघाटी करण्यासाठी घेऊन आले होते. त्या तुकडी सोबत, डॉक्टर्स, इंजिनिअर्स, संपर्क यंत्रणेचे

काम बघणारे तंत्रज्ञ आणि गरज पडली तर बरोबर असावेत म्हणून काही कमांडोज् असे सर्वजण आले होते. काही तांत्रिक अडचणीमुळे विमान दिल्लीहून वेळेत निघू शकले नव्हते. म्हणजे असे झाले, की विमानाने टेक् ऑफ् केल्यानंतर त्याच्यातील एक तांत्रिक बिघाड लक्षात आला. मग ते परत उतरवण्यात आले. वाटाघाटी करणाऱ्या तुकडीचे प्रमुख होते विवेक काटजू. हे स्वतः फॉरीन अफेअर्स मिनिस्ट्रीत जॉईंट सेक्रेटरी होते. शिवाय पाकिस्तान संबंधीच्या अनेक बाबींची हाताळणी करण्याचा अनेक वर्षांचा अनुभव त्यांच्या गाठीशी होता. त्यांच्याच बरोबर दुसरे होते अजित दोवाल. हे होम मिनिस्ट्रीमधील एक वरिष्ठ अधिकारी होते. प्रत्यक्ष वाटाघाटी करणाऱ्या तुकडीत या दोघांना मदतनीस म्हणून आणखी पाच जण होते. भारतीय मध्यस्थांची तुकडी हजर झाली आहे अशी घोषणा बर्गरने केली.

वाटाघाटी करण्यासाठी आलेल्या भारतीय तुकडीचे तालिबानच्या स्वागत कमिटीने स्वागत केले. यू.एन्. चा प्रतिनिधी एरिक दू मूल याच्या सल्ल्याने सर्वात आधी तालिबानशी चर्चा व बोलणी सुरू झाली. इतर राष्ट्रांचे राजकारणीसुद्धा या बैठकीला उपस्थित होते. ब्रेन स्टॉर्मिंगचा हा सेशन भोजनासमवेत होता. मटण, सॅलड, केळी, सफरचंदे, संत्री असा बेत होता.

नंतर भारतीय अधिकारी स्वतंत्रपणे तालिबानच्या मुत्तवकील या परराष्ट्रमंत्र्यास भेटले. मुत्तवकीलने त्यांना अमीरचा म्हणजेच मुल्ला ओमारचा- संदेश सांगितला. या प्रसंगातून लवकरात लवकर काय तो तोडगा निघाला पाहिजे. तालिबानला येथे रक्तपात नको आहे. खास करून रमझानच्या पवित्र महिन्यात तर अजिबात नको. त्यानंतर एका दैनिकाला दिलेल्या मुलाखतीत अमीरने जाहीर म्हटले होतः 'अपहरणकर्त्यांनी ताबडतोब आमचा देश सोडून तरी जावे, नाहीतर शरण तरी यावे.'- त्याच्या या घोषणेमुळे अनेक तर्ककुतर्क होण्यास सुरवात झाली. हे अपहरणाचे कृत्य बेकायदेशीर आहे असे मुल्ला ओमारचे मत आहे वगैरे. एकूण तालिबानशी बोलणी करण्यास सुरवात झाली तीच मुळी मतभेदांनी. भारतीयांचा विमानावर कमांडो कारवाई करण्याचा बेत ऐकून मुत्तवकीलने अतिशय नाराजी व्यक्त केली. मग निदान तालिबानने आपले कमांडोज् पाठवावे, या सूचनेवर तो म्हणालाः 'तालिबानची तेवढी ताकद नाही. ' अखेर तालिबान व भारत यांच्या कमांडोज्नी परस्परसहकार्य करून अपहरणकर्त्यांना नामोहरम करावे, या सूचनेसही त्याने कडाडून विरोध केला.

तालिबानशी चाललेली चर्चा म्हणजे केवळ दगडावर डोकं आपटून घेण्याचा प्रकार होता. वाटाघाटींना सुरवात करण्यापूर्वीच एक गोष्ट कळून चुकली होती, कंदाहारमध्ये काहीच साध्य होणार नव्हतं. आता निदान अपहरणकर्ते बाहेर

पडल्यानंतर तालिबान त्यांना अटक करेल आणि तेथील कायद्यानुसार त्यांच्यावर कारवाई करेल एवढी एकच आशा उरली होती. जर तालिबानच्या कायद्यानुसार अपहरणकर्त्यांवर कारवाई करायची ठरली असती तर इब्राहिम अत्तार (चीफ) व त्याच्या साथीदारांचा भर चौकात, जनतेसमोर गोटा करून त्यांना चाबकाने फोडून काढले असते. त्यांना नक्की किती फटके मारायचे हे 'शूरा' ने ठरवले असते. कदाचित त्यानंतर त्यांच्यावर खुनाचा आरोप ठेवून त्यांचे डोके उडवले असते.

भारतीय अधिकाऱ्यांच्या आगमनाने विमानतळावरील ताण बऱ्याच प्रमाणात कमी झाला. विमानाभोवती दुपारी जी अत्यंत कडक सुरक्षेची भिंत उभारण्यात आली होती, ती जरा कमी करण्यात आली. धावपट्टीवर तर काही तुरळक सैनिक व थोड्या जीप्स वगळता कोणीही दिसेना. तालिबानचे काही मिलिटरी कमांडोज् तेवढे लांबूनच निगराणी ठेवत होते.

पावणे दहा वाजता अपहरणकर्त्यांबरोबर वाटाघाटीची पहिली फेरी सुरू झाली. आजपर्यंत त्यांच्यापैकी एकाही मध्यस्थावर इतक्या अवघड वाटाघाटी करण्याची वेळ आली नव्हती. अशा अनेक फेऱ्या पुढे होणार होत्या. चर्चा रात्री बऱ्याच उशिरापर्यंत चालू होती. भारतीय मध्यस्थांनी सामोपचाराची बोलणी सुरू केली. एकीकडे हे अपहरणकर्ते नक्की कोण, कुठले, त्यांची नावे काय, त्यांना नक्की काय हवंय इत्यादी बोलण्याच्या ओघात काढून घेण्याचा भारतीयांचा प्रयत्न होता. सर्वाधिक बोलणे दोवाल हेच करत होते. एरिक दू मूल यांनी येथे आल्यापासून सातत्याने जो मुद्दा मांडला होता, त्याचाच धागा पकडून भारतीयांनी बोलणे सुरू केले. तो मुद्दा होता- स्त्रियांच्या व मुलांच्या सुटकेबाबत अपहरणकर्त्यांवर दबाव आणणे. तो एकच प्रश्न आडवळणाने, कधी वेगळ्या भाषेत उपस्थित करण्यात येत होता. पण त्यांचं उत्तर मात्र कायम होतं- 'तुम्ही अझरला सोडलं, की आम्ही त्यांना सोडू.' मध्यस्थांनी जशी चर्चेला सुरवात केली, तशी इकडे तंत्रज्ञांनी आपल्या कामाला सुरवात केली. रिलीफ टीमने तो नादुरुस्त झालेला रीफ्युएलिंग इममॉबिलायझर दुरुस्त करण्याचा प्रयत्न केला. परंतु तो एकाच इंजिनात अंशत: यशस्वी झाला.

टारमॅक वर तालिबान सैनिकांचा लहानसा गट पहारा देत उभा होता. त्यांनी अंगाभोवती मोठमोठ्या शाली गुंडाळून घेतल्या होत्या. डोक्याला पागोटी गुंडाळली होती. त्यांच्या खांद्यावरून कलाष्निकोव्ह रायफल्स लटकत होत्या. काहींनी विश्रांती घेण्यासाठी टारमॅकवरच ब्लँकेटस् पसरली होती. तर कोणी मध्येच गुडघे टेकून प्रार्थनेसाठी बसत होते. हवेचे तापमान गोठणबिंदूच्या जवळ जाऊन पोचले होते. काही अंतरावर तालिबान सैनिकांनी उबेसाठी शेकोट्या पेटवल्या

होत्या. त्यांचा धूर आसमंतात पसरला होता. विमानतळाच्या टर्मिनलच्या घुमटाकार इमारतीत स्वित्झर्लंड, बेल्जियम, इटली आणि स्पेनचे राजकारणी एकत्र जमून मुकाट्याने बसून राहिले होते.

सरकार लवकरच मसूद अझरला सोडणार आहे, अशा अफवा पसरण्यास दिल्ली येथे सुरवात झाली, ती याच सुमाराला.

■

पाचवा दिवस

बर्गर दहा स्त्रियांना सफरचंदाचे आमिष दाखवतो.. भारतीय मध्यस्थांची अवस्था दगडावर डोके आपटून घेण्यासारखी..
.. हायजॅकर्सना विमानाबाहेरुन कोणीतरी हुकूम सोडतं..

अन्नपाण्याविना चोवीस तास लोटले होते. लहान मुलांनी तर काही प्रश्नच विचारणं सोडलं होतं. दरवेळी पोटात भुकेचा डोंब उसळला की मोठी माणसे एकमेकांची समजूत काढत होती. खिडक्यांची शटर्स सदोदित बंदच असल्यामुळे रात्र काय आणि दिवस काय - प्रवाश्यांच्या दृष्टीने सारं सारखंच होतं. दिवस, रात्र किंवा संध्याकाळ याचा विचार करणंच त्यांनी सोडून दिलं होतं. भुकेने सुकून गेलेल्या मुलांकडे पाहताच मधूनच बर्गर त्यांच्या जवळ जाई. त्याला नक्कीच मुले आवडत असणार. तो त्यांच्याशी सुट्ट्यांविषयी बोले. विमानात जो काही थोडाफार खाऊ, गोळ्या वगैरे शिल्लक असतील, त्या त्यांना देई. त्यांच्याशी खेळ खेळे, गाणी म्हणे. रात्री हे अपहरणकर्ते अत्यंत सावधानी बाळगत. झोपतानासुद्धा आळीपाळीने झोपत. दिवस उजाडला की मोठ्यामोठ्यांदा ओरडून प्रवाश्यांना उठवत. काही प्रवासी रोज घडणाऱ्या घटनांच्या नोंदी ठेवत. यदाकदाचित नाही जगलो वाचलो तर ही भयंकर कहाणी मागे राहिलेल्यांना समजावी, म्हणून! लिहिण्यासाठी ते आपली बोर्डिंग कार्डे, नाहीतर कागदाचे तुकडे वापरत. कोणी कोणी आपल्या अंगातील पँटवर लिहित असे.

त्यानंतर बर्गर बिझिनेस क्लासमधून एक अनमोल अशी चीज घेऊन

आला. एक भलं मोठं रसरशीत सफरचंद. त्याने मोठ्यांदा ओरडून विचारलं : 'कोई लेडीज यहाँ भूखी है?' (कोणा स्त्रीला भूक लागली आहे का?) त्यावर दिल्लीच्या कविता शर्मा या नवविवाहितेने हात वर केला. बर्गरने तिच्यापुढे ते धरले. न राहावून ती त्या सफरचंदाचे लचके तोडू लागली. एक.. दोन.. तीन.. ती थांबेचना. 'अब बस, बहुत हो गया।' (पुरे पुरे. खूप झालं.), असं म्हणत बर्गरने ते ओढून घेतलं व रांगेतून पुढे गेला. 'और कोई लेडीज इसे खाएगी?' (आणखी कोणा स्त्रीला हे खायचंय?) आयुष्यात कधी आपण परक्या माणसाचं उष्टं अशा तऱ्हेने खाऊ, अशी ज्या स्त्रियांनी स्वप्नात सुद्धा कल्पना केली नसेल, अशा स्त्रियांनी भराभर पुढे होऊन ते उष्टं सफरचंद अधाश्यासारखं खाऊन टाकलं.

त्या एका सफरचंदात एकूण दहा स्त्रिया वाटेकरी झाल्या. जणू काही एक सफरचंदाचा विक्रेता विमानात चढला होता. भुकेल्या प्रवाश्यांनी भरलेल्या त्या विमानात ! त्यांच्याजवळ असलेली सर्व धन, दौलत, संपत्ती, जडजवाहीर या कशाकशाचा उपयोग नव्हता. तेथे केवळ ते एकमेव सफरचंदच होतं. दुसरं काहीच नव्हतं. त्या महागामोलाच्या सफरचंदातील एक घास ज्यांना मिळाला, ते त्याची चव आणखी कितीतरी काळपर्यंत विसरणार नाहीत. आणि ज्यांना ते मिळालं नाही, हताशपणे नुसतं त्याकडे बघत बसावं लागलं, त्याना तर नंतरच्या आयुष्यात भरल्या ताटावर बसल्यावर तो लाचार होण्याचा प्रसंग, विसरु म्हणता विसरता येणार नाही.

पाणी तर अन्नापेक्षा सुद्धा महागामोलाचं होतं. सोमवारी सकाळपासून हायजॅकर्सनी बाहेरुन आलेलं काहीही अन्नपाणी स्वीकारलं नव्हतं. छोट्या छोट्या अफगाणी मुलांनी उत्साहाने जवळच्या तळावरून पिण्याच्या पाण्याच्या बाटल्या भरभरुन विमानापर्यंत नेऊन पोचवल्या होत्या. पण ते सर्व वाया गेलं. लहान मुलांना तहान लागलेली पाहून आईवडील तरी काय करणार? त्यांनी आता मुलांना होती त्यातील बिअर पाजायला सुरवात केली.

डॉक्टर पॅजेसमधून चालला असताना कविता शर्माच्या पतीने त्याला थांबवले. अगदी हळुवार आवाजात पाणी मागितले. तो तहानेने व्याकुळ झाला होता. या डॉक्टरविषयी विमानातील वेगवेगळ्या माणसांच्या वेगवेगळ्या आठवणी आहेत. ह्याच डॉक्टरने रिपन कट्यालचा अत्यंत निर्घृण रीतीने खून केला होता. तो मात्र कधीतरी खूप दयाबुद्धीने व कनवाळूपणाने वागत होता. कधीतरी त्याचं बोलणं ऐकलं, की तो अत्यंत भाविक, धर्मपरायण असल्यासारखे वाटे. आत्ता विशाल शर्माने पाण्याची याचना करताच तो म्हणाला :'यार, पानी तो खतम हो गया लगता है, पर देखते है।' (दोस्ता, पाणी तर संपल्यासारखं वाटतंय. पण बघू या.) मग तो पुढेपर्यंत चालत गेला. त्याने जरा शोधले. काही मिनिटातच परत

येऊन म्हणाला: ' आगे की रोज के पास कुछ सोडा बॉटल्स है। उन्हें ले आओ, पर देखना की कोई और देख न ले।' (पुढच्या रांगांपाशी काही सोडावॉटरच्या बाटल्या आहेत. जा आणि त्या घेऊन ये. पण कोणी पाहत नाही ना, अशी खबरदारी घे.) नाहीतरी आत्ता या क्षणी विमानात प्रवाश्यांमध्ये पाण्यावरून भांडणं होणं हायजॅकर्संना परवडण्यासारखं नव्हतं.

दरम्यान आणखी काही वेळ आणीबाणीची परिस्थिती उद्‌भवली. सकाळी साडेनऊच्या सुमाराला विमानातील दिवे गेले. प्रवासी घाबरुन गेले. पाठीमागच्या भागातून काहीतरी विचित्र आवाज येऊ लागला. आधीच प्रवासी इतक्या वाईट मन:स्थितीत होते. त्यात या आवाजाची भर. वातानुकूलनाच्या यंत्रणेतही काही बिघाड झाला असावा. विमान उबदार ठेवणारी ती यंत्रणा बंद पडली. अतिशय थंडी वाजू लागली. विमानाच्या भोवती तीन गाड्या भरुन तालिबान कमांडोज होते. एक गाडी विमानाच्या पुढच्या टोकापाशी थांबली होती. दुसरी डाव्या पंखाखाली तर तिसरी शेपटाखाली. विमानाच्या मागे शेपटाखाली जीपमधे थांबलेल्या सैनिकांनाही तो विचित्र आवाज ऐकू आला. त्यांनी लगेच विमानतळावरील अधिकाऱ्यांना त्याबद्दल माहिती दिली. अधिकाऱ्यांनी इंजिनिअर्सचा सल्ला घेतला. भारतीय तुकडीलाही ते कळवण्यात आले. नंतर कंट्रोल टॉवरमधून ही गोष्ट कॉकपिटमध्ये बसलेल्या चीफच्या कानावर घालण्यात आली : विमानाचे ऑक्झिलरी पॉवर युनिट बंद पडले होते.

यावेळी सकाळचे उन पडले होते. ताजी हवा आत यावी म्हणून विमानाचे दरवाजे उघडण्यात आले. एक संपूर्ण दिवसभर नखरे करून झाल्यानंतर अखेर हायजॅकर्सनी आपण होऊन अन्नपाण्याची मागणी केली. दुपारच्या वेळी विमानापाशी एक लोखंडी घडीचा जिना लावण्यात आला. एका पहारेकऱ्याने त्यावरून चढून मोठमोठ्या काळ्या थैल्या आणून पोचवल्या. एका बॅगेत रोट्या होत्या तर दुसऱ्या बॅगेत दाल. हे अन्न प्रत्येक प्रवाशासाठी वेगवेगळ्या पाकिटात नीट पॅक केलेलं होतं. अन्न पाणी तर आलं. पण विमानात काय बिघाड झाला आहे, ते लोकांना कळेना. विमानाच्या शेपटाकडील भागात एक ऑक्झिलरी पॉवर युनिट असते. जेव्हा विमान जमिनीवर उभे असते तेव्हा त्याच्या अंतर्भागातील वातानुकूलनाची यंत्रणा कार्यान्वित ठेवणे हे याचेच काम असते. त्याचप्रमाणे विमानाची इंजिने चालू होण्यासाठी हवेचा काही विशिष्ट दाब निर्माण करावा लागतो, तो ही हेच युनिट निर्माण करते. जेट इंजिन त्याशिवाय सुरूच होऊ शकत नाही. त्याचप्रमाणे ऑक्झिलरी पॉवर युनिट बंद पडले तर विमानात विद्युत् पुरवठा होऊ शकत नाही. विमानाच्या खिडक्यांची शटर्स आणि दारे जर त्यावेळी बंद असतील, तर विमानात एकदम अंधार होऊन जातो.

या युनिटची पाहणी वा दुरुस्ती बाहेरुन करणं शक्य नव्हतं. त्यासाठी इंजिनियरला आत जावं लागलं असतं. पण विमानाच्या आत कोणालाही येऊ देण्यास हायजॅकर्स अजिबात तयार नव्हते. थोड्याफार वादावादीनंतर हायजॅकर्सची समजूत पटली. त्यांनी एका इंजिनियरला आत सोडले. पण तो आपलं काम संपवून बाहेर येईपर्यंत हायजॅकर्सपैकी एकाने विमानाबाहेर येऊन थांबायचं, असं ठरलं. मग काळा बुरखा, काळ्या चौकटीची पँट आणि टी शर्ट अशा वेषातील डॉक्टर बाहेर येऊन थांबला. लगेच जगभरातून जमलेल्या वार्ताहरांचे कॅमेरे धडाधड फोटो काढू लागले. अपहरणकर्त्यांचे हे पहिले दर्शन. डॉक्टर सुमारे अर्धातास बाहेर थांबला होता. तो आधी विमानापाशी उभा होता. नंतर समोरच्या एका जीपमध्ये जाऊन बसला. तालिबानचा एक दणकट अधिकारी त्याच्यावर नजर ठेवून होता. विमानाच्या आत इंजिनियर आर.के. शर्मा भयानक परिस्थितीत काम करत होता. एका हायजॅकरने त्याच्या डोक्याला बंदुकीची नळी टेकवली होती तर दुसऱ्याने पोटाला. शर्मांने ओझरते पाहिले- काही प्रवासी पत्ते खेळत होते तर काही वाचन करत होते. ही बातमी तो जेव्हा बाहेर जाऊन सांगणार होता तेव्हा दूर मायदेशी चिंतेने व्याकूळ झालेल्या त्यांच्या नातेवाईकांना थोडातरी दिलासा मिळणार होता.

टारमॅकच्या पलिकडच्या कंट्रोल टॉवरमध्ये काटजू व दोवाल बसले होते. अजूनही अपहरणकर्त्यांबरोबर त्यांची लांबलचक, कंटाळवाणी चर्चा चालू होती. दोन दिवस सतत चर्चा करून सुद्धा काहीच निष्पन्न होत नाही, म्हणून हायजॅकर्स आता चिडीला आले होते. 'शरम आनी चाहिये। तुम्हारी गव्हर्नमेंटको तुम्हारी परेशानीकी कोई फिक्र नही है।' (शरम वाटली पाहिजे तुमच्या सरकारला. तुमची काहीच काळजी नाहीये.), बर्गर भारतीय प्रवाश्यांवर खेकसला. त्याने प्रवाशांना तसे म्हटले आणि त्यानंतर त्यांना आणखी एक सूचना देण्यात आली :'भारतीय शिष्टमंडळापैकी एक अधिकारी विमानात येणार आहे. पण प्रवाश्यांनी त्याच्याशी एक अक्षरसुद्धा बोलायचं नाही. जो कोणी बोलायचा प्रयत्न करेल त्याला तात्काळ गोळी घालण्यात येईल. ' बिचारे प्रवासी दिवसभर त्या अधिकाऱ्याची वाट बघत बसले.

वाटाघाटी रात्रभर चालू होत्या. पण दोन्हीही पक्ष आपला मुद्दा काही सोडायला तयार नव्हते. सकाळी परत एकदा भारतीयांनी रचना कट्यालचा मुद्दा उपस्थित केला. मानवतावादी दृष्टिकोनातून तिला सोडावे अशी कट्याल कुटुंबियांची मागणी होती. ती त्यांनी वारंवार टी.व्ही. व वृत्तपत्रांमधूनही जाहीर केली होती.

'हम आपको बताएंगे।' (आम्ही काय ते सांगतो), चीफ म्हणाला. सुमारे ३० मिनिटांनी वाटाघाटी परत सुरू झाल्या. चीफने रचना कट्यालला सोडण्यास

नकार दिला. या अपहरणकर्त्यांना नक्कीच बाहेरुन कोणीतरी हुकूम देत आहे, असा भारतीय मध्यस्थांना संशय आलाच होता. तो आता अधिकच बळावला. सध्या त्यांना 'वरून' हुकूम मिळालेला दिसत होता : माघार नाही, तडजोड नाही। 'इस तरह मासूम लोगोंसे सलूक करना इस्लामके खिलाफ है।' (निरपराध माणसांशी असं वर्तन करणं इस्लामच्या विरुद्ध आहे), असं दोवाल त्यांना म्हणाला. तो युक्तिवाद ऐकताच चीफ संतापला. 'हमे इस्लाम सिखानेकी कोशिश मत करो।' (आम्हाला इस्लाम शिकवू नका.)

वाटाघाटी करणं भारतीय अधिकाऱ्यांना अधिकाधिक कठीण जात होतं, हे ही खरंच. पण वाटाघाटींचा चीफवरही काही कमी ताण नव्हता. कॅप्टन शरणच्या म्हणण्यानुसार कंदाहारच्या संपूर्ण मुक्कामात वाटाघाटी ज्या काही मंदगतीने चालू होत्या त्यामुळे वैफल्यग्रस्त होऊन चीफ कमीत कमी तीन वेळा कॅप्टन शरणच्या खांद्यावर डोकं ठेवून रडला होता. लवकरच भारतीयांनी एक गोष्ट सुचवली : अपहरणकर्त्यांनी त्यांच्या सर्व मागण्यांची एक लेखी यादी बनवून ती सादर करावी. आता ही चर्चा खरोखर एका निश्चित दिशेने चालली आहे असे चीफला वाटले.

चीफ आणि त्याची माणसे कामाला लागली. नंतरचे काही तास त्या मागण्यांविषयीच अपहरणकर्त्यांचा खल चालू होता. आत्तापर्यंत त्यांनी भारतीयांना फक्त एवढेच सांगितले होते :'अझर आणि आमच्या इतर भाईबंदांना सोडा.' परंतु आता मात्र त्यांना त्या इतर भाईबंदांच्या नावांची यादी व बाकीचा तपशील पुरवावा लागणार होता. भारतीय गुप्तचरांच्या मते या सुमारास अपहरणकर्त्यांनी कराचीतील एका विशिष्ट व्यक्तीस फोन कॉल्स केले असावेत. या व्यक्तीजवळ वेगवेगळ्या भारतीय तुरुंगांमध्ये बंदिस्त असणाऱ्या कैद्यांची नावे, पक्की ओळख पटण्यासाठी त्यांच्या वडिलांची नावे अशी तपशीलवार माहिती उपलब्ध असणार.

नंतर चीफ एका अडचणीत फसला. त्याची एक मागणी अशी होती- एका विशिष्ट मृत अतिरेक्याचे शरीर त्याच्या कबरीतून बाहेर काढून त्याला ते परत हवे होते. पण ही गोष्ट इंग्रजीत कशी व्यक्त करायची ते त्याला समजत नव्हते. मग बर्गरला आठवले. प्रवाश्यांमधील एक व्यक्ती ही अडचण नक्की सोडवू शकली असती. तो कॉकपिटच्या बाहेर पडून प्रवाश्यांमधील एका अमेरिकन स्त्रीकडे गेला. हिचं नाव जीन मूर. वय त्रेपन्न. ही कॅलिफोर्नियामधील बेकर्सफील्डची रहिवासी. ही सायकोथेरपिस्ट (मानसोपचारतज्ज्ञ) होती. केर्न कौंटीमधील चाईल्ड डेव्हलपमेंट सेंटरमध्ये स्पेशल एज्युकेशनल टीचर होती. खरं तर विमानातील प्रवासी व अपहरणकर्ते ज्या आत्यंतिक मानसिक ताणाचा अनुभव घेत होते, त्यात त्यांची मदत करणे हिला सहज शक्य होते. मूरला प्रवासाची खूप आवड.

त्यामुळे यावेळी ती सुट्टीत काठमांडूला आली होती. तिचा पासपोर्ट हायजॅकर्सनी आधीच काढून घेतलेला असल्यामुळे ती नक्की कोण ते त्यांना आधीच माहीत होते. अपहरणाच्या प्रकरणी यू.एस.च्या सरकारची नक्कीच मदत होईल व त्यासाठी आपण त्यांच्याशी बोलायला तयार आहोत, असेही तिने एकदा अपहरणकर्त्यांना सांगून पाहिले. पण त्यांनी ती सूचना धुडकावून लावली. खरं म्हणजे हायजॅकर्सनी स्त्री प्रवाश्यांशी तसं काही गैरवर्तन वगैरे केलं नव्हतं. अपवाद फक्त हिचा. एकदा तिच्या हातावर एक किडा चढला म्हणून तिने अंगाची थोडीशी हालचाल करताक्षणीच त्यांनी तिच्या डोक्यावर जोरात फटका मारला होता. आधीच त्या विमानाची वातानुकूलनाची यंत्रणा जुनीपुराणी होती. कधी वातावरण अती तापून निघायचं तर कधी अती थंडीनं अंग गारठून जायचं. त्यामुळे तिला न्युमोनिया झाला होता. आपण अमेरिकन नागरिक असल्याने भारत सरकारवर दबाव आणण्यासाठी कधीही आपल्याला ठार मारण्यात येईल अशी भीती तिला सतत वाटायची. तसं जरी झालं नाही तरी आपण सर्वजण बॉंबस्फोटात नाहीतर गोळीबारात मरणार अशी तर तिच्या मनाची खात्रीच पटली होती. तिचं देवापाशी फक्त एकच मागणं होतं : मृत्य जर आलाच तर तो झटपट, वेदनारहित असावा. अशात आता बर्गरने तिच्यापाशी येऊन जे काही विचारले, त्याने तर आपल्या मरणाची घडी अगदी समीप येऊन ठेपली आहे, अशी तिची खात्रीच पटली.

'त्या पेटीत बॉडी ठेवतात.. त्याला काय म्हणतात?' बर्गरने विचारले. मूरच्या मनात पहिला विचार आला : हे बोलणं आपल्याच संदर्भात तर नाही चाललं? तिने एका कागदाच्या चिठोऱ्यावर लिहून दिलं - कॉफीन. ती चिठ्ठी घेऊन बर्गर कॉकपिटमध्ये गेला. चीफ मागण्यांची यादी लिहीत बसला होता. त्या यादीत त्याने तो शब्दपण लिहिला.

अखेर पांढऱ्या शुभ्र कागदावर मोठ्या हस्ताक्षरात इंग्रजीत यादी लिहून तयार झाली. ती यादी वाचून नवी दिल्ली येथील अधिकारी नक्कीच हादरणार होते. अतिरेक्यांची मागणी होती : मौलाना मसूद अझर आणि इतर पस्तीस अतिरेक्यांची सुटका. शिवाय दोनशे दशलक्ष यू.एस. डॉलर्स खंडणीपोटी. अझरचा जिवलग मित्र व तुरुंगातील साथी सय्यद अफगाणी याचा मृतदेह कॉफीनमध्ये घालून. हा सज्जाद अफगाणी अनेक महिन्यांपूर्वी कोटभालवाल तुरुंगातून पलायन करताना मारला गेला होता. अपहरणकर्त्यांनी आपल्या मागण्यांची यादी विमानाबाहेर फेकली. जवळच उभ्या असलेल्या तालिबान अधिकाऱ्याने ती उचलून कंट्रोल टॉवरकडे नेली. यादीतील ३६ नावांपैकी ३३ नावे पाकिस्तानी कैद्यांची होती.

अपहरणकर्त्यांपैकी एकाने तर चक्क सॅटेलाईट फोनवरून दिल्लीस फोन लावला आणि आपल्या मागण्यांविषयीची कल्पना दिली. पंतप्रधान वाजपेयींनी तातडीची मीटिंग बोलावली. परस्परांचे नीतिधैर्य खच्ची करण्याच्या दोन्ही पक्षांच्या युद्धाचा हा एक अतिमहत्त्वपूर्ण टप्पा चालू झाला होता.

सुमारे तासाभरातच जम्मू येथील गज्जरनगर कबरिस्तानापाशी पोलिसांचा वेढा पडला. हे ठिकाण मुख्यमंत्री फारुक अब्दुल्ला यांच्या निवासस्थानापासून जवळच होते. तेथे एका सामान्य, लहानशा कबरीखाली, झाडाझुडपांच्या आड सज्जाद अफगाणी चिरनिद्रा घेत होता. ही कबर खणून, त्यातील मृतदेह बाहेर काढून चीफला हवा होता.

मसूद अझरची सुटका हे अपहरणकर्त्यांचे अंतीम उद्दिष्ट होते. परंतु सज्जाद अफगाणीचा नुकताच घडून आलेला मृत्यू हे ही त्यांच्या संतापाचे एक तात्कालिक कारण होतेच. त्याचा बदला काही झालं तरी घ्यायलाच हवा होता. हा उंचनिंच, दणकट बांध्याचा अफगाणी उर्फ सज्जाद खान मसूद अझरचा खास माणूस होता. श्रीनगरला आल्यापासून ते सतत एकत्र होते. त्यांना एकदमच अटक करण्यात आली होती. कोटभालवाल येथील तुरुंगातही दोघे जोडीनेच गेले होते. एकाच बराकीत ते राहत होते.

अफगाणीच्या मृत्यूनंतर काही महिन्यांनी अझरने अफगाणीच्या आईवडिलांना लांबलचक पत्र लिहून त्यांच्या मुलाविषयीच्या आपल्या भावना व्यक्त केल्या होत्या.

'... एक महिन्यापूर्वी एक वकील माझ्या भेटीला आला. यापूर्वी अनेकदा हा मला आणि माझ्या दोस्ताला भेटून गेला होता. मी आता एकटाच आहे हे पाहून त्याला प्रचंड धक्का बसला. मी त्याला सर्व हकीकत सांगितली. जम्मू येथील गज्जरनगर कबरिस्तानात जाऊन मझार-ए-शहादास (हुतात्म्याच्या कबरीस) भेट देण्याची विनंती केली. तेथे जाऊन सज्जाद शहीदच्या कबरीपुढे दुवा मागा तसेच त्या कबरीचा फोटो मला आणा असंही मी त्याला सांगितलं. कदाचित त्यामुळे तरी आपल्या अस्वस्थ मनाला थोडी शांती मिळेल, असं मला वाटलं.'

'नंतर काही दिवसांनी मला तो फोटो मिळाला. फोटोतील कबर पाहून माझ्या मनात जुन्या आठवणी जाग्या झाल्या. त्या आठवणी माझ्या हृदयात अजूनसुद्धा ताज्यातवान्या आहेत.'

'माझ्या मनात आठवणींचा कल्लोळ दाटून आला आहे. तुम्हाला कितीतरी सांगावसं वाटत आहे. पण सर्वात आधी एक गोष्ट सांगितलीच पाहिजे :

सज्जादखानचा शहादा (वीरमरण) झाल्यानंतर मी त्याच्या सर्व चीजवस्तू गोळा केल्या. त्या सर्व एका गाठोड्यात बांधून मी कितीतरी दिवस स्वत:पाशी ठेवल्या होत्या. त्या वस्तूंचं काय करावं, हे खरं म्हणजे तुम्हाला विचारायचं होतं. पण तसा काही मार्गच नव्हता. त्या वस्तूंमध्ये सोळाशे रुपये रोख, कपडे, बूट, एक रेडिओ इत्यादी होते. पण तुमच्याशी कधीकाळी संपर्क होईल याची आशा अखेर मी सोडून दिली. मग तुरुंगातच असलेल्या आमच्या इतर सोबत्यांशी सल्लामसलत करून मी इश्तिखारानंतर त्या वस्तू सदाका म्हणून मी मुजाहिदीनमध्ये वाटून टाकल्या.'

'मी नेहमी स्वप्न पाहायचो. काझी त्याचं लग्न लावेल तेव्हा मी तेथे हजर असेन. मी सज्जादला कधीतरी तसं बोलूनही दाखवत असे. मला वाटतं, त्यालाही ते आवडत असावं. पण माझी ही छोटीशी इच्छा पूर्ण होणं नियतीला मंजूर नव्हतं. अल्लानं सज्जादला तुरुंगातून मुक्त करून आपल्या कृपाछत्राखाली घेतलं. त्याला स्वत:चा खास मेहमान बनवलं. येथील भूतलावरील एखाद्या सामान्य स्त्रीशी त्याचा निकाह लावण्याऐवजी अल्लाने जन्नतमधील हूर (परी) बरोबर त्याचा निकाह लावला. येथील तुरुंगातून कदाचित त्याची सुटका होऊन त्याची पुढे शादीही झाली असती. परंतु ते सुख तरी त्याच्या नशिबात किती दिवसांसाठी होतं, ते कोणालाच सांगता येणार नाही. परंतु आता मात्र त्याला चिरशांती लाभली आहे.'

'सध्या इस्लामला इतके वाईट दिवस आले आहेत. संपूर्ण जगातले काफीर इस्लामला नामशेष करू पाहतायत. या पृथ्वीतलावरून मुस्लीम बांधवांची नावनिशाणी मिटवण्याचे त्यांचे यत्न चालू आहेत. या अशा बिकट परिस्थितीत इस्लामला शिरोधार्य मानून त्यासाठी प्राणार्पण करण्याचं भाग्य तुमच्या मुलाला प्राप्त झालं.'

'अल्लातालाचे सहस्त्रावधि आशीर्वाद त्याच्या पाठीशी आहेत. म्हणूनच तुरुंगातसुद्धा त्याला कोणी नामोहरम करू शकलं नाही. आपल्याला तुरुंगात डांबणाऱ्यांसमोर तो क्षणभरही कधी झुकला नाही. त्यांनी त्याला मारहाण केली, त्याचा अनन्वित छळ केला, इतका, की ते स्वत: थकून गेले. पण तरीही त्याने सतत इस्लामची थोरवी गाण्यात धन्यता मानली. त्याच्या शहादापूर्वी काही थोडेच दिवस येथे एक अधिकारी रुजू झाला होता. कैद्यांचा छळ करण्याच्या नवनवीन युक्त्या प्रयुक्त्या त्याला अवगत होत्या. असं म्हणतात, की सर्वात कठोर, पाषाणहृदयी कैद्याला देखील तो नमवून दाखवत असे. मुळातच त्याला जे तुरुंगात पाठवण्यात आलं ते ही आम्हा सर्वांना नामोहरम करण्याच्याच उद्देशाने. तो येथे रुजू झाल्याच्या पहिल्याच दिवशी आमच्या वॉर्डात आला

आणि गरजला : 'सगळे रांगेत उभे रहा. मला तुमची गिनती करायची आहे.'

'त्यावर सज्जाद साहिब पाठीमागून उठून म्हणाला 'अरे ए, मुश्रीकच्या पोरा, तू कोण आम्हाला रांगेत उभे करणार? कोणाची माय व्यायलीय रे, आम्हा मुसलमानांना रांगेत उभे करायला?' सज्जादच्या त्या संतप्त अवताराकडे पाहून तो अधिकारी अक्षरशः थरथर कापू लागला.

'त्याच्या मृतदेहावर शरीयाहप्रमाणे अंत्यसंस्कार व्हावे, अशी माझी फार इच्छा होती. पण मी तरी अल्लाची प्रार्थना करण्याव्यतिरिक्त आणखी काय करू शकणार? त्या तुरुंगातल्या अधिकाऱ्यांवर आता अल्लातालानेच दबाव आणावा, असं मी मनाशी म्हटलं. अलहमदुलिल्लाह.'

'अल्लाताला मेहरबान झाला. सज्जादची शवचिकित्सा करणारा डॉक्टरही मुसलमानच होता. शहीदच्या शरीरातून एक अद्‌भुत प्रकाश बाहेर पडत असलेला त्याने स्वतःच्या डोळ्यांनी पाहिला. सज्जाद साहिबचा एक दोस्त हा एका मुजाहिद कार्यकर्त्याचा भाऊच होता. त्याने अगदी योगायोगानेच सज्जादच्या शहादाची गोष्ट ऐकली. त्याने पोलीस ऑफिसरचं मन वळवून त्याचा मृतदेह ताब्यात घेतला.. नंतर शहीदचं शरीर जम्मूमधील एका मशिदीकडे नेण्यात आलं..'

जर का सरकारने हायजॅकर्सपुढे मान तुकवलीच आणि अतिरेक्यांच्या सुटकेच्या मोबदल्यात ओलीस ठेवलेल्या प्रवाश्यांना सोडवलं, तरीही तो काही अशा प्रकारे अतिरेक्यांपुढे हार मानण्याचा पहिला प्रसंग ठरला नसता. १९८९ च्या डिसेंबरमध्ये त्यावेळचे गृहमंत्री मुफ्ती मोहंमद सैद यांची कन्या रुबिया सैद हिच्या सुटकेच्या मोबदल्यात पाच अतिरेक्यांना सोडण्यात आलं होतं. या घटनेचा संदर्भ आय.सी. -८१४ या फ्लाईटमध्ये अडकलेल्या प्रवाश्यांचे खवळलेले नातेवाईक वारंवार देत होते. पंतप्रधान विश्वनाथ प्रताप सिंग यांच्या कारकिर्दीत अशा प्रकारे रुबिया सैदची सुटका केल्यानंतरही अपहरणाचे अनेक प्रकार घडले. दोन वर्षांनंतर त्यावेळच्या नॅशनल कॉंग्रेसचे नेते सैफुद्दिन सूझ यांची कन्या नाहीद हिचेही अपहरण करण्यात आले. अखेर एका महाभयंकर अतिरेक्याच्या सुटकेच्या मोबदल्यात तिला सोडण्यात आले. पुढच्याच वर्षी म्हणजे १९९२ सालच्या जानेवारी महिन्यात त्यावेळचे पार्लमेंटरी अफेअर्स मिनिस्टर गुलाम नबी आझाद यांच्या मेहुण्याचे अपहरण अल् उमार मुजाहिदीनच्या गटाने केले होते. त्याचे नाव तासादक देव. याच्या सुटकेसाठी तुरुंगातील तीन अतिरेक्यांना सोडण्यात आले होते. तसेच इंडियन ऑईल कॉर्पोरेशनचे एक्झिक्यूटिव्ह डायरेक्टर के. दोरायस्वामी यांच्या सुटकेसाठी सहा अतिरेक्यांना सोडावे लागले होते.

अशा प्रकारचे प्रसंग यापूर्वीही घडले होते. आता तर या अतिरेक्यांनी

प्रमाणाबाहेर जास्त मागणी केली होती. कदाचित घासाघीस करून नंतर कमी करण्याची सोय केली असावी. वाटाघाटी आता एका अतिमहत्त्वाच्या टप्प्यापाशी येऊन पोचल्या होत्या. तालिबान अधिकाऱ्यांनीही या चर्चेत आता सक्रीय सहभाग घेण्यास सुरवात केली होती. वाटाघाटीतील एक तिसरा पक्ष म्हणून त्यांनी भूमिका बजावण्यास सुरवात केली होती. इतकंच नव्हे तर ते बरेच वेळा अपहरणकर्त्यांचीच बाजू घेत.

अपहरणकर्ते आणि तालिबान अशा दोन्ही पक्षांकडून आता वाढते दडपण येऊ लागले होते. भारतीय मुत्सद्दी वाटाघाटीत माघार घेणार अशी चिन्हे दिसत होती. पण दोवाल आणि काटजू या दोघांनी परिस्थितीतून मार्ग काढण्याचा शक्य तितका प्रयत्न केला. अपहरणकर्त्यांनी कैद्यांच्या नावांची भलीमोठी यादी सादर केली होती. 'पण ते कैदी नक्की कोठे, कोणत्या तुरुंगात आहेत, याची आम्हाला काहीच कल्पना नाही,' असा युक्तिवाद अधिकाऱ्यांनी केला. 'शिवाय नजिकच्या भविष्यकाळात कदाचित सरकार त्या अतिरेक्यांना सोडूनही देईल, फक्त कोर्टकचेऱ्यांच्या कारभारामुळे थोडाफार विलंब लागेल,' असंही त्यांनी सांगितलं.

हे ऐकून चीफने चिडून दुरुत्तरे करायला सुरवात केली. 'जो पूछा जाए उसका जवाब दीजिये। अपने जवाब छोटे रखिये और बताइये, कि क्या आप हमारे साथियोंको छोडेंगे या नही?' (जेवढं विचारलं असेल त्याचंच उत्तर द्या. जास्त पाल्हाळ लावू नका. आमच्या साथीदारांना सोडणार की नाही तेवढंच फक्त सांगा) यानंतर बरीच चर्चा, वितंडवाद झाला. अखेर मसूद अझरच्या सुटकेनंतर स्त्रिया व मुलांना सोडण्याचे चीफने कबूल केले.

तालिबानचे सफाई कामगार परत एकदा हजर झाले. आता विमानातील दुर्गंधी थोडी तरी हटेल अशी आशा होती. सफाई कामगारांनी विमानाच्या स्वच्छतागृहांचे पाईप्स विमानाच्या बाहेरील बाजूने उघडले. प्रवाशांची स्थिती इतकी दयनीय झाली होती की सफाई कामगार शौचालये साफ करण्यासाठी आले आहेत, या कल्पनेनेच अनेक प्रवाश्यांना रडू कोसळले. पण ताण वाढतच चालला होता. हायजॅकर्स कोणावरही विश्वास ठेवण्यास तयार नव्हते. त्यांचीच सरबराई करणाऱ्या तालिबानवर सुद्धा नाही. कदाचित सफाईकामगारांच्या वेषात कमांडोज् विमानात हजर होतील अशी भीती त्यांना वाटल्याने त्यांनी त्या कामगारांची कसून झडती घेतली. त्यांना विमानाच्या आत प्रवेश दिला खरा, पण कोणाशी बोलायचं नाही, इकडे तिकडे बघायचं नाही अशी सक्त ताकीदही त्यांना देण्यात आली होती. शिवाय स्वच्छतेसाठी त्यांना केवळ एक तासच देण्यात आला होता. त्यांनी विमानातील कचरा व घाण साफ केली. रिपन

कट्यालचे रक्ताने भरलेले व आता वाळलेले कपडे ते फेकण्यासाठी घेऊन गेले.

एअरकंडिशनिंगची (वातानुकूलनाची) यंत्रणा अजूनही दुरुस्त झाली नव्हती. त्यामुळे विमानाची दारे उघडीच होती. प्रवाश्यांना भयानक थंडीत रात्र काढायची होती.

लंडनच्या बुश हाऊसमध्ये ब्रिटिश ब्रॉडकॉस्टिंग कॉर्पोरेशनच्या उर्दू रेडिओ सर्व्हिसचं ऑफिस आहे. तेथील फोन वाजला. तो एका बातमीदाराने उचलला. हा फोन भारतातून आला होता. मुंबईहून. फोनवर बोलत असलेला माणूस म्हणजे इब्राहिम अत्तारचा मुख्य साथीदार अब्दुल लतीफ होता. त्याला नुकताच कराचीहून अब्दुल राऊफचा फोन आला होता. (अब्दुल राऊफ हा मौलाना मसूद अझर आणि इब्राहिम अत्तारचा धाकटा भाऊ) अपहरणासारख्या घटनेच्या संदर्भात प्रसारमाध्यमांची भूमिका किती महत्त्वाची असते हे राऊफ चांगले ओळखून होता. म्हणूनच त्याने लतीफला फोन करून बातमीदारांना फोन करण्यास व अपहरणकर्त्यांच्यातर्फे धमकी देण्यास सांगितले होते.

'मै इंडियन एअरलाईन्स प्लेन की हायजॅकिंग के सिलसिलेमे बोल रहा हूँ,' लतीफ म्हणाला. ' आप बताए, की फिदाई का मेसेज है, अगर मौलाना को चौबीस घंटेके अंदर रिलीज नही किया, तो जहाज उडा दिया जाएगा।' (आत्मसमर्पण गटाचा हा संदेश प्रसारित करा: जर चोवीस तासाच्या आत मौलानाला सोडण्यात आलं नाही, तर विमान उडवून देण्यात येईल.)

शहराच्या दुसऱ्या भागात कोणीतरी लतीफच्या फोनवरच्या या दोन्ही संभाषणांकडे लक्ष ठेवून होते. गुप्तचर खात्याची आज अनेक दिवस लतीफवर नजर होती. पण या फोननंतर मात्र खुंटा हलवून बळकट झाला.

फ्लाईट इंजिनियर जग्गियाच्या नशिबात रात्रीची झोप नव्हती. रात्री अडीचच्या सुमाराला बर्गरने त्याला उठवलं. एक रशियन टँकर बाहेर उभा होता. त्यातून विमानात पाणी भरुन घेण्यासाठी जग्गियाची मदत लागणार होती. कडाक्याची थंडी पडली होती. जग्गियाच्या अंगात नुसता शर्ट होता. टँकरला मोठा टाईप होता. तो पाईप हातात घेऊन विमानातून बाहेर आलेल्या पाण्याच्या नळाला जोडण्याचा प्रयत्न करत होता. थंडी इतकी कडाक्याची होती की अंग शहारत होते. नळाच्या मानाने टँकरच्या होजपाईपचं तोंड फारच मोठं होतं. त्यातून पाण्याचा प्रचंड मोठा फवारा बाहेर उडाला व जग्गिया नखशिखांत भिजून गेला. त्याला थंडी भरून आली व तो थरथर कापू लागला.

बर्गरच्या एका हातातील बंदूक जग्गियाच्या अंगावर रोखलेलीच होती. पण तरीही दुसऱ्या हाताने त्याने आपल्या अंगातील लेदरचे जॅकेट काढून जग्गियाला

देऊ केले. विमानातील प्रवासी जिवाच्या भीतीने घाबरून बसले होते. पण तरीही त्यांच्यात व त्यांना छळणाऱ्या अपहरणकर्त्यांचे असं एक वेगळं भावनिक नातं निर्माण होऊ लागलं होतं. ही गोष्ट खरोखर विस्मयकारक होती.

'आप मेरे फादर की तरह है । में आपको ठंडमें मरते नहीं देख सकता हूँ। (तुम्ही माझ्या वडिलांसारखे आहात. तुम्हाला असं थंडीत काकडून मरताना पाहवायचं नाही मला.) बर्गरने थंडीत थरथर कापणाऱ्या जग्गियाला सांगितले.

'अगर मैं पिताकी तरह हूँ, तो अपने बेटे को भी ऐसे सिर्फ टी-शर्ट पहनकर इस ठंड में खडे नहीं देख सकता । जल्दीसे जॅकेट पहन लो ।' (जर मी वडिलांसारखा असेन तर आपल्या मुलाला सुद्धा एवढ्या थंडीत केवळ टी शर्ट घालून उभं राहिलेलं पाहू शकणार नाही. लवकर जाकीट चढव.) जग्गिया त्याला म्हणाला.

बर्गरने ते मान्य करून जाकीट अंगात चढवले. पण जग्गियाला ओढत जवळच्या एका लँडरोव्हर गाडीपाशी घेऊन गेला. त्याने दार उघडून गाडीच्या ड्रायव्हरला हीटर चालू करून खूप गरम करण्याची आज्ञा दिली. जग्गियाला गाडीत उबेत बसायला सांगितलं. मात्र तालिबानच्या माणसाशी एक अक्षरही बोलायचं नाही असं बजावलं. सुमारे तीस मिनिटानंतर बर्गर जग्गियाला न्यायला परत आला. एव्हाना जग्गियाचे कपडे पूर्ण वाळले होते. दोघे परत विमानाकडे चालत आले. परत एकदा बर्गरने जग्गियाच्या डोक्याला नळी लावली.

'यार किस मिट्टीके बने हो? ना जीने देते हो, ना मरने देते हो ।' (दोस्ता, तू कोणत्या रसायनाचा घडला आहेस? जगू देत नाहीस, मरू ही देत नाहीस.)

बर्गर शांतपणे म्हणाला, 'वो भी ड्यूटी है, ये भी ड्यूटी है।' (ती पण ड्यूटी आहे आणि ही पण ड्यूटी आहे.)

■

सहावा दिवस

प्रवाशांच्या नातेवाईकांचा देवावर भरवसा... पण देव नक्की कोणाच्या बाजूने आहे?... मुंबई क्राईम ब्रँचला मुख्य संशयितांचाच सुगावा... अखेर भारत सरकारचा अतिरेक्यांना सोडण्याचा निर्णय.

सकाळचे १ वाजून १५ मिनिटे झाली होती. इब्राहिम अत्तारचा संतापलेला आवाज विमानात घुमला. थकून झोपी गेलेले प्रवासी दचकून उठले. ' मौलानाका मसला पहले हल होगा, फिर और होगा।' (मौलानाच्या प्रकरणाचा आधी सोक्षमोक्ष लागेल, मगच काय ते होईल.) अत्तार भारतीय मुत्सद्यांशी आरडाओरडा करत बोलत होता. कॉकपिटच्या अंतर्भागातील संपर्क यंत्रणेचा वापर करत असताना चीफने चुकून काहीतरी गफलत केली होती. विमानातील पब्लिक अॅड्रेस सिस्टिम कार्यान्वित झाली होती. चीफला वाटलं, आपण रेडिओवरून मुत्सद्यांशीच बोलत आहोत. तब्बल पाच दिवस इथे बंदिवासात काढले. अजूनही अपहरणकर्त्यात व भारतीय मध्यस्थांमध्ये तडजोडीची काहीच चिन्हे दिसत नाहीत हे पाहिल्यावर प्रवाशांच्या जीवाचा थरकाप झाला. अतिरेक्यांनी इतक्या अवाजवी, अवास्तव मागण्या केल्या होत्या, की त्या ऐकल्यानंतर भारतीय मुत्सद्यांनी तात्काळ नकारच दर्शवला होता. अपहरणकर्त्यांनी त्यांच्यापुढे असाही एक प्रस्ताव ठेवला होता. मसूद अझरच्या सुटकेच्या मोबदल्यात दहा भारतीय आणि पाच परदेशी नागरिकांची सुटका. पण ही गोष्टही भारतीय मध्यस्थांना पटत नव्हती. त्यानंतर अपहरणकर्त्यांनी चिडून आधी दिलेला शब्द फिरवला.

मसूद अझरच्या सुटकेच्या मोबदल्यात सर्व स्त्रिया, मुले, वृद्ध आणि आजारी प्रवाशांना सोडू असे आदल्याच दिवशी त्यांनी वचन दिले होते. पण भारतीय मध्यस्थांच्या हटवादीपणाच्या धोरणामुळे त्यांनी ते शब्द मागे घेतले. सर्वत्र निराशेचंच वातावरण होतं.

इकडे नवी दिल्ली येथे पंतप्रधानांच्या साऊथ ब्लॉकमधील ऑफिसातील वर्तुळाकार टेबलाभोवती कॅबिनेट मीटिंगसाठी काही वरिष्ठ मंत्री जमले होते. देशाच्या अनेक भागातून हाती आलेल्या गुप्तचर खात्याच्या अहवालानुसार ठिकठिकाणी हिंदू मुसलमानांमधील जातीय तणावाला सुरूवात झाल्याचे दिसून येते होते. अपहरणाच्या प्रकरणाचे निमित्त होऊन काही ठिकाणी जातीय दंगलींना सुरूवात होण्याचीही दाट शक्यत होती. पंतप्रधानांच्या ऑफिसजवळ डझनवारी बातमीदार जमले होते. मीटिंग संपताक्षणीच एकेक करून मंत्री झपाझप बाहेर आले आणि वार्ताहरांशी एक अक्षरही न बोलता आपापल्या गाडीत बसून निघून जाऊ लागले. कितीतरी वार्ताहरांची पार्लमेंटरी अफेअर्स मिनिस्टर श्री. प्रमोद महाजन यांच्याशी खास मैत्री आहे. प्रमोद महाजन बाहेर पडलेले पाहताच त्यांनी त्यांना गराडा घातला. पण नक्की काय चर्चा झाली ते सांगण्यास श्री. महाजन यांनी नकार दिला. त्यांनी फक्त एवढाच गौप्यस्फोट केला, की अपहरणकर्त्यांच्या मागण्यांवर भारताने आपली प्रतिक्रिया त्यांना कळवली आहे. वाटाघाटी फार खडतर मार्गाने चालू असल्याचंही त्यांनी स्पष्ट केलं. त्यांनी त्या परिस्थितीचा उल्लेख 'बॅटल् ऑफ नर्व्हज्' असा केला.

अखेर सहनशक्तीलाही काहीतरी सीमा असते. सर्वांचीच सहनशक्ती आता संपुष्टात येत चालली होती-देशात प्रवाशांच्या कुटुंबियांची तर विमानात प्रवाशांची आणि त्यांच्या अपहरणकर्त्यांची. ते दर थोड्या तासांनंतर प्रवाशांना जिवे मारण्याची धमकी देत. तालिबाननेही इतके दिवस खूप चांगुलपणा दाखवून व्यवस्थित पाहुणचार केला होता. पण तेही आता कंटाळले होते. भारतीय मुत्सद्यांवरही प्रमाणाबाहेर मानसिक ताण पडल्याने ते आता थकले होते. आता तर अपहरणकर्त्यांनी काही नवीनच मागण्या पुढे ठेवल्या होत्या. त्या ऐकून तर प्रवाशांचे नातलगही सुन्न झाले होते. आता काही प्रतिक्रिया व्यक्त करण्याची सुद्धा शक्ती त्यांच्या अंगात उरली नव्हती. इतके दिवस तावातावाने विरोध दर्शवून, सरकारच्या कार्यशून्यतेविषयी चीड व्यक्त करून, सरकार दरबारची दारे ठोठावून, निषेध नोंदवून आता सारे शोकमग्न अवस्थेत हार मानून आपापल्या घरी परतले होते. परिस्थितीला शरण जाण्याव्यतिरिक्त काही हाती उरलंच नव्हतं. पंतप्रधानांच्या निवासस्थानासमोर रोजरोज धरणं धरून बसणं थांबलं. संतप्त नातेवाईकांचं प्रेस कॉन्फरन्समध्ये घुसणं बंद झालं. रस्त्यावरच्या वहातुकीला

अडथळा करत, निषेध दर्शवत भर रस्त्यात आडवं झोपणं, सार्वजनिक ठिकाणी छाती पिटून आक्रोश करणं, अधिकाऱ्यांना शिवीगाळ आणि पोलिसांना धक्काबुक्की करणं... सारं काही थांबलं. आता त्यांच्या हातात एकमेव अस्त्र उरलं होतं.

प्रार्थनेचं.

नवनीत कौर ही कॅप्टन शरणची पत्नी. आपल्या सोबत इतर अनेक प्रवाशांच्या नातलगांना घेऊन ही आज नवी दिल्लीच्या गुरुद्वारा टिकाना साहिब येथे भरलेल्या धार्मिक मेळाव्याला गेली होती. तिने खांद्यावर सफेद शाल पांघरली होती. तिचे डोळे वारंवार भरून येत होते. ते कोणाला दिसू नयेत म्हणून ती ते हाताच्या तळव्यांनी झाकत होती. त्या विस्तीर्ण सभागृहात मंत्रपठण सुरू झाले. जमलेल्या स्त्रिया नि:शब्दपणे परमेश्वराची करूणा भाकू लागल्या. केवळ येथेच नव्हे तर देशभरातील शेकडो मंदिरांमध्ये, देवालयांमध्ये, प्रार्थनास्थळी एकत्र जमून लोक या अपहृत विमानातील प्रवाशांसाठी मनोभावे प्रार्थना करत होते. हिंदू, जैन, मुस्लिम, शीख आणि ख्रिश्चन अशा सर्वच जातीजमातींच्या धर्मगुरूंनी आपण होऊन कंदाहारला जाण्याची तयारी दर्शविली होती. आपण त्या अपहरणकर्त्यांचं हृदयपरिवर्तन करू शकू अशी आशा त्यांना वाटत होती. इतकंच काय, जमाते इस्लामी सारख्या कट्टर जातीयवादी संघटनेनेसुद्धा या अपहरणाचा जाहीर निषेध केला होता. अपहरणकर्त्यांनी अपहृत प्रवाशांना सोडून द्यावे आणि आपल्या मागण्या पूर्ण होण्यासाठी कोणताही दुसरा मार्ग निवडावा असे जमाते इस्लामीच्या नेत्याने सुचवले होते.

विमानातही स्थिती फारशी वेगळी नव्हती. प्रवासी आणि अपहरणकर्ते असे दोघेही अखेर ईश्वरालाच शरण गेले होते.पण देवाने नक्की कोणाच्या बाजूने यायचे, यावरच कोणाचे एकमत होत नव्हते. पाचही अपहरणकर्त्यांमध्ये धर्माविषयीचे सर्वात जास्त ज्ञान डॉक्टरलाच होते, त्याने धर्माचा बराच अभ्यास केला होता. आता या क्षणी तो पब्लिक ॲड्रेस सिस्टीमवरून समोरील जनतेला इस्लामाविषयी बोधप्रद भाषण देत होता.

'... हम आपके साथ बदसूलकी नहीं कर रहे हैं। आजतक हमने जो भी सीखा है और जो भी किया है, वो इस्लामकी बदौलत किया है। हम जो हैं, वो इस्लामकी खातिर हैं। अगर आपको लगता है, कि हम आपसे कोई ज्यादती कर रहे है, या हमने कोई गलतियाँ की है, तो ये सिर्फ इसलिये है, कि हमने इस्लामको ठीक तरह पढा नहीं, उसे सीखा नहीं । (आम्ही आपल्याशी गैरवर्तन करत नाही. आम्ही आजपर्यंत जे काही केलंय ते, आम्ही जे काही आहोत, ते इस्लाम साठीच आहोत. तुम्हाला जर असं वाटत असेल, की आम्ही तुमच्यावर अन्याय करतोय किंवा आम्ही काही चुका केल्या आहेत, तर ते केवळ. आम्ही

इस्लामला नीट समजू शकलो नाही, म्हणूनच.)

डॉक्टरने इतर जागतिक घडामोडींवर सुद्धा टीकाटिपण्णी केली. 'यूनो को सिर्फ चेचन्या की फिक्र है। वो काश्मीरके लिये कुछ नहीं कर रहे हैं, जहाँपर हिंदुस्थानी सेक्युरिटी फोर्सेस बरबादी फैला रहे हैं।' (यूनो ला तर केवळ चेचेन्याचीच चिंता आहे. जिथे हिंदुस्तानी सेक्युरिटी फोर्सेस अत्याचार करत आहेत, त्या काश्मीरबद्दल यूनो काहीच करत नाही.) तो कडाडला.

' हमारे भाई छे सात बरससे हिंदुस्थानकी जेलोंमें सड रहे हैं। हमारी बहनोंको हिंदुस्थानी सिपाही रेप कर रहे हैं । वो हिंदुस्थानी उनको उनके घरोंसे जानवरों की तरह बालसे पकडकर घसीटते हैं। ' (आमचे भाईबंद सहा सात वर्षांपासून हिंदुस्तानच्या जेलमध्ये कुजत पडले आहेत. आमच्या बहिणींवर हिंदुस्थानी शिपाई बलात्कार करत आहेत. हे हिंदुस्थानी लोक त्यांना त्यांच्या घरातून जनावरांप्रमाणे खेचून बाहेर काढतात.)

बर्गरला मात्र लोकप्रियता कशी मिळवावी याचे गमक चांगले कळले होते. तो लोकांना धमक्या देत हिंडायचा ती गोष्ट वेगळी. पण तेवढं सोडून उरलेल्या वेळात तो उत्तमपैकी जनतासंपर्क (पब्लिक रिलेशन्स) ही करत हिंडत असे. कधीतरी पॅसेंजर केबिनमध्ये अत्यंत तणावपूर्ण वातावरण निर्माण होई. मग तो लगेच तिथे जाऊन एखादा चुटका सांगून नाहीतर गाणं म्हणून वातावरण निवळण्याचा प्रयत्न करे. अर्थात त्याचं हे असं वागणं हाही अपहरणकर्त्यांनी योजनापूर्वक आखलेल्या मानसशास्त्रीय खेळाचाच एक भाग होता. अपहरणकर्त्यांविषयी जबरदस्त भीती, पराकोटीची चीड अशा भावना प्रवाशांच्या मनात जर सातत्याने उत्पन्न होत राहिल्या तर त्याची परिणती काही वेड्यावाकड्या गोष्टीत होऊ नये, वैफल्यग्रस्त प्रवाशांनी काही भलतेसलते करू नये यासाठी हा सगळा डाव होता. परंतु तासातासाला आशा निराशेच्या हिंदोळ्यांवर झुलणाऱ्या प्रवाशांना मात्र बर्गर हा आश्वासक, त्यातल्या त्यात चांगुलपणाचा जरा अंश असलेला वाटायचा, अनेक प्रवाशांनी या बर्गरविषयी कितीतरी चांगल्या आठवणी सांगितल्या आहेत.

एका प्रवाशाची दोन लहान मुले घरी होती. एक मुलगा आणि एक मुलगी . तो बर्गरशी आपल्या या दोघा मुलांविषयी बोलत होता. बोलताना आठवणींचा उमाळा आला. असह्य भावनावेगाने त्याला रडू कोसळले. हे पाहताच बर्गरने खिशातून एक कागद काढला. निळ्या बॉलपेनाने ठळक अक्षरात इंग्रजीत त्यावर लिहिले, 'माय डिअरेस्ट सन, व्हेन यू सी युवर फादर, रिस्पेक्ट हिम.' (माझ्या प्रिय मुला, तू तुझ्या वडिलांना जेव्हा भेटशील तेव्हा त्यांच्याशी आदराने

वाग.) बर्गर हा एकमेव अपहरणकर्ता प्रवाशांशी जिव्हाळ्याच्या गोष्टी बोलत असे. स्वत:विषयी, स्वत:च्या कौटुंबिक पार्श्वभूमीविषयी सांगत असे. एका प्रवाशाला गप्पांच्या ओघात त्याने स्वत: शास्त्रशाखेचा पदवीधर असल्याचे सांगितले होते. आपण इंजिनिअरिंगचाही एक कोर्स केल्याचे सांगितले होते. पण ती मात्र बहुतेक थाप असावी. कारण जनरेटर विषयी अत्यंत प्राथमिक स्वरुपाची माहितीसुद्धा त्याला नव्हती. खरं तर कोणत्याही इंजिनियरला ती माहिती असलीच पाहिजे! आपल्या तान्ह्या मुलीविषयीसुद्धा त्याने बऱ्याच प्रवाशांना सांगितले होते. या मुलीच्या जन्माआधी अनेकवेळा आपल्या पत्नीचा गर्भपात झालेला असल्यामुळे ही मुलगी फार स्पेशल (खास) आहे असे तो म्हणे.

या बर्गरशी खेळीमेळीच्या वातावरणात गप्पा चालू असताना गुरगाँवचे डॉ. ललित वर्मा यांनी त्याचा हात हातात घेतला. ते म्हणाले, 'आपके हाथ बडे सॉफ्ट हैं। ' (तुमचे हात किती मऊ आहेत.) त्यावर चेहऱ्यावरील रेषाही न हलवता बर्गर म्हणाला, 'मेरा दिल भी बडा सॉफ्ट है, पर वक्त आनेपर में बडा टफ् हो सकता हूँ। ' (माझं हृदयही फार मऊ आहे, पण तशीच वेळ आली तर मी फार कठीण होऊ शकतो.)

आजतर दहशतीच्या वातावरणात थोडासा विरंगुळा म्हणून बर्गरने अंताक्षरीचं आयोजन केलं होतं. प्रवाशांची दोन गटात विभागणी केली होती. लग्न झालेली जोडपी विरुद्ध इतर सर्वजण. चार गाणी म्हणून झाली. नंतर एका गटाने जोशात येऊन एका लोकप्रिय हिंदी गाण्याला सुरूवात केली. 'यम्मा-यम्मा, यम्मा-यम्मा, है खूबसूरत समाँ ।' बस आज की रात है जिंदगी, कल हम कहाँ तुम कहाँ?'

गाण्याच्या ओळींचा मतितार्थ सर्वांच्या लक्षात एकदमच आला. गाता गाता सर्वजण थांबले. सगळीकडे शांतता पसरली. प्रवाशांनी एकमेकांकडे सार्थ दृष्टिक्षेप टाकले. हे गाणं तर जणू त्यांच्या स्वत:च्याच जीवनाची कहाणी सांगत होतं. मग बर्गरनेच त्या शांततेचा भंग केला. 'अरे सिर्फ आजकी रात क्यों है भाई जिंदगी?' (आजचाच दिवस जिंदगी आहे असं का म्हणता बरं?) अशा तऱ्हेने धपापत्या हृदयानेच सर्व प्रवासी विमानात क्वचित चालणाऱ्या गंमती जंमतीत भाग घेत. पण दिवसभरातील ठरलेल्या वेळात त्यांच्यातील प्रत्येकजण मनोमन सुटकेच्या योजना आखण्यात दंग असे.

प्रसाधनगृहात येता-जाता नाहीतर खाद्यपदार्थांचे वाटप करताना विमानाच्या कर्मचारी वर्गाला प्रवाशांशी कुजबुजत्या स्वरात चार गोष्टी करायला मिळत. जर अपहरणकर्त्यांनी खरोखरच एक एक करून प्रवाशांना ठार मारण्यास सुरुवात केली, किंवा विमानात घुसून कमांडोज्नी अतिरेक्यांवर कब्जा केला, तर प्रवाश्यांनी

तयारीत राहिलेलं बरं, असं कर्मचाऱ्यांना सारखं वाटे. मग अशा कुजबुजत्या कानगोष्टींच्याद्वारे त्यांनी सर्व प्रवाशांना आधीच काही सूचना देऊन ठेवल्या. कोणत्याही आणीबाणीच्या प्रसंगी विमानाचा कमांडर जोरात इॅव्हॅक्युएट (रिकामे करा) असे ओरडला तर प्रवाशांनी तात्काळ संकटसमयी उघडण्याचे दरवाजे उघडून विमानाबाहेर उड्या ठोकायच्या. अगदी विमानात गोळीबार सुरू झाला, काही प्रवासी मृत्युमुखी पडले किंवा जखमी झाले तरी थोडे तरी वाचतीलच! पण प्रयत्न तर सर्वांनीच करायचे. अर्थात हे असे करणेसुद्धा अविचाराचेच ठरले असते. कारण अशा प्रसंगी विमानाबाहेर उभ्या असलेल्या तालिबानच्या कंमाडोज्नी तरी कोणती बाजू घेतली असती, याविषयी प्रवाशांना खात्री नव्हती.

बुधवारी सुद्धा तालिबानचे सैनिक टारमॅकवर पहारा देत उभे होते. त्यांच्या डोक्यावर मोठाले फेटे बांधले होते. दर थोड्या वेळाने ते रस्त्यावर आपल्या चादरी पसरत आणि गुडघे टेकून प्रार्थना म्हणत. कोणी विमानाच्या पंखाखाली नतमस्तक होऊन प्रार्थना करत. वादळवारा सुटलेला होता. त्यांनी छोट्या छोट्या शेकोट्या जागोजागी पेटवल्या होत्या. कधी तरी ते त्यांच्या उबेला जाऊन बसत. तापमान आदल्याच रात्री शून्याच्याही खाली जाऊन पोचले होते. अजूनही कडाक्याची थंडी होती.

नवी दिल्ली येथे एका ऑस्ट्रेलियन डिप्लोमॅटच्या निवासस्थानी अँथिया मुलाकाला आपल्या पतीची वाट पहात बसली होती. तो २९ डिसेंबरचा दिवस होता. त्यांच्या लग्नाचा चौथा वाढदिवस. पण तिचा पती कदातिच परतून येणारही नाही, अशी चिन्हे दिसत होती. तिच्या पतीचं नाव होतं पीटर वॉर्ड. छत्तीस वर्षे वयाचा हा तरुण प्रवासी कंदाहार विमानतळावरील विमानात बंदिवान होता. हा स्वतः ऑस्ट्रेलियाचा नागरिक. त्याच्या पत्नीकडे मात्र ब्रिटन आणि कॅनडा अशा दोन देशांचे नागरिकत्व होते. मुलाकाला ही बांग्लादेशातून मुद्दाम आपल्या पतीला भेटण्यासाठी भारतात आली होती. ती स्वतः बांग्लादेशात नोकरीस आहे तर तिचा पती नेपाळ येथील ग्रिंडलेज बँकेत क्रेडिट मॅनेजर आहे. ख्रिसमसची सुट्टी, न्यू ईयर आणि लग्नाचा वाढदिवस हे सर्व एकत्र साजरं करण्यासाठी पीटर आपल्या पत्नीला भेटायला दिल्लीकडे निघाला होता.

अपहरणकर्ते आपल्या मागण्यांच्या संदर्भात त्या दुपारी पहिल्यांदाच एक पायरी खाली उतरले. तीस अतिरेकी कैद्यांची सुटका आणि दोनशे दशलक्ष यू.एस्. डॉलर्सची मागणी मान्य करण्यास भारत सरकार कोणत्याही परिस्थितीत तयार नव्हते. आपल्या सर्वच्या सर्व मागण्या पूर्ण कराव्या, असा हट्ट अपहरणकर्ते जर धरुन बसले असते, तर मग मात्र या वाटाघाटींमधून काहीच निष्पन्न होणे शक्य नव्हते. इकडे तालिबान ही आता कंटाळले होते. त्यामुळे त्यांनी दोन्ही

पक्षांवर दडपण आणण्यास सुरवात केली. तालिबानचा प्रतिनिधी रहमत उल्ला हशमी आणि कंदाहार कोअरचा कमांडर अख्तर मुहंम्मद उस्मानी असे दोघे आता कंट्रोल टॉवर मध्ये आले होते. भारतीय मध्यस्थांच्या बरोबरीने हेही आता अपहरणकर्त्यांबरोबर चाललेल्या चर्चेत भाग घेत होते. त्यानंतर मुत्तवकील हा सुद्धा तेथे आला. खंडणीची व मृतदेहाची मागणी करणे इस्लामच्या विरुद्ध आहे असे त्याने स्पष्टच सांगितले. त्यावर पुष्कळ वादविवाद झाला. अखेर आपल्या मागण्या कमी करण्याचे चीफने मान्य केले. येथून पुढे तो खंडणीच्या रकमेची गोष्ट काढणार नव्हता. अफगाणी सुद्धा आहे तेथेच चिरनिद्रा घेत राहणार होता- जम्मूच्या कबरिस्तानात.

असेच आणखी काही तास गेले. या अवधीत एक फार मोठा समझोता झाला. मसूद अझर याच्या एकट्याच्या सुटकेच्या मोबदल्यात एकंदर पस्तीस प्रवाश्यांची सुटका करण्याचे अपहरणकर्त्यांनी मान्य केले. त्यात प्रामुख्याने स्त्रिया, मुले आणि आजारी व्यक्तींचा समावेश होता. पण सुटकेचा हा कार्यक्रम कसा काय पार पाडायचा याविषयीचा तपशील अजून ठरत नव्हता. मुत्तवकीलने अपहरणकर्त्यांना स्पष्टच सांगितले- अपहरणकर्त्यांनी किंवा सुटून आलेल्या कैद्यांनी अफगाणच्या भूमीवर पाऊलही टाकता कामा नये. पाकिस्तानी कॉन्शुलेटचे लोक आपले वाहन विमानतळावर पाठवतील आणि त्यांना घेऊन जातील. एवढं बोलून तो कंट्रोल टॉवरमधून निघून गेला. पण पाकिस्तानी अधिकाऱ्यांना ही गोष्ट मंजूर आहे की नाही हे विचारणंही भाग होतं. आता यानंतर अपहरणकर्त्यांना थोडी आशा वाटू लागली, की या समझोत्यानुसार सर्व पार पडेल. मग त्यांनी पॅसेंजर केबिनमध्ये जाऊन सुटकेसाठी पस्तीस प्रवाश्यांची निवड करण्यास सुरवात केली. मग त्यांनी त्या प्रवाश्यांपैकी प्रत्येकाला बिझिनेस क्लासमध्ये जाऊन आपापले सामान हुडकून आणण्यास सांगितले. सर्वत्र एकच खळबळ माजली. जगण्याची ही अखेरची संधी आहे, असं त्यांच्यापैकी अनेकांना वाटलं. एका माणसाच्या पत्नीलाही असंच बिझिनेस क्लासमध्ये सामान आणण्यासाठी पाठवण्यात आलं. ते पाहून त्याच्या मनावर इतका परिणाम झाला की तो वेड लागल्यासारखा थरथरत उठून ओरडू लागला, ' मुझे जाने दो। मुझे जाने दो। ' (मला जाऊ द्या, मला जाऊ द्या.) त्याच्या पत्नीने त्याची खूप समजूत काढली. त्याला शांत करण्याचा प्रयत्न केला. अखेर अपहरणकर्त्यांनाही त्याची दया आली व त्यांनी त्यालाही तिच्या पाठोपाठ बिझिनेस क्लासमध्ये पाठवले.

उरलेले प्रवासी मात्र अगतिकपणे बसून होते. त्यांच्याकडे पाहत बर्गर ओरडला. ' कोई मेसेज भेजना चाहता है? फोन नंबर और मेसेज दे दिजिए। ' (कोणाला काही निरोप पाठवायचा असेल तर फोन नंबर आणि निरोप द्या.) मग

कागदांच्या छोट्याशा चिठ्ठ्यांवर फोन नंबर आणि संदेश लिहून देण्याची एकच गडबड सुरू झाली. रमेश ग्रोवरने आपल्या चिठ्ठीत काय लिहिले होते ते त्याला अजून आठवतं. ' एक म्हणजे आमच्या दिल्लीच्या घराचा फोन नंबर आणि चार शब्द - ' आत्तापर्यंत ठीक आहे. सुटलो तर लवकरच भेटेन. ' बर्गरने सगळे फोन नंबर आणि संदेश गोळा केले व सुटकेच्या तयारीत असलेल्या प्रवाश्यांकडे एकेक करून सोपवले.

अखेर वाटाघाटींमध्ये जराशी प्रगती दिसून येत होती. पण मुख्य मागणीचा मुद्दा उपस्थित झाला- छत्तीस अतिरेक्यांची सुटका. आता तालिबानने भारतावर दडपण आणण्यास सुरवात केली. मुक्त वकीलने तर धमकीच दिली- ' आता लवकर तोडगा निघाला नाही तर आम्ही विमानाला कंदाहारवरून उड्डाण करण्यास भाग पाडू. ' त्याच रात्री एकीकडे 'शूरा' ची बैठकही सुरू झाली. तालिबानमधील सर्वोच्च पातळीवरील निर्णय घेणारा हा गट. भारतात पंतप्रधान वाजपेयी यांची भारताच्या आर्मी, एअर फोर्स आणि नेव्हीच्या प्रमुखांशी बैठक झाली असल्याचे त्यांना समजलेच होते. न जाणो नवी दिल्लीने विमानावर 'एन्टेब' च्या धर्तीवर आक्रमण करायचं ठरवलं तर काय करायचं याची चिंता त्या तालिबानच्या अधिकाऱ्यांना पडली होती. मग तातडीने मुल्ला ओमार व ' शूरा' च्या सदस्यांनी एक महत्त्वपूर्ण निर्णय घेतला. ' कोणत्याही परकीय शक्तीला (हे अर्थात् दिल्लीला उद्देशून होते !) तालिबानच्या भूमीवर कमांडो कारवाई करण्याची परवानगी देण्यात येणार नाही. ' एंन्टेब-स्टाईलचे आक्रमण करण्याच्या मुद्द्याला येथेच शह बसला.

मुंबईच्या मुहंम्मद अली रोडवर जनसागर उसळला होता. रमझानचा पवित्र महिना होता. दिवसभराचा उपवास संपला होता. कितीतरी खरेदी बाकी होती. शेकडो विक्रेते विविध स्वरात आरोळ्या देत होते. लहान मुलींच्या झालर लावलेल्या रंगीबेरंगी फ्रॉक्स पासून ते गूळ खजूराच्या पाकिटांपर्यंत विविध वस्तू विक्रीसाठी मांडल्या होत्या. रस्त्यावरचा इंच न् इंच मुलामाणसांनी भरला होता. या सर्व गर्दीत, सर्वांच्या नकळत माणसांचा एक छोटा गट अशक्यप्राय वाटणारी गोष्ट करण्याच्या प्रयत्नात होता. त्यांना या एवढ्या गर्दीत एका माणसावर पाळत ठेवायची होती. धक्काबुक्की करणाऱ्या, चालणाऱ्या, पळणाऱ्या, गाड्या चालवणाऱ्या, भोंगे वाजवणाऱ्या, हातवारे करत चाललेल्या त्या शेकडो माणसांच्या गर्दीतून त्या एका विशिष्ट माणसावर लक्ष ठेवायचे होते. क्राईम ब्रँचचे अधिकारी आणि निशाणेबाज आत्ता मुहंमद अली रोडवर आले होते. निऑन लाईटच्या

प्रकाशात त्यांना इब्राहिम अत्तारचा मुख्य साथीदार अब्दुल लतीफ याच्यावर पाळत ठेवायची होती. सर्व अधिकारी साध्या वेशात होते. लतीफचे काम होते कराचीतील अब्दुल राऊफकडून संदेश घेणे आणि तो विमानात अपहरणकर्त्यांना पोचवणे. अपहरणकर्ते त्यासाठीच तर त्याला विमानातून फोन करीत. विमानाबाहेरच्या जगतात काय घडामोडी घडत आहेत, हेही अपहरणकर्त्यांना तोच कळवत असे. मग तो प्रवाश्यांच्या नातेवाईकांनी काढलेला निषेधमोर्चा असो, नाहीतर भारत सरकार पुढे उभी ठाकलेली बिकट परिस्थिती असो.

या लतीफचा पाठलाग अशासाठी करायचा, की त्याच्याच मार्फत गुप्तचर खात्याला त्या अपहरणकर्त्यांचं नावगाव, त्यांचा ठावठिकाणा समजणार होता. क्राईम ब्रँचच्या लोकांना एक गुप्त बातमी मिळाली होती. हा लतीफ मुहंम्मद अली मार्केटमध्ये एका छोट्याश्या रेस्टॉरंटमध्ये एका खास माणसाला भेटणार होता. त्याच्या हातात एक बॅग देणार होता. अधिकारी आता मुद्दामच पांगले. अंधार पडू लागला होता. त्यांना हवा असलेला तो माणूस बहुधा त्यांच्या हातावर तुरी देऊन निसटला असावा. एकटा माणूस, या एवढ्या अफाट जनसागरात कुठच्या कुठे दडी मारून बसू शकत होता. गर्दी तर इतकी प्रचंड होती की एखादे घोडदळ सुद्धा त्यात लपले असते. मग अचानक त्या छोट्या रेस्टॉरंटच्या समोर थांबलेल्या गुप्तहेरांना टीशर्ट व जीनपॅन्ट घातलेला एक काटकुळा माणूस एका दुसऱ्या माणसाबरोबर बसलेला दिसला. जीन्स घातलेल्या माणसाचा अवतार लतीफच्या वर्णनाशी मिळताजुळता होता. पण तरीही त्यांना खात्री नव्हती. पण काही मिनिटांनतर बॅगची देवाण घेवाण झाली. अधिकारी सावध झाले.- आपल्याला हवा तो माणूस हाच, अशी अजूनही त्यांना पक्की खात्री नव्हती. पण चालून आलेल्या संधीचा फायदा घ्यायला काय हरकत होती? इतक्यात लतीफ रेस्टॉरंटमधून बाहेर पडला. त्याचा पाठलाग सुरू झाला. पाठलाग करणं ही मात्र सोपी गोष्ट नव्हती. सभोवताली हजारो काळी डोकी, जिकडे पाहावं तिकडे माणसांची डोकी. त्यातून वरखाली होत पुढेपुढे जाणाऱ्या एका डोक्याचा पाठलाग करायचा होता. अधिकाऱ्यांनी वॉकीटॉकीवर आपल्या सर्वत्र विखुरलेल्या हस्तकांना संदेश दिला- ती वस्ती संपूर्णपणे पिंजून काढायची होती. लतीफवर नजर ठेवण्याकरता बऱ्याच माणसांची गरज होती. आता तो मुख्य रस्ता सोडून गल्ल्याबोळांमधून निघाला होता. असा बराच वेळ गेला. अखेर पूर्ण अंधार झाल्यावर तो झपाझपा चालत जोगेश्वरी परिसरातील एका सातमजली इमारतीत शिरला. तो थेट चौथ्या मजल्यावर जाऊन पोचला. त्यानंतर थोड्याच वेळात लतीफ झोपी गेला. पण इमारतीबाहेर रात्रभर त्याच्यावर पाळत ठेवून उभ्या असलेल्या क्राईमब्रँचच्या अधिकाऱ्यांच्या डोळ्याला मात्र

डोळा नव्हता. सकाळी परत कामाला लागायचं होतं.

राजकारणात मुरलेल्या, वाटाघाटी आणि घासाघीस करण्यात मातब्बर असलेल्या, सध्याच्या युतीच्या जमान्यातील राजकारण्यांसाठी सुद्धा ' अपहरणकर्त्यांशी समझोता ' हा एक फार कठीण मुद्दा होऊन बसला होता. पंतप्रधान वाजपेयी पक्षश्रेष्ठींचे म्हणणे आणि सल्लागारांचा सल्ला ऐकत निवासस्थानी बसले होते. त्यांनाही आज रात्री म्हणजे आपल्या बुधवारच्या रात्री-उशिरापर्यंत जागत बसावे लागणार होते. अपहरणकर्त्यांच्या मागण्या मान्य केल्या तरी अथवा अमान्य केल्या तरीही त्याचे अत्यंत दूरगामी परिणाम होणार होते. ते काय स्वरुपाचे असतील याची चर्चा-चिकित्सा चालू होती. तशात अपहरणकर्त्यांनी विमान कंदाहारमधून उडवून दुसरीकडे नेण्याची धमकी दिली होती. तसं खरंच घडलं तर, ते विमान कुठे नेऊ शकतील याचे अंदाज वर्तवणं सुरू झालं. अर्थात अपहरणकर्त्यांना आश्रय देऊ शकतील अशा देशांची संख्या मर्यादितच होती. त्यातल्या त्यात जास्त शक्यता लिबिया आणि सूदान या देशांची होती. या बैठकीत बरचसं बोलण्याचं काम परराष्ट्रमंत्री जसवंत सिंग हेच करत होते. यदाकदाचित अपहरणकर्त्यांचं विमान लिबियाच्या दिशेने निघालंच, तर आम्ही तुम्हाला पाहिजे ते साहाय्य करु, असं आश्वासन लिबियाच्या परराष्ट्रमंत्र्यांनी श्री. जसवंत सिंग यांना दिलं होतं. राहता राहिला सूदान. जर विमानाच्या इंधन टाक्या पूर्ण भरल्या तर ते कंदाहारपासून ५९२० अवकाशीय मैलांचं अंतर सहज पार करून सूदानची राजधानी खार्तोडम येथे पोचेल असं सिव्हिल एव्हिएशनच्या तज्ज्ञांनी सांगितलं. तसं जर घडलं असतं, तर मात्र परिस्थितीवर भारतीयांचं जे काही अल्प नियंत्रण होतं, तेही हातातून गेलं असतं. एकंदर अशी अत्यंत बिकट आणि धोकादायक परिस्थिती येऊन ठेपली होती.

जरी विमानाने कंदाहार सोडलं नसतं तरीही समस्या होतीच. समोर पर्याय दोनच होते. भारतीय जवानांनी प्राणाची आहुती देऊन पकडून आणलेल्या अतिरेक्यांना सोडून देणं किंवा त्या उलट्या काळजाच्या, कठोर अतिरेक्यांच्या हातून आपल्या निष्पाप नागरिकांची हत्या होत असताना असहायपणे बघत रहायचं. दोन्ही पर्याय सारखेच अडचणीत टाकणारे होते. मग त्यातल्या त्यात कमी इजा होईल असा पर्याय निवडण्याचा निर्णय घेण्यात आला. मसूद अझरची मुक्ती व त्या मोबदल्यात आपल्या सर्व प्रवाश्यांची सुटका.

पण अपहरणकर्त्यांना काही ते मान्य नव्हतं. त्यांचं गणित सरळ होतं. अझरची किंमत होती ऐंशी प्रवासी. उरलेल्या प्रवाश्यांसाठी दर १५ प्रवाश्यांमागे एका कैद्याची सुटका असा सरळ सोपा हिशेब होता. याचा अर्थ अझर आणि इतर १२ अतिरेक्यांची सुटका. या गोष्टीला अर्थातच भारतीय मुत्सद्द्यांनी नकार

दिला. आता चीफ इतका भडकला की त्याने वाटाघाटीच थांबवल्या. ही एवढी प्रगती होऊनही अखेर सगळंच पारडं फिरलं. अपहरणकर्ते आणि भारतीय मुत्सद्दी निघालेल्याच ठिकाणी परत येऊन थांबले होते.

काही तासांपूर्वी ज्या पस्तीस प्रवाश्यांना सोडण्यासाठी वेगळं बसवून ठेवलं होतं, त्यांना आता आपापल्या जागी जाऊन बसण्यास सांगितलं.

डॉक्टरचा आरडाओरडा सुरू झाला, ' तुम्हारे इंडियन निगोशिएटर बेकार हैं। तुम मर रहे हो और वो शॉपिंग करने गए है। वो काजू बादाम खरीद रहे हैं।' (तुमचे भारतीय मध्यस्थ अगदीच कुचकामी आहेत. तुम्ही इथे मरताय् आणि ते खरेदीला गेले आहेत. ते तिकडे काजू बदाम खरेदी करत बसलेत.) बिझिनेस क्लासमध्ये सुटकेची वाट पाहत बसून राहिलेले प्रवासी परत आपापल्या जागी येऊन बसले. सर्वत्र उदासीनतेची छाया पसरली. आशा मावळल्या. अनेक स्त्रिया रडू लागल्या. बर्गर त्यांना म्हणाला, ' मैं एक मुसलमान हूँ। आप रोईये मत। मैं वादा करता हूँ, सारी बहने सही सलामत घर पहूँच जाएगी। ये हिंदुस्तानकी झूठी सरकारका वादा नहीं हैं। ये एक मुसलमानका वादा हैं। ' (मी एक मुसलमान आहे. तुम्ही रडू नका. मी वचन देतो, सगळ्या बहिणी सहीसलामत घरी पोचतील. हे हिंदुस्तानच्या खोटारड्या सरकारचं वचन नसून हा एका मुसलमानाचा शब्द आहे.)

पण बर्गर प्रवाश्यांचं मन अशा आशावादी बोलण्याने फार वेळ रिझवू शकला नाही. आणखी दोन तास लोटले. आता प्रवासी थकून भागून झोपेच्या आधीन होऊ लागले होते. कॉकपिटमध्ये वाटाघाटीत खंड पडला होता. दोन्ही बाजूंनी नुसता वादविवाद चालू होता, पण कोणीच माघार घेण्यास तयार नव्हते. कोणत्याही मुद्द्यावर एकमत होत नव्हते. आता मात्र या लोकांना चांगलाच इंगा दाखवला पाहिजे, असं चीफने ठरवलं. चोवीस डिसेंबरला भारत सरकार आणि अपहरणकर्ते या दोघांच्या परस्परांविषयी ज्या काही भावना होत्या, दोघांच्या मनात परस्परांविषयी जी काही कटुता होती, त्यातूनही कितीतरी विखार आज या दोन्ही पक्षांमध्ये भरला होता. अपहरणकर्ते संतापाने धुमसत होते. अखेर चीफ किंचाळून निर्वाणीच्या स्वरात म्हणाला, ' हम तय्यारे को बमसे उडा देंगे। तुम सारी मौतोंके जिम्मेदार होंगे। ' (आम्ही बाँबने विमानाला उडवून देऊ. साऱ्या लोकांच्या मरणाला जबाबदार तुम्ही असाल.)

अपहरणकर्ते पळत कॉकपिटमधून बाहेर आले. बर्गरने झोपलेल्या लोकांना उठवले. ' तुम सो रहें हो और यहाँ तुम्हारी जानपर बनी हुई है। उठो। ' (तुम्ही इथे झोपलाय आणि तुमच्या जिवावर बेतलंय। उठा!) सारे खडबडून जागे झाले. मग त्याने ती वाईट बातमी दिली, ' बातचीत नाकामयाब हो गई है। हम

अब और इंतजार नहीं कर सकते। कल सुबह हम आप सबको मारना शुरु कर देंगे। ' (वाटाघाटी असफल झाल्या आहेत. आता आम्ही आणखी वाट पाहू शकत नाही. उद्या सकाळी आम्ही तुम्हा सर्वांना मारण्यास सुरवात करु.)

या नवीन घडोमोडीची बातमी लगेच दिल्लीला पोचली. हायजॅकर्सने स्वीकारलेल्या निर्वाणीच्या भूमिकेविषयीही त्यांना कळले. आता सरकार पुढे काहीच पर्याय उरला नव्हता. वाजपेयीजी आणि त्यांच्या मंत्रीमंडळाने इतके दिवस पोलादी मुखवटा धारण केला होता. पण आता मात्र या तडजोडीची मानसिक तयारी त्यांनी केली. फक्त ही देवाणघेवाण नक्की कशा पद्धतीने करायची याचाच तपशील ठरवायचे अजून बाकी होते.

■

सातवा दिवस

अखेर प्रवाशांसाठी चांगली बातमी... सुटकेविषयी समझोता होतो... सात दिवस बर्गरच्या सहवासात काढल्यावर त्यांना अखेर खराखुरा बर्गर खायला मिळतो... मुंबईत हायजॅकर्सच्या मुख्य साथीदारास अटक...

पहाटे पाच वाजून चाळीस मिनिटांनी प्रवाशांना उठवण्यात आलं. हातात मायक्रोफोन्स घेऊन बर्गर, शंकर आणि भोला आरडत ओरडत, प्रवाशांना उठवत आले. हास्यविनोद, गाणी, गप्पागोष्टी, थट्टामस्करी इत्यादी पार करून अपहरणकर्त्यांची गाडी परत रूळावर आली. प्रवाश्यांना बंदुकीच्या धाकावर हवे तसे नाचवणारे ते जुने अतिरेकी परत प्रकट झाले.

आपले ठणकणारे अंग झटकून सारे प्रवासी खडबडून जागे होऊन बसले. बर्गर त्यांना उठवायला आला होता. त्याच्याबरोबर इतर सर्व सशस्त्र अपहरणकर्ते पण होते.

' हमें एक अनाऊन्समेंट करना है। ध्यानसे सुनो। ये अच्छी खबर भी हो सकती है, और बुरी खबर भी। ' (आम्हाला एक अनाऊन्समेंट करायची आहे. ही बातमी चांगलीही असू शकेल नाहीतर वाईटही.) तो म्हणाला. मग हायजॅकर्सनी प्रार्थना म्हटली.

'हिंदुस्थान सरकार और हमारे बीच बातचीत चल रही थी । अब बातचीत नाकामयाब हो गयी है । हमारा उनसे कोई राफ्ता नहीं हैं। वो हमारी कोई भी

डिमांड माननेको तैयार नहीं हैं। अब हमसे रहमकी उम्मीद मत रखना। ’ (हिंदुस्थान सरकारच्यात व आमच्यात बातचीत चालली होती. आता ती फिसकटली आहे. ते आमची कोणतीच मागणी मान्य करायला तयार नाहीत. आमचा व त्यांचा आता काहीही संपर्क उरलेला नाही. आमच्याकडून दयेची अपेक्षा करू नका.) तो गंभीरपणे म्हणाला,

‘हम कबतक तुम्हें बैठा के खिला सकते हैं? बहुत मजा हो गया। ’ (आम्ही किती दिवस तुम्हाला बसून खाऊ घालणार? पुष्कळ चैन झाली.) बर्गर परत म्हणाला.

काही प्रवाशांनी दीर्घ सुस्कारा सोडला. काही दबलेले हुंदके पण ऐकू आले. क्षणार्धात विमानात संपूर्ण शांतता पसरली. मग एक माणूस धीर गोळा करून म्हणाला, ‘हमें निगोशीएटर्ससे बात करने दे। ’ (आम्हाला मध्यस्थांशी बोलू द्या.)

त्यावर बर्गर ओरडला, ‘शट् अप!’ (गप्प बसा.) काही मिनिटे तशीच गेली. मग अपहरणकर्त्यांनी ठरवलेली मृत्युदंडाची शिक्षा सुनावली. ‘ आज आपकी जिंदगीका आखरी दिन है। एक बजे हम आपको मारना शुरू कर देंगे । हम आगेसे शुरू करेंगे और पीछेतक मारते जाएँगे । अपने खुदाको दुवा कर लो। ’ (आज तुमच्या जीवनातला शेवटचा दिवस आहे. ठीक एक वाजता आम्ही तुम्हाला ठार मारण्यास सुरुवात करू आणि पुढून शेवटपर्यंत मारत जाऊ. आपल्या ईश्वराची प्रार्थना करा.)

त्यावर एक अक्षरही बोलण्याची कोणाची हिम्मत नव्हती. पण मागच्या ओळीत बसलेली एक पंजाबी भाषिक स्त्री आपल्या शेजाऱ्यांना ऐकू जाईल अशा आवाजात म्हणाली, ‘असी तो मर जाएँगे पर इनसे चिमर जाएँगे । (आपण तर मरू पण त्याआधी सर्वांनी मिळून त्यांच्यावर हल्ला चढवू.)

तो क्षण खरं तर शब्दात वर्णन करण्यासारखा नव्हताच. अनिश्चिततेच्या सावटाखाली, अश्रू आणि थपडा, हास्य, रिव्हॉल्व्हरची नळी, थट्टामस्करी, विनोद, गाणी, धमक्या, आश्वासक स्वर अशा संमिश्र वातावरणात घालवलेल्या त्या महाभयंकर सात दिवसांच्या काळानंतर असं वाटलं की आपली अखेरची घडी समीप आली. इतक्या दिवसात ते अपहरणकर्ते आत्ता इतके निर्दयी आणि दृढनिश्चयी कधीच वाटले नव्हते. अखेरच्या काही दिवसांत तर प्रवाशांच्या मनात एक आशा जागृत झाली होती. कदाचित हे नष्टचर्य संपेलही, आपली या बंदिवासातून सुटका होईलही, आपण आपल्या घरी, आपल्या मुलामाणसांमध्ये जाऊही! ही सारी कहाणी पुढे आपल्या मुलानातवंडांना सांगण्यासाठी जिवंत राहूही!

पण ती आशा मावळली. आता तर साक्षात काळच पुढे उभा ठाकला होता. ही जाणीव काळीज चिरत जाणारी होती. कारण हा मृत्यू एका घावात, एका फटक्यात येणार नव्हता.

एकच पराकोटीच्या वेदनेने भरलेला क्षण आणि मग सारं काही शांत... पण असा तडकाफडकी मृत्यू अपहरणकर्त्यांनी त्यांच्यासाठी योजला नव्हता. नक्की किती वाजता मरण येणार हे त्यांना स्पष्ट शब्दात सांगण्यात आलं होतं. ती घटिका अजून सात तास दूर होती. ते प्रदीर्घ सात तास ते प्रवासी आपल्या मृत्यूची कल्पना करत घालवणार होते. त्या सात तासांमधला प्रत्येक क्षण त्यांना जिवंतपणी मरण भोगायला लावणार होता. आपल्यापैकी एकेकाला कसं बरं मारतील? रांगा मागून रांगा, गोळ्यांचे आवाज, माणसांच्या किंकाळ्या. एकएक माणूस बघता बघता आपल्या खुर्चीत रक्ताच्या थारोळ्यात कोसळेल. त्या व्यक्तीच्या शेजारी बसून ती तडफड बघणाऱ्या माणसाचाही बंदुकीची पुढची गोळी तसाच घास घेईल. (प्रवाश्यांची सुटका झाल्यानंतर कितीतरी दिवसांनी त्यांनी सांगितले की पुढील आयुष्यात सुद्धा या क्षणाची आठवण काढणे नको, असे त्यांना वाटत होते.) आपल्या मृत्यूचे भाकीत ऐकणाऱ्या त्या अभागी जिवांना त्या दुर्धर परिस्थितीने इतकं असहाय, लाचार, विवश बनवलं होतं, की त्याची सामान्य माणसांना कल्पनाही करणं शक्य होणार नाही.

त्यांच्यापैकी कोणीही आठवड्याभरात दात घासले नव्हते. केस विंचरले नव्हते. शरिराला पाणी लावले नव्हते. अंगाला दुर्गंधी येत होती. आपल्या मृत्यूविषयीच्या वास्तावची जाणीव आणि तीही इतक्या दुष्ट पद्धतीने त्यांना करून देण्यात आली तेव्हा मरणाच्या भयाने त्यांच्यापैकी अनेक स्त्री पुरुषांना जागच्या जागी कपड्यात मूत्रविसर्जन झाले. ते केविलवाणे आणि ओशाळे होत जागच्या जागी तसेच ओल्या कपड्यांनी बसून राहिले. त्यांच्या शेजारी बसलेल्यांच्या ती गोष्ट लक्षात येताच त्यांना कीव आली, भीती वाटली अणि गंमतही वाटली. इतक्या विचित्र परस्परविरोधी भावनांचा अनुभव त्यांना आला. अनेक लोकांना घेरी आली. अनेकांना उलट्या सुरू झाल्या. त्यांच्या सीटवर आणि आजूबाजूला वांत्यांचा सडा पडला. एकूण एक प्रवासी एकतर मोठ्यांदा ढसाढसा रडत तरी होता नाहीतर रडण्याच्या बेतात होता. अनेक जण भीतीने जागच्या जागी थरथरत होते. तसेच थरथरत बसून मिटल्या डोळ्यांनी ते भगवंताची करुणा भाकत होते.

फक्त एका स्त्रीची श्रद्धा आणि विश्वास अटल होता. ती स्त्री होती कविता शर्मा. तिचा चेहरा भीतीने पांढरा पडला होता. गाल आसवांनी भिजून गेले होते. हुंदके अनावर होत होते. पण तशाही स्थितीत ती आपल्या पतीकडे बघून म्हणाली. ' मुझे अभी भी विश्वास है। मुझे अभीभी विश्वास है। हम घर जाएँगे और न्यू इअरपर कालकाझीमें होंगे।' (माझा अजूनही विश्वास आहे. आपण घरी जाऊ आणि न्यू ईयरला कालकाझीत असू.)

एका स्त्रीने काही दिवसांपूर्वी आपल्या मुलीला पत्र लिहून ठेवले होते. ते

बर्गर किंवा डॉक्टरला देण्याचा तिने त्यावेळी प्रयत्नही केला होता. आता परत एकदा ती तेच पत्र घेऊन अपहरणकर्त्यांकडे गेली.आपण आणि आपला पती तर आता वाचत नाही. मग काहीही झालं तरी आपलं पत्र आपल्या मुलीपर्यंत पोचलंच पाहिजे, अशी तिची तीव्र इच्छा होती. पण आजपर्यंत कोणत्याही अपहरणकर्त्यांने ते ठेवून घेतले नव्हते. उलट तिलाच सांगितले होते. ' कोई फायदा नहीं है। अगर आप लोग नहीं रहेंगे तो हम भी नहीं रहेंगे। ' (काही फायदा नाही, जर तुम्ही वाचला नाहीत, तर आम्ही सुद्धा वाचणार नाही.) पण आता परत नव्याने ती ते पत्र घेऊन बर्गरपाशी गेली. आता तिने फारच हट्ट धरला. या खेपेस बर्गरने ते ठेवून घेतले. त्याने ते वाचले. जो बर्गर काही मिनिटांपूर्वी प्रवाश्यांना ओरडत होता, तोच आता एका आईने आपल्या लहान मुलीला लिहिलेले साधे चार शब्द वाचून रडला.

एक प्रवासी सामंत बरारा हा नवी दिल्लीचा राहणारा. त्याला पोटाचा विकार होता. त्याने आपल्याला पोटाचा कॅन्सर आहे असे अपहरणकर्त्यांना सांगितले होते. (तो कदाचित खोटा डाव असेल, असे काही डॉक्टरांचे म्हणणे पडले.) त्याला बराच त्रास होत आहे हे पाहताच अपहरणकर्त्यांनी त्याला जरा मोकळेपणाने बसता यावे म्हणून बिझिनेस क्लासमध्ये बसण्याची परवानगी दिली. नंतर तेथेच पुढील भागात सर्व अपहरणकर्ते एकत्र जमले व त्यांनी डोक्याशी डोकी भिडवून गुप्तपणे काही चर्चा सुरू केली. त्या चर्चेतील काही शब्द सामंत याच्या कानावर पडले. त्यावरून त्याला थोडाफार अंदाज आला. प्रवाश्यांना एकेक करत गोळी घालून ठार करावे का संपूर्ण विमानच उडवून द्यावे, याबद्दल त्यांचा निर्णय होत नव्हता. सामंत याला जेव्हा फारच त्रास होऊ लागला तेव्हा त्याला उपचारांसाठी बाहेर ४० किलोमीटर असलेल्या हॉस्पिटलात पाठवण्यात आले. निळ्या रंगाची जीन पँट व पांढरा शर्ट घालून तो स्वत:च्या पायाने चालत खाली उतरला व तालिबान सैनिकाबरोबर गेला. नव्वद मिनिटांनी तो विमानात परत आला.

त्याला हॉस्पिटलमध्ये सोडल्यानंतर बर्गरने कॉकपिटच्या जमिनीतील दार उघडले व लोखंडी घडीची शिडी खाली सोडली. नंतर तो स्वत: खाली उतरून शिडीच्या पायरीवर उभा राहिला. हातात पिस्तूल होतेच. बाहेरील परिसरावर एकवार नजर फिरवून तो पुन्हा आत आला. सर्व काही शिस्तीत चाललेलं होतं. तास मात्र मुंगीच्या पावलाने चालले होते.

इकडे मुंबईत आणखी एक धावपळीचा दिवस उजाडला होता. जोगेश्वरी परिसरातील रस्ते गजबजण्यास सुरवात झाली होती. टॅक्सी, ऑटोरिक्षा आणि अनिर्बंध गर्दी. अब्दुल लतीफ झोपेतून जागा झाला. बाहेर रस्त्यावर क्राईम

ब्रँचची तुकडी सावधपणे पहारा देत होती. आख्खी रात्र त्यांनी डोळ्यात तेल घालून काढली होती. पाळत ठेवणं फार कठीण काम. लतीफने त्या भागात काय जाळं विणून ठेवलंय, याची त्यांना काही कल्पना नव्हती.पुन्हा ते कार्यकर्ते सशस्त्र आहेत की नि:शस्त्र तेही कळायला काहीही मार्ग नव्हता. इतक्या गर्दीच्या परिसरात थोडा जरी सुगावा लागला असता तरी संशयित फरार झाला असता. शिवाय त्याच्या जिवाला धोका होता ते वेगळंच. निशाणेबाज आणि गुप्तचर आता लतीफची आमनेसामने भेट घेण्यासाठी पूर्ण तयार होते. सर्वांच्या शर्टाखाली रिव्हॉल्व्हर्स दडलेली होती. लतीफ दहाच्या सुमारास घराबाहेर पडला. जीनपँट व टीशर्ट घालून अत्यंत आत्मविश्वासाने तो बाहेर पडला. त्याच्या बरोबर अजून एक माणूस होता. दोघेही जिना उतरून खाली आले. त्यांनी रस्त्यावरची एक रिक्षा थांबवली. दोघे रिक्षात बसून निघाले. त्या पाठोपाठ गुप्तचरही निघाले. सुमारे १ किलोमीटर अंतरावर तो दुसरा माणूस उतरून गेला. गुप्तचरांचे मुख्य लक्ष्य लतीफ हेच होते. त्यांनी दुसऱ्या माणसाची पर्वा केली नाही. लतीफची रिक्षा सुमारे पाचशे मीटर अंतर पुढे गेल्यावर त्या रिक्षाला सर्व बाजूंनी वेढा घालण्यात आला. स्तंभित झालेला लतीफ काहीही प्रतिकार न करता त्यांच्या स्वाधीन झाला. नंतर त्याने पोलिसांना बेहरामबाग परिसरातील आपल्या फ्लॅटकडे नेले. बंद दारापाशी पोचल्यावर निशाणेबाज पिस्तूल रोखून तयारीत उभे राहिले. आता येथे चकमक होण्याची शक्यता होती. पण आत बसलेला लतीफचा साथीदार इतका भेदरला की त्याने काहीही प्रतिकार केला नाही. खोलीत एक लोखंडी कॉट व एक अलमारी एवढेच सामान होते. शिवाय दोन एके फोर्टी सेव्हन रायफल्स होत्या. तसेच एक रणगाडाविरोधी बाँब, सहा हात बाँब आणि ढीगभर घरगुती बनावटीची स्फोटक द्रव्येही होती.

लतीफने आपल्या उलट तपासणीत सर्व काही सांगून टाकले. त्यावरून आणखीही काही लोकांना अटक करण्यात आली. अपहरणाची योजना कशी आखली, त्याची पूर्वतयारी कित्येक महिने कशी चालू होती, अपहरणकर्त्यांची खरी नावे, त्यांचे वेगवेगळे पत्ते, त्यातील काहींचे टेलिफोन नंबर इत्यादी सर्वच त्याने पोलिसांना सांगितले. या लोकांसाठी ज्यांनी बनावट पासपोर्ट आणि ड्रायव्हिंग लायसेन्स बनवून दिली, त्यांच्याकडेही तो पोलिसांना घेऊन गेला. आणखी चोवीस तासात अपहरणकर्त्यांचे फोटोसुद्धा पोलिसांना मिळणार होते. अपहरणाचा प्रत्यक्षात शेवट होण्यापूर्वीच ती केस उलगडण्यास अशा रीतीने सुरवात झाली.

विमानाने लाहोर सोडले तेव्हा इब्राहिम अत्तार (चीफ) एक वाक्य बोलला होता. ते खरेच होते. त्याने भारताला नवीन सहस्त्रकाची भेट देण्याचे खरोखरच

योजले होते. गुप्तचर खात्याने नंतर आपल्या अहवालात म्हटले होते- ! नुसतं विमानाच काय पण आजूबाजूच्या परिसरातील कितीतरी गोष्टी स्फोटात उडवून देण्याएवढी स्फोटके त्या अपहरणकर्त्यांजवळ होती. ३१ डिसेंबरच्या मध्यरात्री ते विमान कोणत्याही परिस्थितीत उडवून द्यायचंच, असं त्यांनी ठाम ठरवलं होतं. विमानातील सर्वच्या सर्व प्रवाश्यांचा खरोखर जीव घेऊ, अशी धमकी या खेपेला अतिरेक्यांनी अत्यंत गंभीरपणे भारतीयांना दिली. इकडे मुल्ला ओमारनेही भारतीयांवर समझोता करण्याचे प्रचंड दडपण आणले. त्यामुळे अखेर भारतीय मध्यस्थ वाटाघाटींकरिता कंट्रोल टॉवरमध्ये परत आले. या खेपेला होणारी वाटाघाटींची फैर निर्णायक असणार होती. आता कंदाहारचा तालिबान कोअर कमांडर अख्तार मुहंम्मद इस्मानी हाही कंट्रोल टॉवरमध्ये हजर होता.

नवी दिल्ली येथे काही तासांपूर्वी घेण्यात आलेल्या कॅबिनेट मीटींगमध्ये एक निर्णय घेण्यात आला. त्यानुसार काटजू आणि दोवाल यांना वाटाघाटी करताना अधिक स्वातंत्र्यही देण्यात आले. त्यांना बोलताना परिस्थिती जरा सुकर झाली. आता फक्त होत असलेली हानी कमी कशी करता येईल ते त्यांना पाहायचं होतं. परंतु चीफ मात्र आपल्या मुद्द्याशी ठाम होता. आपला भाऊ मसूद अझर व त्याच्या बरोबर आणखी पस्तीस अतिरेक्यांची सुटका झालीच पाहिजे हा त्याचा हट्ट कायम होता. या खेपेला त्याने अशीही धमकी दिली, की आता जर बोलणी फिसकटली तर आपण वैमानिकाला विमान उडवायला लावून ते २०,००० फूट उंचीवर नेऊ व तेथे आकाशात स्फोट घडवून आणू. पाकिस्तानातील भारतीय डिप्लोमॅट ए.आर . घन:श्याम तर भारतीय मध्यस्थींच्याही आधीच तेथे येऊन दाखल झाले होते. त्यांनी नंतर बोलताना अपहरणकर्त्यांचे वर्णन ‘ अत्यंत बुद्धिमान व ध्येयाने प्रेरित माणसे ’ असे केले.

या अपहरण नाट्यात तालिबानच्या नेत्यांनी भडक रंग भरले. सलवार कमीज व मोठे फेटे घातलेल्या तालिबान कमांडोजचा ताफा त्यांनी विमानाभोवती खडा केला. त्यांच्यातील प्रत्येकाच्या हातात एके-फोर्टी सेव्हन रायफल होती. विमानापाशी एक रणगाडा व एक रॉकेट लाँचरही आणून ठेवण्यात आले होते. दुसऱ्या बाजूला अमेरिकन बनावटीचं विमानविरोधी अस्त्र आणून उभं केलं होतं. ही अस्त्रे यानंतर उत्तर अफगाणिस्तानकडे जाणार होती.

त्यानंतर मुक्तवकील विमानतळाच्या लाऊंजवर आला. तेथे डझनभर बातमीदार त्याची वाटच पाहात होते. भारताने मसूद अझरबरोबर आणखी किती अतिरेक्यांना सोडायचं या मुद्द्यावर आता सर्व वाटाघाटींचं लक्ष केंद्रित आहे, असं त्याने वार्ताहरांना सांगितलं. त्याने आणखी एक गोष्ट स्पष्ट केली. विमानतळावर ज्या काही तुकड्या दाखल झाल्या आहेत व जी शस्त्रास्त्रे आणली गेली आहेत ती

केवळ सुरक्षिततेच्या दृष्टिकोनातून असून तालिबान कोणत्याही कारवाईच्या तयारीत नाही.

तालिबानच्या या शक्ति प्रदर्शनानंतर अगदी थोड्याच वेळात अंतीम तडजोड झाली. अपहरणकर्त्यांनी अखेर त्याला मान्यता दिली. अजून एका गोष्टीचा निर्णय व्हायचा होता. मसूद अझरची सुटका तर कोणत्याही परिस्थितीत होणारच होती. पण त्याशिवाय इतर जे अतिरेकी सोडायचे होते त्यातील चीफच्या मनाप्रमाणे दोन अतिरेकी नाही तर भारतीय ठरवतील ते कोणतेही पाच अतिरेकी मुक्त करण्यात येणार होते. मग त्या मुद्दयावरून अपहरणकर्त्यांमध्ये आपापसात जरा बाचाबाची झाली. डॉक्टर आणि बर्गर या दोघांचेही नातेवाईक भारतीय तुरुंगात होते. त्यांची वादावादी इतकी जोरात सुरू होती की एअर ट्रॅफिक कंट्रोलमध्ये आवाज जात होते. अखेर चीफने पहिला पर्याय निवडला. त्याने स्वत:ची दोन नावे तयार ठेवली. मसूद अझरबरोबरच आता अहमद ओमार सैद शेख आणि मुश्ताक अहमद झरगार यांच्या सुटकेची मागणी त्याने भारत सरकारकडे केली.

२५ डिसेंबर रोजी, अपहरणाच्या दुसऱ्याच दिवशी दिल्ली एअर ट्रॅफिक कंट्रोलकडे एक निनावी फोन आला होता. त्यावर बोलणाऱ्या व्यक्तीनेही ह्याच तीन कैद्यांच्या सुटकेची मागणी केली होती. ही गोष्ट अनेक लोक विसरुन गेले होते. पण प्रत्यक्षात सहा दिवस आणि एका हत्त्येनंतर भारतीय मध्यस्थ आणि अपहरणकर्ते यांच्यात हाच करार होत होता. करारातील शेवटच्या काही मुद्यांचे तपशील अजून ठरत होते. तेवढ्यात बर्गर कॉकपिटमधून बाहेर आला. भीतीने गर्भगळित झालेल्या प्रवाश्यांच्या समोर येऊन उभा राहिला. ती वेळ आली असं समजून सारे स्तब्ध झाले. पण मृत्युदंडाऐवजी त्याने सर्वांना जीवनदान दिले : 'तुम सबके लिये अच्छी खबर है। अफगणिस्तानकी सरकार थर्ड पार्टी बन गई है, और उन्होंने कहा है, कि वो किसी बेकसूर पॅसेंजरको मरने नही देंगे।' (तुम्हा सर्वांसाठी चांगली खबर आहे. अफगाणिस्तान सरकार मध्ये पडले. त्याचं म्हणणं आहे, आम्ही कोणाही निरपराध प्रवाश्याला मरु देणार नाही), तो म्हणाला. अखेर भारतीय मुत्सद्यांवर दबाव आणून त्यांना समझोता करण्यास भाग पाडल्याबद्दल बर्गरने मुल्ला ओमारची अनेकवार प्रशंसा केली.

एक तासानंतर त्याने आणखी एक चांगली बातमी आणली. 'अस्सी परसेंट काम हो गया है, बीस परसेंट बचा है। देखा? अगर दिलसे दुवा करो तो काम हो जाता है।' (ऐंशी टक्के काम झालंय, वीस टक्के राहिलंय. पाहिलं? जर मनापासून प्रार्थना केली, तर काम होऊन जातं.) 'हमने अपने छत्तीस साथियोंको छोडनेकी बात की थी। वो सिर्फ तीनपर राजी हुए है। लेकिन हम आप बेगुनाह

लोगोंको और तकलीफ देना नही चाहते है। ' (आम्ही आमच्या छत्तीस साथीदारांच्या सुटकेची मागणी केली होती ते फक्त तिघांनाच सोडायला तयार झाले आहेत. पण तुमच्यासारख्या निरपराध लोकांना आम्ही आणखी त्रास देऊ इच्छित नाही.), तो प्रसन्नपणे म्हणाला. अनेक प्रवाश्यांना भावनावेग असह्य होऊन ते रडू लागले. काहींनी आपल्या शेजाऱ्यांना मिठी मारली. अपहरणकर्त्यांनी पण एकमेकांना मिठी मारली.

त्यानंतर पाच मिनिटांनी कॉकपिटमधून डॉक्टर बाहेर आला. त्याने आंगठा उंचावून विजयी झाल्याची खूण केली, मग तो आपल्या साथीदारांकडे पाहून ओरडला : ' मुबारक ' (अभिनंदन) नंतर पाचही हायजॅकर्सनी मोठ्यांदा इस्लामी प्रार्थना म्हटली. यानंतर समझोत्याच्या सर्व अटी पूर्ण होण्यास दहा ते बारा तास लागणार होते.

'हम सब लोगोंको छोड देंगे। सब फायनल हो गया है। हम देख रहे है, कैसे प्रिझनर्स को पॅसेंजर्स मे बदल दे। ' (आम्ही तुम्हा सर्वांना सोडून देणार आहोत. सगळं काही ठरलंय. आता कैद्यांची आणि प्रवाश्यांची देवाणघेवाण कशी करायची एवढंच फक्त आम्ही पाहातोय.)

दुपार झाली. यू.एन.चं पांढरं विमान धावपट्टीवर उतरलं. त्यातून खाद्यपदार्थांची २५० पाकिटे पाठवण्यात आली होती. त्यात सर्व शाकाहारी पदार्थ होते. पाकिस्तान इंटरनॅशनल एअरलाईनच्या खानपान विभागाने ते बनवून पाठवले होते. त्यांनी त्याचबरोबर टूथपेस्ट, टूथब्रश इत्यादी सामानही पाठवले होते. प्रवाश्यांनी तब्बल एक आठवड्यानंतर दात घासले. काठमांडू सोडल्यानंतर आज प्रथमच त्यांच्या नशिबात पोटभर जेवण होतं. - बर्गर्स, बिस्किटे, फळे, दूध, फळांचे रस, शीतपेये. काही अधिकाऱ्यांनी मुद्दाम चॉकलेटही पाठवली होती. विमानात जसा काही उत्सवच सुरू झाला. काही प्रवाश्यांनी खाद्यपदार्थांच्या वाटपाचे काम हाती घ्यावे आणि एअर होस्टेसेसना जर विश्रांती द्यावी, असं अपहरणकर्त्यांनी सुचवलं. प्रवाश्यांना जीव वाचल्याचा इतका आनंद झाला होता की त्यांनी उत्साहाने मदतीची तयारी दाखवली. आठ दिवस विमानाच्या दारापाशी फिरकण्याची कोणाची हिंमतही नव्हती. पण आता संजीव शर्मा उघड्या दारापाशी उभा राहिला. त्याने मोठमोठ्या बॅगांमधून पाठवण्यात आलेली खाद्यपदार्थांची पाकिटे उचलून मागे उभ्या असलेल्या रमेश ग्रोव्हरच्या हातात दिली. त्याने ती दुसऱ्या प्रवाश्याकडे पास केली.

अनेक लोकांना एक गोष्ट काव्यात्म न्यायासारखी (पोएटिक जस्टिस) वाटत होती- आठ दिवस बर्गरच्या सहवासात घालवल्यानंतर आज त्यांना बर्गर खायला मिळाला होता.

प्रवाश्यांची सुटका मुख्यतः तालिबानच्या अमीरच्याच प्रयत्नांमुळे झाली असल्याचं बर्गरने प्रवाश्यांना सांगितलं. त्याच्याविषयी बर्गरला नितांत आदर होता. प्रवाश्यांनीही त्याच्यासाठी काही भेटवस्तू पाठवून आपली कृतज्ञता व्यक्त करावी, अशी त्याने सूचना केली. प्रवाश्यांनी पैसे गोळा केले. विदेशी नागरिकांनी परकीय चलनात पैसे भरले. अखेर ७१,४२५ रुपये रोख रक्कम जमा झाली. त्यातील काही पैसे एका प्रवाश्याकडे सोपवून त्याला कंदाहारच्या बाजारात भेटवस्तू आणायला पाठवण्याचा बेत ठरत होता. पण आपल्या सुटकेसाठी आलेलं विमान चुकेल या भीतीने त्याने जाणे रद्द केले. मग सर्व पैसे दोघा भारतीय प्रवाश्यांकडे सोपवण्यात आले. बर्गरने त्यांना असे सुचवले, की त्यांनी त्या रकमेतून विमानाची लहानशी प्रतिकृती खरेदी करून ती इस्लामाबादच्या भारतीय वकिलातीच्या मार्फत अमीरकडे पोचवावी.

परत एकदा प्रवाश्यांना हसू फुटलं. नेपाळी प्रवासी गर्जेंद्र मान तमराकर याला भारतीय अधिकारी चुकून अपहरणकर्ताच समजले होते. तो आत्ता एका जपानी स्त्रीच्या शेजारी बसला होता. बर्गरनेच त्या दोघांना जवळजवळ बसवलं होतं. 'तुम्ही दोघं किती सारखे दिसता,' असे तो म्हणाला होता. आता प्रवासी मोठमोठ्यांदा घरी जाण्याबद्दल बोलत होते. अचानक बर्गर त्या जपानी स्त्रीपाशी जाऊन तमराकरकडे बोट दाखवून म्हणाला : 'इससे शादी करोगी?' (याच्याशी लग्न करशील?)

त्याचा प्रश्न लक्षात येईपर्यंत ती क्षणभर थांबली, मग लाजून म्हणाली,'नाही, मी तुझ्याशी लग्न करीन.' आता लाजण्याची पाळी बर्गरची होती. तो अस्फुट हसत निघून गेला.

राजीव आहुजा मात्र वारंवार अडचणीत सापडे. दोन वेळा तर तो जवळजवळ मरतामरताच वाचला होता. अजूनही त्याची सुटका नव्हती. युनायटेड अरब अमिरातीत काही प्रवाश्यांना मुक्त करण्यात आलं, तेव्हा आहुजाने पण स्वतःची सुटका व्हावी म्हणून खूप गयावया केली होती. आपल्याला गंभीर स्वरुपाचा आजार (हृदयरोग) असून आपण फार तर अजून दहा वर्षे जगू, असं डॉक्टर म्हणाले असल्याचं त्याने बर्गरला सांगितलं होतं.

सुटकेचा आनंदोत्सव चालू असताना आहुजा हे सर्व विसरला होता. जवळच चाललेल्या एअरहोस्टेसला हाक मारून तो म्हणाला :'जरा बिअर मिळेल का?' बर्गर जवळच बसला होता. त्याने अचानक आहुजाकडे वळून पाहिलं आणि रागाने म्हणाला :'तू और बियर. तूने तो कहा था, तेरे दिलमे छेद है? तू अल्कोहोल कैसे पी रहा है?' (तू आणि बिअर? तू तर म्हटला होतास, तुझ्या हृदयाला भोक आहे. तू कसा काय दारु पितोस?), आहुजाच्या हाताचे

तळवे गार पडले. तो कसनुसा हसून म्हणाला :'मैने सोचा मुझे दस बारह सालमें मरना तो है ही, क्यों ना थोडा ऐश करले?' (मी विचार केला, दहा बारा वर्षांनी तर मरायचंय आहे, मग थोडी मौजमस्ती का करू नये?)

बर्गर संतापला. त्याने आहुजाच्या डोक्याला रिव्हॉल्वर लावले : ' दर बारह साल मे मरना है, तो क्यूं ना तेरे को अभी मार दूं?' (दहा बारा वर्षात मरणारच आहेस, तर तुला आत्ताच का नको मारु?) मग इतर प्रवासीसुद्धा आहुजावर ओरडू लागले. सगळं काही ठाकठीक झाल्यानंतर आता या आहुजाच्या मूर्खपणामुळे काही विपरीत घडायला नको होतं.

दरम्यान डॉक्टरने इस्लाम धर्माविषयी अजून एक बोधप्रद भाषण देण्यास सुरवात केली. पब्लिक ॲड्रेस सिस्टिमवर तो बोलू लागला. शांतपणे आणि पूर्ण विश्वासाने. ज्या माणसाने इतक्या निष्ठुरपणे एका माणसाला भोसकून मरु दिले होते, तोच हा माणूस इतक्या धीरोदात्तपणे कसा बोलू शकतो?

'... जैसे बच्चे अपने बुजुर्गोंके साथ बडे होते है, मजहब वो चीज है, जिसके साथ इन्सान बडा होता है। जब आप इस्लामके बारेमें सीखते है, आप अच्छाई और बुराईके बीचमें तमीज करना सीख जाते है। इस्लामका मतलब है, सारे मजहबोंमे सबसे पाक' (माणूस मोठा होतो तसा तो धर्माविषयी शिकत असतो. जेव्हा आपण इस्लामबद्दल शिकतो, तेव्हाच आपण चांगल्या वाईटात फरक करायला शिकतो. इस्लामचा अर्थ सर्व धर्मांमध्ये पवित्र असा धर्म)

'हम सोचते है, हमे वो जवानी मिल सकती है, जिसपर बुढापेका असर नही पडेगा, या वो जिंदगी मिल सकती है, जिसपर मौत का असर नही होगा, या वो अमिरी, जिसपर गरीबीका असर नही होगा। ये सिर्फ मौत के बाद हो सकता है।' (आपल्याला वाटतं, आपल्याला असं तारुण्य प्राप्त व्हावं ज्याच्यावर वृद्धत्वाचा परिणाम होणार नाही, असं जीवन मिळावं, ज्यावर मृत्यूचा परिणाम होणार नाही किंवा अशी श्रीमंती, ज्यावर गरिबीचा परिणाम होणार नाही. पण हे फक्त मृत्यूनंतरच शक्य आहे.) डॉक्टरचं भाषण चालूच होतं : 'आपको कुरान पढनी चाहिये, ये कई जगह मिलती है।' (तुम्ही कुराण वाचलं पाहिजे. हे अनेक ठिकाणी मिळतं.)

दूरवर नवी दिल्ली येथे हजारो लोक धर्माच्या आश्रयाला धावले होते. आपल्या प्रियजनांचे- जिवलगांचे नष्टचर्य आता लवकरच संपणार आहे याची काहीही कल्पना नसलेले प्रवाश्यांचे नातलग इंदिरा गांधी आंतरराष्ट्रीय विमानतळावर जमा झाले व तेथून सुरवात करून ते विविध देवतांची आराधना करण्यास निघाले. त्यांनी विविध मंदिरे, चर्चेस, मशिदी आणि गुरुद्वारांना भेट दिली. प्रवाश्यांची लवकर सुटका व्हावी म्हणून त्यांनी परमेश्वराची करुणा भाकली.

शहराच्या दुसऱ्या भागात राजघाटावर महात्मा गांधींच्या स्मारकापाशी शेकडो लोक प्रवाश्यांच्या सुटकेसाठी प्रार्थना करत होते. अकरा विविध जातीधर्मांचे सुमारे तीनशे लोक काळ्या ग्रॅनाईटच्या स्मारकापाशी जमा झाले होते. केशरी रंगाची कफनी परिधान केलेल्या बुद्ध भिक्षूंनी ड्रम वाजवण्यास सुरवात केली व ते स्मारकाभोवती गुडघे टेकून नतमस्तक झाले. तेथे हिंदू, ज्यू, ख्रिश्चन, मुसलमान आणि इतर अनेक जातीजमातीचे लोक गोळा झाले आणि भजने गाऊ लागले. देशभर हजारो लोक प्रवाश्यांच्या सुटकेसाठी प्रार्थना करत होते.

नातलगांच्या व्यथावेदनांची जराही पर्वा न करता भारत सरकारने प्रवाश्यांची लवकरच सुटका होणार असल्याची बातमी आणखी दीड दिवस गुलदस्त्यात ठेवली. आठवडाभराचा हा मानसिक ताण काही वयोवृद्ध कुटुंबियांच्या आता सहनशक्तीच्या पलिकडे जाऊन पोचला होता. कंदाहारमधील वृत्तसंस्थांकडून प्रवाश्यांची लवकरच सुटका होणार असल्याचे वृत्त पोचले होते. त्याची शहानिशा करण्यासाठी पत्रकारांनी परराष्ट्रमंत्री जसवंतसिंग यांच्यापाशी विचारणा केली तेव्हा त्यांनी चक्क त्या बातमीचा इन्कार केला.

अफगणिस्तानच्या कंदाहार शहरापासून बऱ्याच लांब, आणखी एका 'कंदाहार'पाशी गर्दी जमा होऊ लागली. नवी दिल्लीच्या एका पंचतारांकित हॉटेलमधील हे एक लोकप्रिय रेस्टारंट होतं. सहस्त्रकाच्या आगमनासाठी येथे पार्टी आयोजित करण्यात आली होती. शहरातील अशाच आधुनिक पार्ट्यांच्या ठिकाणी शेकडो तरुण-तरुणी रात्रभर नृत्य करण्याच्या तयारीत होते. उपाशी पोटी, मरणाच्या दाढेत दिवस कंठणाऱ्या दूरवर अफगणिस्तानातील विमानातील प्रवाश्यांची आठवण धूसर झाल्यासारखी दिसत होती. सायंकाळच्या बातमीपत्रातील केवळ एक 'स्टोरी' ! मिलेनियम पार्टीसाठी कितीतरी आधीपासून टेबलांचे आरक्षण झालेले होते. खरेदीची धमाल चालू होती. धंदे तेजीत होते. दिल्लीच्या कॅनॉट प्लेसमध्ये खरेदीसाठी आलेल्या नानी लुथ्राच्याच शब्दात सांगायचं तर : 'हे ! अशा गोष्टी घडतातच. काळजीसुद्धा वाटते. पण त्याचा संबंध व्यक्तिगत पातळीवर नसतो. माझी सगळीच दोस्तमंडळी पार्टीला जाणार आहेत.'

शहराच्या दुसऱ्या भागात आंतरराष्ट्रीय विमानतळावर एक माणूस पाकिस्तान इंटरनॅशनल एअरलाईन्सच्या विमानातून उतरत होता. फ्लाईट-८१४ मधील प्रवाश्यांच्या व्यथा, वेदना, दुःख यांच्याशी त्याचा फार जवळून परिचय होता, कारण त्याने स्वतःही ते भोगलं होतं. हा मधुमेहाचा रुग्ण अनिल खुराणा होता. याला २६ डिसेंबरला अपहरणकर्त्यांनी सोडलं. आत्ता शेकडो लोक टाळ्यांचा

गजरात त्याचं स्वागत करत होते. त्याच्यासोबत त्याची पत्नी नीलू ही सुद्धा होती. त्याच्याबरोबर राहता यावे म्हणून ती पाकिस्तानात जाऊन पोचली होती. खुराणा बाहेर पडताच त्याला तात्काळ तेथे उभ्या असलेल्या रुग्णवाहिकेकडे नेण्यात आले. खुराणाला वार्ताहरांच्या व फोटोग्राफर्सच्या गर्दीतून नेण्यापूर्वी त्याने सर्वांना हात जोडून नमस्कार केला.

पश्चिमेकडे शेकडो किलोमीटर अंतरावर अमृतसरमधील पोलीस चौकीत एक कॉन्स्टेबल जोराजोरात तावचे ताव खरडत होता. विमानाचं अपहरण झाल्यापासून एक आठवड्यानंतर पोलीस अपहरणकर्त्यांविरुद्ध 'फर्स्ट. 'इन्फॉर्मेशन रिपोर्ट' तयार करत होते. त्यांच्या गुन्ह्यांच्या यादीत कट्यालच्या हत्त्येच्या गुन्ह्याचाही समावेश होता.

जम्मू शहरात सायंकाळ झाली. रिसर्च अँड ॲनालिसिस विंग (आर.ए.डब्ल्यू.) चे जेट विमान विमानतळावर उतरले. त्यात एक वरिष्ठ गुप्तचर अधिकारी बसले होते. जम्मूच्या कोटभालवाल तुरुंगातून मौलाना मसूद अझर याला बाहेर काढून दिल्लीला घेऊन जाण्याची जबाबदारी त्यांच्यावर सोपवण्यात आली होती. पण त्याआधी जम्मू काश्मीरचे मुख्यमंत्री फारुक अब्दुल्ला यांची या गोष्टीला लेखी परवानगी घेण्याचे अवघड काम त्यांना पार पाडायचे होते. अब्दुल्ला यांना ही परवानगी देणं फार जड जाणार होतं. त्यांच्या स्वतःच्या राजवटीत दहशतवादी कारवायांमध्ये प्रचंड वाढ झाली होती. तीन महाभयंकर दहशतवाद्यांची सुटका करणं म्हणजे अतिरेक्यांशी प्राणाची बाजी लावून लढणाऱ्या जवानांचं नीतीधैर्य खच्ची करण्याचाच प्रकार ठरला असता. राज्यातील पोलिसांना स्वतःच्या जिवावर या दहशतवादाचा प्रतिकार न करता आल्यामुळे जवानांना सीमेची सुरक्षा करण्याचं काम बाजूला ठेवून येथे त्यांच्या मदतीला धावून यावं लागलं होतं.

अब्दुल्लांवर सुद्धा शरमेने मान खाली घालण्याची पाळी येणार होती. श्रीनगरमधील एका प्रदर्शनाच्या उद्घाटनानंतर वार्ताहरांशी बोलताना अब्दुल्ला यांनी अतिरेक्यांच्या सुटकेच्या मुद्यावर कडाडून हल्ला चढवला होता. ते असंही म्हणाले होते- 'कोणत्याही प्रकारची तडजोड न करता प्रवाश्यांची सुटका करण्यात यावी. एकही अतिरेकी सुटता कामा नये.' आणि आता आपले शब्द गिळून त्यांना काही तासांनंतर अतिरेक्यांच्या सुटकेची परवानगी द्यावी लागत होती. राजकारणातील पारडे कधी कुठे झुकेल, सांगता यायचे नाही. अटलबिहारी वाजपेयींच्या युती सरकारचे अब्दुल्ला हे समर्थक होते. त्यांचा मुलगाच केंद्र सरकारमध्ये मंत्री होता.

ज्या तिघा अतिरेक्यांना सोडायचं ठरवलं होतं, त्यापैकी मौलाना मसूद अझरने स्वत: कोणत्याही दहशतवादी कारवायांमध्ये प्रत्यक्ष भाग घेतला नव्हता. पण तो लोकांना दहशतवादी कारवाया करण्यासाठी प्रवृत्त करत असे. त्यांना भडकावत असे. उरलेले दोघे अगदी परस्परविरोधी परिस्थितीतून वर आलेले होते व पुढे काश्मीरच्या दहशतवादी चळवळीचे मुख्य नेते बनले होते.

मुश्ताक अहमद झरगार उर्फ मुश्ताक लाटराम याचा जन्म जम्मू काश्मीर प्रांतातच झाला. लाटराम फार गरिबीतून वर आला. त्याची मजल प्राथमिक शिक्षणापलिकडे गेलीच नाही. त्याने शिक्षण सोडून तांब्या-पितळेच्या भांड्यांना कल्हई करायचे दुकान थाटले. लवकरच गुन्हेगारी जगतात त्याचा शिरकाव झाला. जम्मू अँड काश्मीर लिबरेशन फ्रंटचा सदस्य होऊन त्याने आपल्या दहशतवादाच्या कारकीर्दीची सुरवात केली. असं म्हणतात की त्याच्याविषयी अशी आख्यायिका सांगतात, की श्रीनगरमधील भारतीय जवानांवरती एकदा त्याने दोन्ही हातात दोन रायफल्स घेऊन गोळीबार केला होता. झरगार त्याच्या पाशवी वृत्तीबद्दल प्रसिद्ध होता. उदाहरणार्थ आपल्या हातात सापडलेल्या माणसांच्या शरीराला हातबाँब बांधून त्यांना जिवंतपणी बाँबस्फोटात उडवणे इत्यादी. झरगारच्या तोंडात 'लाटराम शाटराम' असा वाक्प्रचार नेहमी असायचा. (त्याचा अर्थ बाष्कळ बडबड !) त्यामुळे त्याला स्वत:लाच 'लाटराम' हे टोपणनाव पडले. त्याने एक छोटीशीच पण अत्यंत क्रूर अशी संघटना स्थापन केली. तिचे नाव अल् उमर. काश्मीरमधील १९८९ साली प्रचंड प्रमाणावर उसळलेल्या दहशतवादी चळवळीमागील प्रणेता झरगार व त्याची ही संघटनाच होती. १९९२ साली त्याला अटक करण्यात आली. अझरप्रमाणे या झरगारला मात्र धार्मिक बाबींमध्ये जरासुद्धा स्वारस्य नव्हते. मौलानाला हिंसाचाराची आवड नव्हती. त्याला तर अफगणिस्तानातील प्रशिक्षण वर्गातून त्याचमुळे काढूनही टाकण्यात आले होते. याउलट हिंसाचार म्हटला, की झरगारचे बाहु स्फुरण पावू लागत. पाशवीपणाच्या कृत्यांमध्ये त्याला विकृत आनंद मिळे. श्रीनगर गावातील सुमारे तीन डझन हत्यांना तो जबाबदार होता, असे म्हणतात. हायजॅकर्सनी ज्या ३६ अतिरेक्यांच्या सुटकेची पहिली यादी सादर केली होती, त्यात केवळ झरगार हाच काश्मीरातील अतिरेकी होता.

याउलट अहमद ओमार सैद शेख हा अठ्ठावीस वर्षीय युवक खरं तर वॉलस्ट्रीट एक्झिक्यूटिव्ह किंवा फायनान्शियल ॲनालिस्टच व्हायचा ! पण तो या दहशतवादी चळवळींमध्ये खेचला गेला. हा जन्माने पाकिस्तानी होता. पण

नंतर त्याने ब्रिटिश नागरिकत्व स्वीकारले. लंडन स्कूल ऑफ इकॉनॉमिक्स मधून त्याने पदव्युत्तर शिक्षण पूर्ण केले. तो मूळचा लाहोर येथील एका खानदानी श्रीमंत घराण्यातील होता. त्याने आपले शालेय शिक्षण लाहोर येथे केले व नंतर पुढील शिक्षणासाठी तो ब्रिटनला रवाना झाला. त्याने हरकत-उल-अन्सार ह्या संघटनेचे सदस्यत्व पत्करले. पुढे अमेरिकेने ही संस्था दहशतवादी असल्याचे जाहीर केले. याला १९९४ साली अटक झाली. काश्मीरमध्ये १९९५ मध्ये ज्या पाच पाश्चात्त्य पर्यटकांचे अपहरण झाले, त्यांच्या सुटकेच्या बदल्यात अपहरणकर्त्यांनी काही अतिरेक्यांची नावे मुक्ततेसाठी कळवली होती. त्यामध्ये याचेही नाव समाविष्ट होते. भारतीय अधिकाऱ्यांना मिळालेल्या माहितीनुसार त्याला पाकिस्तान व अफगणिस्तानात खास प्रशिक्षण देण्यात आले होते. १९९४ साली या शेखला उत्तर प्रदेशातील गाझियाबाद येथे अटक करण्यात आली. त्याला अटक होण्याच्या काही तास आधी पोलिसांना एक अमेरिकन माणूस सापडला होता. या शेखने त्याला डोळे बांधून,तोंडात बोळा खुपसून साखळीने बांधून ठेवले होते. गुप्तहेरांना नंतर जी माहिती मिळाली, त्यानुसार या मसूद अझरच्या सुटकेसाठी अशाच आणखी काही ब्रिटिश नागरिकांचेही अपहरण करण्यात आले होते. नंतर पोलिसांनी त्यांची सुटका केली. या शेखला नवी दिल्ली येथील तिहार जेलमध्ये ठेवण्यात आले होते.

झरगारची ही पार्श्वभूमी लक्षात घेता त्याच्या सुटकेला मंजुरी देणं हा फारुक अब्दुल्ला यांच्या दृष्टीने फारच धाडसी निर्णय होता. हा निर्णय घेतल्यामुळे सुरक्षा दलावर नक्कीच अन्याय होणार आहे, असे ३० डिसेंबर रोजी त्यांना वाटत होते. मध्यरात्रीच्या सुमाराला अखेर अब्दुल्ला यांनी संमती दिली. मसूद अझरला झोपेतून जागे करण्यात आले व आपले सामान बांधून तयार राहण्याचीही सूचना देण्यात आली.

मध्यरात्री दीडच्या सुमारास श्रीनगरच्या कारागृहात झरगारला घेऊन जाण्यासाठी अधिकारी आले. त्यांनी त्याला झोपेतून उठवून तातडीने सामान बांधण्यास सांगितले. रात्री साडेतीन वाजता दाट धुक्याने वेढलेल्या अंधाऱ्या रात्री झरगारला एका जीपमध्ये बसवून नेण्यात आले. त्याच्या जीपच्या पुढे आणि मागे आणखी एकेक जीप चालली होती. आणखी काही तासांनंतर दोन अनोळखी व्यक्तींबरोबर झरगार हेलिकॉप्टरमधून निघाला.

■

आठवा दिवस

प्रत्यक्ष मुक्त झाल्यानंतर अपहरणकर्त्यांचा निरोप घेणं प्रवाश्यांना जड जातं.. ते हसू आणि आसूंच्या संमिश्र भावनांसह दिल्लीला येतात.. कंदाहारमध्ये अपहरणकर्ते रात्री विमानात परतून येतात.

मौलाना मसूद अझरने इस्त्रीचा सलवार कमीज अंगात चढवला. आपली जपमाळ उचलून त्याने छोटीशी प्रार्थना म्हटली. आदल्या रात्री त्याला एका तुरुंगाधिकाऱ्याने उठवून सामानसुमान भरुन ठेवण्यास सांगितले होते. ते का, कशासाठी ते सांगायची काही गरजच नव्हती. गेला आठवडाभर त्या अपहरणाची बित्तंबातमी मौलाना मसूद अझरला होती. आत्ता ३१ डिसेंबरला सकाळचे दहा वाजले होते. अजून सरकारने या तीन अतिरेक्यांच्या सुटकेचा गौप्यस्फोट केलेला नव्हता, तरी सुद्धा कारागृहाबाहेर किमान डझनभर वार्ताहर तिष्ठत उभे होते. गेले कित्येक दिवस हेच सत्र चालू होतं. आपल्या सशस्त्र गार्डांच्या समवेत डेप्युटी इन्स्पेक्टर जनरल ऑफ पुलिस एस.पी. वैद जम्मू येथील कोट भालवाल कारागृहात आले. जम्मू विमानतळाच्या टेक्निकल विभागाकडे अझरला घेऊन जाण्याची कामगिरी त्यांच्यावर येऊन पडली होती. हा टेक्निकल विमानतळ जम्मू शहरापासून नैऋत्येला २० किलोमीटर आहे. येथून व्ही.आय.पी. व्यक्तींची (अतिमहत्त्वाच्या व्यक्तींची) विमाने उडतात. वैद यांनी आपल्या घड्याळाकडे पाहिलं आणि जेल सुपरिटेंडेंटना अझरला घेऊन येण्याची आज्ञा केली. काही मिनिटांनी अझर आपल्या कोठडीतून बाहेर पडला आणि सावकाश चालत वैद

यांच्याजवळ आला. दोघांनी एकमेकांकडे रोखून पाहिले.

'आप अपना सामान ले आए है?' (तुम्ही तुमचं सामान आणलंय?) वैद म्हणाले.

'जी' (होय), अझर उत्तरला आणि त्याने आपली बॅग दाखवली. तो किंचित हसला,

'हमे आपका चेहरा ढँकना पडेगा. ऐसा करनेसे आपको साँस लेनेमे तकलीफ ना होगी?' (आम्हाला तुमचा चेहरा झाकावा लागेल. असं केल्याने तुम्हाला श्वास घ्यायला त्रास तर नाही ना होणार?) वैद यांनी विचारलं. खरं तर त्यांना बाहेरच्या बाजूला जमलेल्या वार्ताहरांच्या घोळक्याविषयी जास्त चिंता होती. मौलानाला गुपचुप न्यावं लागणार होतं.

'आप बेशक मेरा चेहरा ढकले, पर मेरी आँखे खुली रहने दे।' (तुम्ही खुशाल माझा चेहरा झाका, पण माझे डोळे मात्र उघडे ठेवा) अझर म्हणाला. वैद यांनी त्याला त्याचं कारण विचारलं.

'मैने कुराण शरीफ पढनी है। आजकल रमझानका महिना है।' (मला कुराण शरीफ वाचायचाय. सध्या रमझानचा महिना चालू आहे), तो म्हणाला. वैद आता चिडले होते. अझरला नवी दिल्लीकडे विमानाने रवाना व्हायचे होते. त्याच्या या बडबडीमुळे फ्लाईटला उशीर झाला असता.

वैद रागावून म्हणाले : 'आप कुरान शरीफ पढिये मगर आँख खुलनेके बाद. तबतक आप खुदा को बिना कुरान पढे भी याद कर सकते है। अंधे भी तो खुदा याद कर सकते है।' (तुम्ही कुराण जरुर वाचा. पण डोळे उघडल्यानंतर मगच. तोपर्यंत कुराण न वाचताच तुम्ही खुदाची आराधना करा. आंधळे सुद्धा देवाची आठवण काढतातच ना.) अझरने काहीच उत्तर दिले नाही. एका कॉन्स्टेबलने एका पांढऱ्या मारुती जिप्सीचं दार उघडलं आणि अझर आत शिरला. त्याच्या डोळ्यांवर पट्टी बांधलेली होती. मारुतीच्या पुढे एक आणि मागे एक गाडी होतीच. वैद पुढील भागात ड्रायव्हरच्या जवळ बसले. त्यांनी गाडी विमानतळाकडे नेण्यास सांगितले. सुमारे पस्तीस मिनिटांचा प्रवास निःशब्दपणे पार पडला. तीनही गाड्या वाऱ्यासारख्या वेगाने जम्मू विमानतळावर येऊन पोचल्या. झरगार येऊन पोचला होताच.

नवी दिल्ली येथील पंतप्रधानांच्या साऊथ ब्लॉकमधील ऑफिसात, कॅबिनेट रुममध्ये परराष्ट्रमंत्री जसवंतसिंग बोलत होते. मीटिंगचा विषय होता सुरक्षाव्यवस्था. जसवंतसिंग यांनी एक अनपेक्षित प्रस्ताव मांडला. त्या तीन कैद्यांना घेऊन त्यांनी स्वतः कंदाहारला जाण्याची तयारी दाखवली. तालिबान हे एकेकाळी भारताच्या विरोधात होते. परंतु गेला आठवडाभर या परिस्थितीमुळे अनायसे

त्यांच्याशी संबंध प्रस्थापित होतच होता. त्याचं अधिक स्थायी स्वरुपाच्या, मैत्रीपूर्ण संबंधांमध्ये रुपांतर करता येईल असं त्यांचं म्हणणं होतं. इतर मंत्री जरा विचारात पडले. काहींनी तर विरोधसुद्धा दर्शवला. पण अखेर कॅबिनेटने आपली संमती दर्शवली. या आणीबाणीचा सामना कसा करावा याविषयी मंत्र्यांमध्ये दुमत होते. अखेरचा समझोता करताना नक्की कोणकोणत्या अटी मान्य कराव्या याविषयीसुद्धा भरपूर मतभेद होते. सरकारमधील फूट स्पष्ट झाली होती. सरकारवर सर्वात कडाडून टीका केली ती गृहमंत्री लालकृष्ण अडवाणी यांनी व तीही जाहीररीत्या. समझोता ज्या मार्गाने करण्यात आला त्याविषयी केंद्रीय संरक्षणमंत्री जॉर्ज फर्नांडीस यांनीसुद्धा नाराजी व्यक्त केली.

जसवंतसिंग मीटिंग संपवून बाहेर आले. या अपहरणनाट्यावर अखेरचा पडदा पाडण्यासाठी आपण कंदाहारला जात आहोत असं त्यांनी घोषित केलं. परंतु त्यांच्याबरोबर विमानात आणखी तीन सहप्रवासी कोण असणार होते, हे काही त्या वार्ताहरांना इतक्यातच समजणार नव्हतं. विमानतळावर विमान तयारच होतं. परंतु हे तिघे प्रवासी अजून आले नव्हते. जम्मूहून येणाऱ्या फ्लाईटला खराब हवामानामुळे विलंब झाला होता.

होय. घरी येण्याचे विचार कितीही ऊबदार असले तरी कंदाहारची रात्र मात्र चांगली अंग गोठून टाकणारी होती. विमानातील प्रवासी रात्रभर झोपले नव्हते. पण गेल्या आठवड्याभरात पहिल्यांदाच त्यांना झोप न लागल्याचं कारण वेगळं होतं. ते भीती किंवा निराशा हे नव्हतं, तर आशा हे होतं. हे सारे प्रवासी घरी जाण्याची प्रतीक्षा करत होते. झोप न येण्यास आणखी एक कारण घडलं होतं. पहाटे साडेतीन वाजता परत एकदा ते ऑक्झिलरी पॉवर युनिट बंद पडलं होतं. परत एकदा विमानाच्या आतील जग अंधःकारमय झालं होतं. त्यात स्वच्छतागृहातून येणाऱ्या दुर्गंधीची तीव्रता जरा कमी करण्यासाठी विमानाची दारे उघडण्यात आली. बाहेरचे तापमान शून्याखाली जाऊन पोचले होते. दारे उघडताच बाहेरील गारवा आत आला. बऱ्याचशा प्रवाश्यांना गरम पांघरुणे (ब्लँकेट्स) नव्हती. मग त्यांनी पायात मोजे घातले. जाकिटे व शाली घट्ट वेढून घेतल्या. पाय सीटवर घेऊन अंग शक्य तितकं आखडून घेतलं आणि ऊब येण्याची आशा करत रात्रभर बसून राहिले.

सकाळ झाली. हायजॅकर्सनी प्रवाश्यांना खिडक्यांची शटर्स उघडायला सांगितली. बाहेरुन जे कोणी त्या विमानावर लक्ष ठेवून होते त्यांना तो एवढासा बदलसुद्धा अत्यंत विस्मयकारक वाटला. अक्षरशः चित्तथरारक वाटला. कारण इतके दिवस ते विमान एखाद्या पहाडाप्रमाणे निश्चल अवस्थेत सात दिवस टारमॅकवर उभे होते. अचानक काही चमत्कार घडल्याप्रमाणे शेवटच्या खिडकीपासून

सुरवात होऊन फटाफट एकेका खिडकीचे शटर वर झाले. स्वच्छ सूर्यप्रकाश आत शिरला. उघडून टाकलेल्या प्रवेशद्वारातून गोठवणारे वाऱ्याचे झोतही अनिर्बंधपणे आत आले. मृत्यूचे सावट आता डोक्यावर नव्हते. त्यामुळे उल्हसित मनाने प्रवाश्यांनी बाहेरचे दृष्य नजरेत साठवून घेतले. सुंदर सकाळ होती. दूर अंतरावरील डोंगर धूसर दिसत होते. ढगांमध्ये बुडून गेल्यासारखे. दुसऱ्या बाजूला कंदाहार शहराचा काही भाग दृष्टीस पडत होता. घरांच्या पार्श्वभूमीवर एका मशिदीचा पांढरा कळस चमकत होता. मग प्रवाश्यांनी जरा खाली वाकून पाहिलं. खाली टारमॅकवर तालिबान सैनिकांचा छोटा गट होता. त्यांच्या अंगात हिरवा सलवार कमीज होता. त्यात वारं शिरलं होतं. उघड्या टारमॅकवर गुडघे टेकून ते बसले होते. दोन्ही बाजूस मशीनगन्स आडव्या ठेवलेल्या होत्या. त्यांनी आपले कपाळ जमिनीवर टेकवले होते. नमाजाची वेळ झाली होती. दरवाज्यापाशी बसलेल्या प्रवाश्यांना दूरच्या मशिदीतून बांग ऐकू येत होती.

उदासवाण्या, एकाकी टारमॅकवर एक पांढरी बस आली. विमानतळावर नीरव शांतता होती. विमानापासून दहा मीटर अंतरावर येऊन ती बस थांबली. कॉकपिटच्या समोर. आजच्या दिवसात प्रवाश्यांची सुटका होणार होती. त्याची तयारी सुरू झाली. तो दिवस थंडीचा होता. तालिबानचे लोक अंगाभोवती घट्ट शाली गुंडाळून चालले होते. मग दोन इंजिनियर्सनी ऑक्झिलरी पॉवर युनिटवर काम करण्यास सुरुवात केली. शाल गुंडाळलेल्या चार माणसांनी एक प्रचंड मोठी लोखंडी शिडी एका ट्रॉलीवर ठेवून ढकलत आणली. ट्रॉलीच्या चाकांचा कर्र कर्र असा आवाज होत होता. चौघांनीही वाकून सर्व शक्तीनिशी ती ट्रॉली ढकलत विमानाच्या शेपटाखाली आणून ठेवली. एक इंजिनियर त्यावर चढला. त्याच्या शरीराच्या कमरेपासून वरचा भाग विमानाच्या प्रचंड पोटात अदृष्य झाला. त्याचे पाय तेवढे शिडीवर दिसत होते.

रुग्णवाहिकेप्रमाणे दिसणारी एक पांढरी गाडी येऊन सशस्त्र सैनिकांच्या जवळ थांबली. तिच्या डोक्यावरील पिवळा दिवा उघडझाप करत होता. त्याचा ड्रायव्हर, दाढीवाला अफगाणी होता. त्याने खाली उतरुन गाडीचे दार उघडून धरले. एक एक करत भारतीय अधिकारी बाहेर उतरले. झोपेअभावी थकलेले, भागलेले. परंतु त्यांचे चेहरे मात्र निश्चिंत दिसत होते. विमानातील प्रवासी, अपहरणकर्ते आणि डिप्लोमॅटस प्रमाणे त्यांनाही आता घरी जायला मिळणार होते. जवळच उभ्या असलेल्या फोटोग्राफर्सनी कॅमेरे सरसावले. एक शीख अधिकारी त्यांच्याकडे बघत हसून म्हणाला,'अरे, मला जरा माझे केस तरी ठाकठीक करू द्या !'

विमानात बसलेल्या प्रवाश्यांना दूरवरून अस्पष्ट घरघर ऐकू आली. हळूहळू

ती मोठी झाली. क्षितिजावर यू.एन.चे विमान अवतीर्ण झाले. प्रवाश्यांसाठी त्यातून जेवण आले होते. लवकरच यू.एन.चे आणखी एक विमान आले. बर्गर विमानात येरझाऱ्या घालत होता. इतरांप्रमाणेच तोही विमानाबाहेर पडण्यासाठी अस्वस्थ झाला होता. 'हमारे भाई आ गए।' (आमचे भाऊबंद आले) , असे पुटपुटत तो चालू लागला. प्रवासी विशाल शर्मा जवळच बसला होता. तो म्हणाला,'यू.एन. ची विमाने!' त्यावर मागे वळून बर्गर म्हणाला,'वाह, बडी तेज निगाह है भाई।' (वा ! बरीच तीक्ष्ण दृष्टी आहे की!)

'सुबह से रन-वे से आँख नही हटायी है।' (सकाळपासून रन-वे वरची नजर हटत नाहीये), अनिमिष नेत्रांनी धावपट्टीकडे बघत शर्मा म्हणाला. तीस मिनिटानंतर हिरव्या रंगाचे अफगाण मिलिटरी जेट विमानही त्याच धावपट्टीवर उतरले. सर्व व्यवस्थेची नीट पाहणी करण्यासाठी शंकर विमानाबाहेर पडला. आजूबाजूच्या परिसरात त्याचा अगदी अनिर्बंध संचार चालू होता. जणू काही सर्वत्र त्याचीच हुकूमत होती. जवळ उभ्या असलेल्या एका भारतीय अधिकाऱ्याशी सुद्धा तो बोलला. एका तालिबान अधिकाऱ्याच्या जवळ रेडिओसेट होता. त्याच्याकडे त्याने बोट दाखवलं. नंतर पंधरा मिनिटे विमानाभोवती फेऱ्या मारल्या व मग एका गडद निळ्या पाजेरो गाडीकडे निघाला. त्याच्या अंगात गडद निळे जॅकेट व काळी जीन पँट होती. त्याचे संपूर्ण तोंड लाल माकडटोपीने झाकलेले होते. चालताना आत्मविश्वास जाणवत होता.

विमानतळावरील गजबज अचानक वाढली. मोठमोठे फेटे घातलेले हिरव्या लष्करी गणवेषातील चार तालिबान कमांडोज दोन्ही खांद्यावर मशिनगन्स सांभाळत उघड्या टोयोटा पिकअप व्हॅनवर उभे होते. ती व्हॅन जोरात विमानतळावर आली व पाजेरो गाडीपाशी थांबली. त्यातून एक कमांडो उतरला. पाजेरो गाडीच्या खिडकीतून आत बसलेल्या शंकरशी बोलला. सुमारे तीन मिनिटानंतर एक अवाढव्य तालिबान अधिकारी पाजेरोपाशी आला. त्याने शंकरला बाहेर बोलावले. मग तो विमानात शिरला. विमानतळाच्या इमारतीजवळ भारतीय तुकडीचे लोक (बहुधा इंजिनियर्स) वाट बघत थांबले होते. त्यांच्याजवळ हिरव्या, लाल, निळ्या आणि काळ्या रंगाच्या लोखंडी पेट्या ठेवल्या होत्या. एक मोठा टॉर्चही होता. लवकरच घडीचा लोखंडी जिना आणून विमानापाशी उभा करण्यात आला. त्या पेट्या घेऊन माणसे विमानात चढली.

विमानतळाच्या इमारतीत काटजू गळ्याभोवती मफलर गुंडाळून येरझाऱ्या घालत होते. त्यांच्या कपाळावर आठ्या होत्या. थोड्या अंतरावर एक भारतीय अधिकारी हातातील वहीत जोरजोरात टिपणे काढत होता. तो सॅटेलाईट फोनवर नवी दिल्लीशी बोलत होता. तालिबानच्या अधिकाऱ्यांशी संगनमत करून एका

रात्रीत अपहरणकर्त्यांनी दिलेला शब्द फिरवला होता. प्रवासी आणि कैदी यांची देवाणघेवाण करण्याच्या बाबतीत खरं तर असं ठरलं होतं की अपहरणकर्ते आधी विमानात थांबतील व सर्व प्रवासी बाहेर पडल्यानंतर मगच ते पाचही अपहरणकर्ते बाहेर पडतील. परंतु या देवाणघेवाणीच्या तपशिलात अपहरणकर्त्यांनी एका रात्रीत बदल केला. नवी योजना त्यांनी आखली : जसवंतसिंग यांच्याबरोबर आलेले कैदी विमानातून बाहेर पडतील. मग त्यांना अपहृत विमानापाशी आणण्यात येईल. अपहरणकर्ते त्यांची आधी ओळख पटवून खात्री करतील. मग त्या तिघा कैद्यांबरोबर अपहरणकर्ते बाहेर निघतील. त्यानंतर मगच विमानातून प्रवासी बाहेर पडतील. या गोष्टीला भारतीयांनी कडाडून विरोध केला. पण या नव्या योजनेबद्दल अपहरणकर्त्यांनी मात्र अगदी ठाम धोरण स्वीकारले होते. व त्यांनी अखेर अपहरणकर्त्यांचीच बाजू घेतली होती.

तालिबान सरकारने अपहरणकर्त्यांना ताब्यात घेऊन तेथील कायद्यानुसार त्यांच्यावर खटला चालवावा, असं सुद्धा भारतीय मुत्सद्यांनी त्यांना सुचवून पाहिलं. पण मुत्तवकीलने मात्र ती सूचना धुडकावून लावली. खरं म्हणजे जर तसं झालं असतं, तर त्यांना देहदंडाची शिक्षा झाली असती. एकीकडे मुल्ला ओमार आणि इतर तालिबान अधिकारी वारंवार म्हणत होते.

'अपहरण हा कायद्यानं गुन्हा आहे. जरी अपहरणकर्ते मुसलमान असले, तरी आम्ही त्यांना पाठीशी घालणार नाही. ' पण असं म्हणणाऱ्या मुक्तवकीलनेच शुक्रवारी सकाळी आपलं बोलणं फिरवलं. त्यांनी भारतीय अधिकाऱ्यांना स्पष्टच सांगितलं, ' अपहरणकर्त्यांना अटक तर करण्यात येणारच नाही, पण त्यांना अफगाणिस्तान सोडून जाण्यासाठी दहा तासांचा अवधी दिला जाईल. ' म्हणजेच अपहरणकर्ते व प्रवासी या दोघांनी जणू काही घरी आलेल्या पाहुण्याने निघून जावे, तसे निघून जायचे होते.

इकडे नवी दिल्ली येथे जसवंत सिंग तीनही कैद्यांना घेऊन अलायन्स एअर बोईंग ७३७ मध्ये चढले. या फ्लाईटलाही सुटण्यास बरेच तासांचा विलंब झाला. जसवंत सिंग यांच्याबरोबर त्यांच्याच खात्यातील आणखी एक अधिकारी होता. सिंग आत्तासुद्धा फोनवर कंदाहारमधील भारतीय मुत्सद्द्यांशी बोलत होते. ते बिझिनेस क्लासमध्ये शिरले. काही क्षणांतच गृह खात्याचे वरिष्ठ अधिकारी आणि सुरक्षा जवान त्यांच्या जगावेगळ्या सह प्रवाश्यांना घेऊन आले-मौलाना मसूद अझर, मुश्ताक अहमद झरगार आणि अहमद ओमार सैद. त्या सर्वांना विमानाच्या मागील भागात बसवण्यात आलं. स्टेट मिनिस्टर फॉर एक्सटर्नल अफेअर्स अजित पांजा आणि फॉरीन सेक्रेटरी ललित मानसिंग हे याच सुमाराला विविध देशांच्या राजदूतांना भेटत होते, कारण या देशांचे नागरिक विमानात

अडकले होते. या सर्वांना ते भारत सरकारच्या निर्णयाची माहिती देत होते. सरकार व्यतिरिक्त बाहेरील लोकांपैकी सर्वात प्रथम जपान, स्पेन, व फ्रान्सचे राजदूत त्याचप्रमाणे कॅनडा आणि ऑस्ट्रेलियाचे हायकमिशनर आणि बेल्जिअमचे फॉरीन अफेअर्स मिनिस्टर यांनासुद्धा ही माहिती कळविण्यात आली.

तेथून एक ब्लॉक सोडून पलिकडे पंतप्रधानांच्या ऑफिसात नॅशनल सेक्युरिटी ॲडव्हायझर ब्रजेश मिश्रा हे आणखी एका तणावपूर्ण बैठकीतून बाहेर आले. अखेर हायजॅकर्सशी जो काही समझोता झाला होता त्याविषयी त्यांनी जाहीर निवेदन केले. त्या अपहरणकर्त्यांवर तालिबानच्या कायद्यानुसार कारवाई करता येईल असंही त्यांनी सांगितलं. पण वास्तविक अपहरणकर्त्यांना अटक करायची नाही, असं तालिबानने आधीच ठरवून ठेवले होते. त्यामुळे ब्रजेश मिश्राजींच्या ह्या निवेदनालाही फारसा अर्थ नव्हता.

इकडे कंदाहारच्या विमानात करमणुकीचे कार्यक्रम चालले होते. उरलेला वेळ कसातरी घालवायचा म्हणून प्रवासी एकमेकांचे मनोरंजन करत होते. नेपाळचा गजेंद्र मान तमराकर हा आपली कला सादर करण्यासाठी उभा होता. (भारतीय अधिकाऱ्यांनी याच तमराकरला सुरवातीला अनेकदा अपहरणकर्ता ठरवलं होतं. लवकरच अतिरेक्यांच्या हातची थप्पड खाण्याचं भाग्य याला लाभणार होतं. अर्थात आत्ता त्याला त्याची कल्पना नव्हती.) कोणीतरी ‘ शोले ’ या गाजलेल्या चित्रपटातील गब्बरसिंगचा तो गाजलेला ‘ डायलॉग ’ पेश करण्याची फर्माईश तमराकरला केली.

‘ तुम मुझे मारोगे। (तुम्ही मला माराल.) तमराकर बर्गरकडे बघत म्हणाला. पण ‘ तुला कोणीही मारणार नाही.’ असं आश्वासन बर्गरने त्याला दिलं. तमराकरने हातात माईक घेतला. टी.व्ही. मालिकांमधून काम करत असल्यामुळे हे काही त्याला नवीन नव्हतं. प्रवासी अपेक्षेने सरसावून बसले. तमराकरने घसा खाकरून साफ केला आणि शोले मधील गब्बरसिंगचा तो प्रसिद्ध डायलॉग आपल्या अदाकारीने रंगवू लागला- गब्बरसिंग आपल्या टोळीतील गुंडांची कान उघाडणी करत असतो, त्यांना दोघा नायकांना पकडण्यात अपयश आलेले असते, असा तो प्रसंग होता.

‘ कितने आदमी थे? ’

‘ सरकार पाँच! ’ तमराकर हायजॅकर्सच्याकडे बघत मुद्दाम म्हणाला.

‘ वो पाँच और तुम एक सौ साठ, फिरभी बच गए? बहुत नाइन्साफी है।’

विमानातील कोणत्याही प्रवाश्याने हे एवढं धाडस कधीच केलं नव्हतं. आणि केलं असतं तर कोणीच सहीसलामत सुटला नसता.

तमराकरची धिटाई वाढली.

‘ तेरा क्या होगा कालिया? ’ तमराकर बर्गरकडे रोखून बघत म्हणाला. बर्गरच्या अंगात काळा टी शर्ट व काळी जीन पँट होती. शिवाय त्याने आधी हसून नंतर घाबल्याचा अभिनय केला, हात जोडले व तो मान खाली घालूत उभा राहिला.

‘ सरकार मैंने पिछले आठ दिनसे आपका नमक खाया है। ’शोलेमधील संवादांची थोडीशी फिरवाफिरव करून तमराकर मिस्किलपणाने प्रवाश्यांना रिझवत होता.

प्रवासी पोट धरधरून हसत होते. आता मात्र तमराकरने जरा जास्तच धाडस केले. अपहरणकर्त्यांपैकी भोला फार चिडखोर होता. तो सारखा बारीक सारीक कारणांवरून चिडे, प्रवाश्यांवर धावून जाई. त्यांच्यावर हल्ला चढवे. तमराकरने आता त्याची चक्क सही सही नक्कल करण्यास सुरवात केली. भोला जवळच उभा होता.

‘ नीचे देखो सब। चुपकर बैठ जाओ। मामाकी शादीमें आए हो? ’ (सर्वांनी खाली बघा. चुपचाप बसून राहा. मामाच्या लग्नाला आलात काय?) ते शब्द ऐकताच भोला आधी चमकला, मग संतापला आणि त्याने हातातील रिव्हॉल्व्हरचा फटका तमराकरच्या कपाळावर हाणला. बिचारा तमराकर आपल्या सीटवर जाऊन बसला, कपाळावर भले मोठे टेंगूळ घेऊन! पण नंतर मात्र त्या प्रसंगाची आठवण काढताना तो म्हणाला, ‘ मी आजवर केलेला तो सर्वात जबरदस्त शो होता! ’

वर आकाशात एक विमान कंदाहार विमानतळाच्या दिशेने झेपावू लागलं. ते अलायन्स एअर बोईंग होतं. त्याचा कमांडर होता, कॅप्टन आर्.एन्. सिंग. अखेर जसवंतसिंग त्या तिघा अतिरेक्यांना घेऊन हजर झाले होते. विमान जमिनीवर उतरले. ग्राउंड कंट्रोलने त्याला अपहृत विमानापासून सुमारे अर्ध्या मैलावर उतरण्याची सूचना दिली होती. तारेचे कुंपण, पिवळा बुलडोझर आणि रन ्-वे वर पडलेल्या डझनावारी गर्डर्सना पार करून ते विमान धावपट्टीवरून धावत धावत अखेर थांबले.

एव्हाना अपहृत एअरबस ३०० विमानापाशी चार रिकाम्या बसेस आणून उभ्या केल्या होत्या. अनेक व्हीलचेअर्स व पिण्याच्या पाण्याच्या भरपूर बाटल्यासुद्धा जवळच आणून ठेवल्या होत्या. तालिबानचे ३० सैनिक स्वयंचलित रायफली घेऊन नेमून दिलेल्या जागी उभे होते. बाकीचे धावपट्टीच्या कडेने मांडी घालून बसले होते. विमानाच्या लाऊंजजवळ तालिबान अधिकारी पत्रकारांना सूचना देत होते. ‘ही देवाण-घेवाण प्रत्यक्ष होत असेल, तेव्हा उत्साहाच्या भरात भलते सलते काहीही करू नका. अपहरणकर्ते कसे वागतील ते काही सांगता यायचं

नाही. काहीही झालं तरी विमानापाशी धावू नका. तसं करण्यात धोका आहे. ' मुक्तवकीलने सूचना केली, ' हे अपहरणाचं प्रकरण धोकादायकच होतं.

प्रवाश्यांनी आता सुटकेची मानसिक तयारी सुरू केली. नवल असं की, निरोप घेणं फार जड वाटत होतं. ज्या पाच लोकांनी त्या प्रवाश्यांची आयुष्ये उलथी पालथी केली होती, अन्नापाण्यावाचून उपाशी ठेवलं होतं आणि नरकसदृश परिस्थितीत डांबून ठेवलं होतं, त्या अपहरणकर्त्यांना ते प्रवासी नक्कीच कधी जन्मात विसरणार नव्हते. उलट ते जाताना त्या प्रवाश्यांना कायमची हुरहूर लावून जाणार होते. बर्गर आणि डॉक्टर हे तर अनेक प्रवाश्यांचा इथून पुढे जन्मभर स्वप्नात पिच्छा पुरवणार होते. काही स्त्रियांना तर बर्गरविषयी एक अनाकलनीय चमत्कारिक असे आकर्षण वाटल्याचाही अनुभव आला होता. मानवी भावभावनांमधील सर्वात गूढ व चमत्कारिक अशी ती भावना होती. जे अपहरणकर्ते या साऱ्या दुःखाचं मूळ कारण होते, तेच आज सोडून चालले म्हणून प्रवाश्यांना दुःख होत होते. सतीश सहानी याने अपहरणाच्या घटनेला काही आठवडे लोटून गेल्यानंतर म्हटलं होतं, ' बर्गर सारख्या माणसाशी मला एकदा शेक हँड (हस्तांदोलन) करायला निश्चित आवडेल.'

विमानातील शेवटचा एक तास बर्गरने प्रवाश्यांशी गप्पा गोष्टी मारण्यात घालवला. ' मैं बहुत खुश हूँ, की आप सब लोग घर जा रहे है। (तुम्ही सगळे घरी चालले आहात, म्हणुन मला अत्यंत आनंद होत आहे.) एका स्त्रीने एका ख्रिसमसकार्डाच्या पाठीमागे आपल्या चार वर्षाच्या मुलीसाठी संदेश लिहून तो बर्गरकडे दिला होता. बर्गरने ते कार्ड आता तिला परत दिलं.

आणखी एकदा तर त्याने प्रवाश्यांची चक्क माफी मागितली. ' जो हुआ इसके लिए हमें माफ कर देना। ये हमारे बसके बाहर था। ' (जे काही घडलं, त्याबद्दल आम्हाला माफ करा. हे आमच्या हातात नव्हतं.)

सर्वांची जाण्याची तयारी पूर्ण झाल्यावर चीफ जग्गियाकडे जाऊन म्हणाला, 'हमारा काम हो गया है। हमारा बॅगेज दे दिजिये। कोई नुकसान हो गया, तो हमारी जिम्मेदारी नहीं होगी। ' (आमचं काम झालंय. आमचं सामान देऊन टाका. जर काही नुकसान झालं, तर त्याला आम्ही जबाबदार नाही.) पण तो नक्की कोणत्या सामानाविषयी बोलत होता, त्याचा बोध अपहरणकर्ते निघून गेल्यावर झाला. विमानाच्या बाहेरील सामान ठेवण्याच्या कप्प्यात अपहरणकर्त्यांची एक बॅग होती, त्या बॅगेविषयीच तो बोलत होता.

त्याने काटमांडू विमानतळावर आपली १७ किलो वजनाची बॅग चेक ्इन केली होती. ती आर् डी.एक्स स्फोटकांनी भरली होती. स्फोटकांचे वायरिंग खास असे काही केले होते, की बरोबर ३१ डिसेंबरच्या मध्यरात्री त्यांचा स्फोट

होणार होता. त्या बॅगमधील सर्वच्या सर्व १७ किलो पदार्थ खरोखर आर्.डी.एक्स हाच होता की नाही, हे कळायला काहीच मार्ग नाही. परंतु ते संपूर्ण विमान उडवण्यासाठी केवळ एक किलो आर्.डी.एक्स सुद्धा पुरेसं होतं. आर्.डी.एक्स हा फिक्या पिवळसर रंगाचा पदार्थ असून जराशा खराब झालेल्या, आंबूस अशा कणकेसारखा त्याचा वास असतो. ते महाशक्तीशाली स्फोटक असे द्रव्य असून त्याचा परिणाम भयंकर असतो. ते वजनालाही हलके असते. मुख्य म्हणजे मेटल डिटेक्टर मधून त्याचा थांगपत्ता लागत नाही. त्यामुळे ते अतिरेक्यांना सोयीचे वाटते. त्याच्या स्फोटाचा परिणाम दूरगामी स्वरुपाचा असतो. स्फोट होता क्षणीच त्याच्या लहरी दर सेकंदाला साठ ते पंचाऐंशी हजार वेगाने लांबपर्यंत जाऊन पोचतात. निमिषार्धात विमानाची राखरांगोळी होऊन जाते.

अपहृत विमानापासून अर्ध्या मैलावर जसवंतसिंग अलायन्स एअरप्लेनमधून उतरले. मोटारींचा भला मोठा ताफा त्यांच्यासाठी आला होता. ते स्वत: एका काळ्या मर्सिडीजमध्ये बसल्यावर तो सर्व ताफा सावकाश निघाला. त्यांच्यापुढे दोन काळे गणवेषधारी अफगाणी मोटर सायकलींवरून निघाले. त्यांच्या पाठोपाठ एक चंदेरी रंगाची टोयोटा गाडी, तिच्यामागे लाल पट्टे असलेली व डोक्यावर लाल दिवा असलेली रशियन बनावटीची व्होल्गा गाडी, त्यानंतर एक पांढरी टोयोटा, एक गडद निळी पाजेरो, एक तपकिरी लँडरोव्हर, एक काळी मर्सिडीज् व आणखी एक पांढरी टोयोटा. भारतीय परराष्ट्र मंत्र्यांचे आगमन झाल्याचे सूचित करणारे मोठमोठे सायरन्स (भोंगे) वाजू लागले. जसवंतसिंग यांना मुत्तवकील व इतर राजकारण्यांच्या भेटीसाठी नेण्यात येत होते.

त्यानंतर मसूद, झरगार आणि शेख यांना विमानातून बाहेर काढून त्यांच्यासाठी उभ्या असलेल्या पाजेरोत बसवण्यात आले. ती गाडी सरळ अपहृत विमानापाशी थांबली. कॉकपिटच्या आतून लोखंडी शिडी सोडून बर्गर खाली उतरला. त्याने खाली उभं राहून शिडी घट्ट पकडली. मग चीफ खाली उतरला. चीफला एक तालिबान कमांडर तातडीने भेटायला गेला व दोघे बोलत बोलत विमानाला समांतर रेषेत चालू लागले. ज्या क्षणासाठी या चीफने एवढ्या प्रवाशांची आयुष्ये पणाला लावली होती, तो क्षण आला. त्याच्यासमोर त्याचा भाऊ मौलाना मसूद अझर उभा होता. तुरुंगातून सुटून आलेला. गेल्या काही वर्षात मौलाना पूर्वीच्या मानाने बराच जाडजूड झाला होता. मौलानाने एक पाऊल पुढे टाकले. दोघांमध्ये जो भारतीय अधिकारी उभा होता, त्याला त्याने सरळ बाजूला सारले. नंतर कितीतरी वेळ ते दोघे एकमेकांना कडकडून मिठी मारून उभे होते. नंतर चीफ कोअर कमांडर उस्मानीच्या जवळ गेला व त्याच्याशी त्याने काहीतरी गुफ्तगू केले. बर्गर शिडीवरून वर चढला व परत एकदा

विमानात गेला. आपल्या प्रवाशांचा निरोप घेण्यासाठी! निघण्यापूर्वी त्याने किमान वीसतरी प्रवाशांना अलिंगन दिले. त्याच्या डोळ्यात पाणी तरारले होते. मग त्याने सर्वांकडे एकवार पाहून जोरजोरात हात हलवला. फ्लाईट इंजिनियर जग्गियाला वाटत होते, बर्गरला काहीतरी भेट द्यावी. मग त्याने हाक मारली.

'मैं आपको जब भी देखता हूँ, मुझे अपने अब्बाकी याद आती है। ' (मी तुम्हाला जेव्हा कधी पाहतो, तेव्हा मला माझ्या वडिलांची आठवण येते.)

' मी तुम्हाला एक भेट देतो, ' असे म्हणून आपला मोठा लाल टॉर्च जग्गियाने बर्गरच्या हाती ठेवला. ' तुम एक अच्छे इन्सान हो। तुम्हे सही रास्ता दिखाने के लिये ये चाहिये। ' (तुम्ही चांगले आहात. तुमच्यात माणुसकी आहे. तुम्हाला योग्य मार्ग हा दाखवेल.)

'बाय् . अल्लाने चाहा तो फिर मिलेंगे। वुई लव्ह यू ऑल. ' (अच्छा , परमेश्वराच्या मनात असेल तर परत भेटू.) असं ओरडून बर्गर कॉकपिटकडे निघाला. ' अगर हमने कोई गलती की हो या आप लोगोंको नाहक परेशान किया हो, तो हमें माफ कर दें। ' त्यानंतर त्याने संजीव शर्मा या प्रवाश्याला कडकडून मिठी मारली व त्याच्या खांद्यावर डोके ठेवून रडला. त्याच्या अश्रूंनी त्याचा मास्क भिजून गेला.

कॉकपिटमधून सोडलेल्या शिडीवरून उतरून एक एक करत सगळे अपहरणकर्ते विमानातून बाहेर आले. सर्वांच्या चेहऱ्यावर मास्क होते. कॉकपिटच्या दारातून बर्गरने एक एक करत सर्व बॅगा भोलाकडे दिल्या. भोलाने त्या टारमॅकवर ठेवल्या. बर्गर उड्या मारत शिडीवरून खाली उतरला. एका तालिबान सैनिकाने एक एक करत सर्व बॅगा उचलून शेजारी उभ्या असलेल्या लँडरोव्हरमध्ये ठेवल्या. अजून बरंच नाट्य शिल्लक होतं. कोअर कमांडर उस्मानीचा भाऊ, सलवार कुर्ता व फेटा घातलेला एक जाडजूड माणूस शंकरकडे बघून काही बोलणार इतक्यात शंकरने त्याच्यावर रिव्हॉलवर रोखले. हातानेच त्याला गप्प बसायची खूण केली. मग त्याची कसून झडती घेण्यात आली. त्यांच्यामागे भोलापण एक रिव्हॉलवर घेऊन उभा होता. हा उस्मानीचा धाकटा भाऊ आता अपहरणकर्त्यांकडे काही काळ ओलीस म्हणून राहणार होता. ते अपहरणकर्ते अफगाणिस्तानची सरहद्द पार करून जाईपर्यंत त्याला त्यांच्याबरोबर प्रवास करावयाला लागणार होता. चीफ तर आधीच गाडीत जाऊन बसला होता. सर्व बॅगा गाडीत ठेवल्यानंतर मग उरलेले सर्वजण बसले. सुटका झालेले तीन कैदी दुसऱ्या गाडीत होते. या दोन्ही गाड्या विमानाच्या अगदी जवळ येऊन उभ्या होत्या. त्या दोन्ही गाड्यांना सोबत करण्यासाठी आणखी दोन पाजेरो गाड्या सुद्धा होत्या. मग एक तालिबान अधिकारी पळतच गाडीकडे आला. त्याने हात

हलवून निघण्याची खूण केली. अपहरणकर्त्यांनी गाडीतून पिस्तुलाच्या नळ्या बाहेर काढून खूण केली. मग त्या चारही गाड्या वळून विमानतळाच्या बाहेर पडल्या. सर्वात पुढे अपहरणकर्त्यांची गाडी होती. दिवस मावळत आला होता. दुरून आता त्या विमानाची नुसती रेखाकृती दिसत होती. गेले आठ दिवस या विमानावर त्या अपहरणकर्त्यांचे अधिराज्य होते. या दशकातील सर्वाधिक काळ चाललेल्या या अपहरणनाट्यावर अखेर पडदा पडला होता. या सहस्त्रकाचा अखेरचा सूर्य मावळत होता.

चार बसेस विमानापाशी येऊन थांबल्या. प्रवाश्यांना उतरवण्यासाठी लोखंडी जिना विमानापाशी नेऊन ठेवण्यात आला. जवळच एक रणगाडा व त्यावर चढवलेलं अस्त्रही होते. आतल्या बाजूला कॅप्टन शरण प्रवाश्यांना सूचना देत होता. त्यांनी सर्वांनी आपलं सामान नीट तपासून पाहावं, असं त्याचं म्हणणं होतं. इब्राहिमने विमानात एक ' सहस्त्रकाची भेट ' ठेवली होती. त्या 'खास भेटीची ' विमानाच्या कर्मचाऱ्यांना शंका होती. हायजॅकर्स क्षितिजाच्या रेखेच्या पलिकडे जाऊन दिसेनासे झाले, तशी विमानाच्या बाहेर थांबलेली भारतीय डॉक्टरांची तुकडी घाईघाईने शिडी चढून विमानात शिरली. आत काही अत्यवस्थ रुग्ण असतील अशी त्यांची अपेक्षा होती. परंतु प्रत्यक्षात केवळ सात जणांवर किरकोळ उपचार करावे लागले. घरी येण्याच्या नुसत्या विचाराने सगळी दु:ख दूर झाली होती. प्रवासी सामान घेऊन उत्कंठेने तयारच होते. कर्मचाऱ्यांनी संपूर्ण विमानाची कसून तपासणी केली. हायजॅकर्सनी आपली दुर्बिण (नाईट व्हिजन बायनॉक्युलर) वगळता काहीही मागे ठेवले नव्हते.

पहिल्या प्रथम पुरुष बाहेर पडले. मग स्त्रिया. तालिबान मधील कायद्यानुसार स्त्रियांनी रुमाल, साडीचा पदर, दुपट्टा इत्यादीच्या साहाय्याने जमेल तसे आपले चेहरे आच्छादून घेतले होते. फक्त त्यांचे डोळे तेवढे दिसत होते. तालिबानच्या सैनिकांनी परत एकदा प्रवाश्यांजवळचं सामान तपासलं. थकल्याभागल्या प्रवाश्यांना एका विमानातून उतरून दुसऱ्या विमानात बसायचं होतं. अपहृत विमानाची दुरुस्ती झाल्यावर मगच ते येणार होतं. त्या विमानतळावर गेले सात दिवस इतकी नीरव शांतता होती. पण आता मात्र तेथे गडबड गोंधळ माजला. विमानतळावर प्रवाश्यांना परत नेण्यासाठी दोन विमाने थांबली होती. परंतु त्यांची नक्की कशा पद्धतीने बैठक व्यवस्था करायची, विमानात कोणाला कुठे बसवायचं या विषयी ऑफिसरांच्या मनात गोंधळ उडाला होता. काही ऑफिसरांच्या हातात प्रवाश्यांच्या नावांची यादी होती. त्यानुसार अधिकारी नावे पडताळून पाहायला लागले, त्याबरोबर प्रवासी संतापले. त्यांना आता लवकरात लवकर घरी जायचं होतं. तेवढ्यात एका अधिकाऱ्याने सूचना दिली- ' स्त्रिया व पुरुष

यांनी वेगवेगळ्या विमानात चढावे. ' हे ऐकताच अनेक जोडपी बिथरली. त्यांनी विमानात चढायला नकार दिला. अपहरणकर्त्यांचा दहशतवाद संपला होता आणि आता सरकारी दप्तर दिरंगाईचे राजकारण सुरू झाले होते.

इकडे सिंग यांना पत्रकार परिषदेला तोंड देण्याचीही तयारी करायची होती. अपहरणकर्त्यांबरोबर जो काही लज्जास्पद समझोता करावा लागला त्याचं पटण्याजोगं समर्थन सुद्धा सिंगना करावं लागणारच होतं. सिंग जसे पत्रकारांपुढे उभे राहिले तसे अत्यंत निर्विकार चेहऱ्याने तालिबानचे परराष्ट्रमंत्री मुक्तवकील हेही त्यांच्या शेजारी उभे होते. एका पुसट स्मितहास्याची लकेरही त्यांच्या चेहऱ्यावर नव्हती. सिंग म्हणाले;

'आम्ही अगदी सुरवातीला सांगितलंच होतं, की हे अपहरणाचं प्रकरण समाप्त करून सर्व प्रवाश्यांना व कर्मचाऱ्यांना सुखरुप घरी आणणं, हे आमचं मुख्य उद्दिष्ट आहे. तालिबानतर्फे, तसंच खुद्द हिज एक्सलन्सीतर्फे आम्हाला जे काही सहकार्य, जे पाठबळ देण्यात आलं, त्याबद्दल मी जाहीररीत्या कृतज्ञता व्यक्त करतो. आम्ही त्याबद्दल तुमचे ऋणी आहोत, या अशा दहशतवादी कारवायांविरुद्ध भारताचा लढा कायमस्वरुपी चालू राहील. ' हिज एक्सलन्सी' कडून मला जे काही समजलं ते असं- ' त्या अतिरेक्यांना अफगाणिस्तानात आश्रय मिळणार नाही. त्यांना दहा तासांची मुदत देण्यात येत आहे. तेवढ्या वेळात त्यांनी हा देश सोडून जिथे जायचं तिथे जावं.'

एवढं बोलून ते जाण्यासाठी उठले. जाण्यापूर्वी ज्याच्या त्याच्या मनात स्वाभाविकपणे उठलेल्या प्रश्नांला उत्तर दिलं. ' दहशतवादापुढे आम्ही आत्ताही मान तुकवली नाही आणि यापुढेही तुकवणार नाही. '

वैमानिकाला विमान लवकरात लवकर उडवणं भाग होतं, कारण कंदाहार एअरपोर्टवर वाय्.टू.के. सुधारणा अजूनही झाल्या नव्हत्या. रात्री उड्डाण करण्याची सुविधा सुद्धा त्यांच्याकडे नव्हती. सिंग यांना मुक्तवकीलने एका गाडीत नेऊन बसवलं. त्यातून पुढे प्रवाश्यांच्या विमानातून ते जाणार होते. तालिबानच्या राजवटीतील कोणाही भारतीय मंत्र्यांची ही पहिली भेट अशा रितीने संपुष्टात आली. मुक्तवकील डोळे अर्धोन्मीलीत व चेहरा गंभीर ठेवून जात होता. त्याने जसवंत सिंग यांचा उजवा हात पकडला होता. सिंग जरासे मागे पडले होते. जणू मुक्तवकील भारताच्या परराष्ट्र मंत्र्यांना हाताला धरुन बाहेरची वाट दाखवत होते. सिंग यांनी हस्तांदोलनासाठी हात पुढे केला. मुक्तवकील जरा बाजूला झाले. त्यांनी त्यांना गाडीत बसण्याची खूण केली.

प्रवासी परतीच्या वाटेला लागले. विमानात बसल्यावर दीर्घकाळ दडपून राहिलेल्या भावनांचा वेग अनावर झाला. या नवीन विमानाच्या एअरहोस्टेसने

प्रत्येक स्त्रीला जवळ घेऊन थोपटले आणि त्यांनी अश्रूंबरोबर आपल्या भावना मोकळ्या केल्या. त्यानंतर मात्र जो तो प्रवासी उठून स्वच्छतागृहाकडे धावला. तेथे प्रवाश्यांची एकच रांग लागली. आठ दिवसांनंतर ' स्वच्छ ' असलेले स्वच्छतागृह ही गोष्ट म्हणजे एक चैनच होती.

भारतात अटलबिहारी वाजपेयी दूरदर्शनवरून राष्ट्राला उद्देशून भाषण करत होते. पाच विकृत मनोवृत्तीची, वैफल्यग्रस्त माणसे, त्यातील एकतर खुनी. या असल्या माणसांपुढे जी काही शरणागती पत्करावी लागली होती, त्याचं जमेल तसं समर्थन करणं हा त्यांचा उद्देश होता. आधीच्या योजनेप्रमाणे या प्रवाश्यांच्या स्वागतासाठी स्वत: वाजपेयी इतर अनेक कॅबिनेट सदस्यांच्या समवेत विमानतळावर उपस्थित राहणार होते. पण सुरक्षेच्या कारणासाठी तो बेत रद्द करण्यात आला.

... ' विसाव्या शतकाचा अखेरचा सूर्य मावळण्याच्या या घडीला मानवजातीच्या इतिहासात एक नवा अध्याय सुरू होत आहे. हा आनंदोत्सवाचा प्रसंग आहे. '

' हा आनंद द्विगुणित होत आहे कारण आपल्या बंधू भगिनींचं आणि छोट्या बालकांचं नष्टचर्य संपलं असून अपहरणाच्या प्रकरणावर पडदा पडणार आहे. लवकरच सर्व प्रवासी नवीन वर्षात प्रवेश करण्यासाठी आपल्या कुटुंबियांकडे परत येतील. तुम्हाला एक गोष्ट माहीत असली पाहिजे, की देशासमोर दोन समस्या होत्या. एकतर आपले प्रवासी आणि इंडियन एअरलाईन्सचे कर्मचारी यांची सुरक्षितता आणि दुसरं म्हणजे आपल्या देशाचं कायम स्वरुपी हितरक्षण.'

' इंडियन एअरलाईन्सच्या अपहरणाच्या या घटनेने परत एकदा आपल्याला दहशतवादाच्या महाभयंकर वास्तवाची जाणीव करून दिली आहे. अपहरणाचं कृत्य कितीही निर्घृण असलं तरीही या दहशतवादाचंच ते निदर्शक आहे. या असल्या दहशतवादाला मुळातूनच उखडून टाकण्यात भारत कोणतीही कसूर करणार नाही.'

सुटका झालेले कैदी आणि अपहरणकर्ते गाडीत बसून वाळवंटात दिसेनासे झाले. अखेर त्यांच्या बरोबर गेलेले तालिबानचे सुरक्षा अधिकारी पाकिस्तानाकडे थेट जाणाऱ्या त्या रस्त्यांवरून माघारी फिरले आणि कंदाहारला परतले. कित्येक तासांपूर्वी प्रवाश्यांना आणि भारतीय विमानांना घेऊन विमाने परत फिरलेली होती. आता केवळ ते अपहृत विमान एकटेच मागे उरले होते. आपल्या सामानानिशी ज्या गडद निळ्या पाजेरो गाडीत बसून अपहरणकर्ते गेले होते ती पण आता विमानतळावर परत आली. जोराचा आवाज करत ती धावपट्टीपाशी येताच तिच्या प्रखर दिव्यांच्या उजेडात धावपट्टी उजळून निघाली. गाडी आली ती थेट अपहृत विमानापाशीच पोचली.

त्याचंही एक कारण होतं. मधेच वाटेत इब्राहिम अत्तारने बेत बदलला होता. भारताला नवीन सहस्रकाची अजून एक मोठी 'भेट' देण्याचा इरादा त्याने बदलला होता. ही विशिष्ट भेट होती तरी कोणती? विमानाच्या पोटात सामानाच्या कप्प्यातच ठेवलेली ती एक बॅग होती. पण आता ती त्याला परत हवी होती. अपहरणनाट्याचा शेवट सनसनाटी करावा या इच्छेपोटी त्याने एक बेत आखला होता. त्याची प्रेरणा त्याला ३० जानेवारी १९७१ रोजी झालेल्या अपहरणातून मिळाली. या दिवशी जम्मू काश्मीर लिबरेशन फ्रंटचे दोन सदस्य हसीम आणि अशरफ कुरेशी यांनी इंडियन एअरलाईन्सच्या फॉकर फ्रेंडशिप विमानाचे अपहरण केले. हे श्रीनगरहून जम्मूला निघाले होते. एक पिस्तूल, आणि एक हातबाँब याचा धाक दाखवून त्यांनी एका वैमानिकाला ते विमान लाहोरला नेण्यास भाग पाडले. (लाहोर हे भारतीय विमानांना पळवून नेण्यासाठी अपहरणकर्त्यांचे आवडते ठिकाण!) त्यावेळचे पंतप्रधान याह्या खान यांचे परराष्ट्रमंत्री झुल्फिकार अली भुट्टो हे तातडीने लाहोरला रवाना झाले. १ फेब्रुवारी रोजी भुट्टो यांनी अपहरणकर्त्यांचे मन वळवून विमान कर्मचारी आणि प्रवाश्यांची सुटका केली. त्यांना रस्त्याने पंजाब चेक पोस्टची वाघा बॉर्डर पार करून भारतात रवाना करण्यात आले. अपहरणकर्त्यांना अर्थातच अटक झाली नाही. अपहृत विमानाला भारतात परत आणायचे होते. त्यासाठी भारत सरकारने आपल्या वैमानिकांना व कमांडोज्ना पाकिस्तानात पाठवण्याची त्या सरकारकडे परवानगी मागितली. परंतु कशी कोण जाणे प्रवाश्यांना सोडून दिल्यानंतर त्या अपहरणकर्त्यांना अत्यंत प्रभावी, शक्तिशाली स्फोटके मिळाली. त्यांचा वापर करून त्यांनी विमानाचा स्फोट लगेच घडवून आणला.

इब्राहिम अत्तारलाही असंच नाट्यपूर्ण काहीतरी करायचं होतं. परंतु आता कसा कोण जाणे पण त्याने तो विचार बदलला. कदाचित असंही असेल की त्यामुळे तालिबानची परिस्थिती अवघड होईल असं त्यांना वाटलं असेल. संपूर्ण अपहरणाच्या दरम्यान तालिबान त्यांच्याशी मित्रत्वाने वागलेच होते. मग आता आंतराष्ट्रीय प्रसारमाध्यमांच्या प्रतिनिधींनी अजून शहर देखील सोडलेले नसताना हा असला खळबळजनक प्रकार करायला तो धजला नसावा.

आत्ता रात्रीचे ११ वाचले होते. ती पाजेरो गाडी अपहृत विमानाच्या अगदी जवळ गेली. विमानाचे दिवे चालू होते आणि गाडीचेही. तेवढाच काय तो प्रकाश. बाकी तर अंधारच होता सगळा! गाडीतून कोणीच उतरलं नाही. आत एकूण कितीजण होते हेही कळायला मार्ग नव्हता. पण किमान एकतरी अपहरणकर्ता नक्कीच होता. परत एकदा शिडीवर चढून बाहेरील सामानाचा कप्पा उघडण्यात आला. तालिबान सैनिकांनीच ते काम केलं. नक्की काय व कुठे शोधायचं तेही

त्यांना नीट माहीत होतं. शिडीवर उभ्या तालिबान सैनिकाने आतून एक तांबडी गोल्फ बॅग काढून उजेडात धरली. ती चमकली. मग ती घेऊन तो सैनिक उतरला व त्याने ती गाडीतील लोकांना परत दिली.

पाजेरो गाडी रात्रीच्या अंधारात दिसेनाशी झाली. त्यांचं पुढील मुक्कामाचं ठिकाण एक गेस्ट हाऊस होतं. ते विमानतळाच्या जवळच होतं. आत्तापर्यंत बोलणी करण्यासाठी आलेले भारतीय मध्यस्थ येथेच उतरले होते. कितीतरी पाश्चात्य राजकारणी अजूनही येथे मुक्काम ठोकून होते. व आता चक्क येथे अपहरणकर्ते आले होते. आणि ते नेमके त्या भारतीयांनी रिकाम्या केलेल्या खोलीतच उतरले होते.

अमित जैन विमानाबाहेर आला. समोर पाहताच त्याला वाटलं, जणू माणसांचा महासागरच उसळलाय् . यावेळी सायंकाळचे ८ वाजून ४७ मिनिटे झाली होती. प्रवाश्यांना घेऊन येणारे पहिले विमान उतरले. त्यातून अशक्त व थकले भागले प्रवासी उतरू लागले. समोर हजारो नातेवाईक ,मित्र, विमानतळावरील कर्मचारी, बघे, पोलीस व वार्ताहर जोरजोरात टाळ्या वाजवून प्रवाश्यांचं स्वागत करू लागले. अमित जैन पाहतच राहिला. गर्दीच्या उत्साहाला नुसतं उधाण आलं होतं. जोरदार गलक्यात प्रवाश्यांचं स्वागत चाललं होतं. यानंतर सुमारे ३० मिनिटांनी दुसरं विमानही आलं.

' भारत माता की जय! ' अशा देशभक्तीपर घोषणांनी विमानतळाचा परिसर दुमदुमला. प्रवाश्यांनी व बघ्यांनी हात हवेत नाचवून विजयाचा आनंद व्यक्त केला. कॅमेरे फटाफट फोटो काढू लागले. वार्ताहर पोलिसांशी धक्काबुक्की करू लागले. फुलांचे भले मोठे गुच्छ कुणी हवेत उडवू लागले. काहीकाही थर थर कापत होते तर काही नुसतेच हातांनी खुणा करत होते. कित्येक रडत होते. शिडीवरून सावकाश सर्व प्रवासी उतरून खाली आले. त्यांच्या हर्षभरित नातलगांना, जिवलगांना तो क्षण एखाद्या उत्सवासारखा भासला. हजारो गळामिठ्या पडल्या. एका वृद्धेने परतून आलेल्या आपल्या मुलाला इतकी कडकडून मिठी मारली की तिला भोवळ आली. काही अतिउत्साही तरुण मंडळी आपल्या सुखरुप सुटून आलेल्या माणसांना दोघे तिघे धरून हवेत उचलून उंच फेकत होती. झेलत होती. त्या थकल्या भागल्या जिवांवर बातमीदार प्रश्नांचा भडिमार करत होते. ते पाहून मात्र त्यांचे नातेवाईक चांगलेच संतापले. रागाने ओरडू लागले. अनेक प्रवाशांना तातडीने रुग्णवाहिकांमधून हॉस्पिटलात नेण्यात आले. कितीतरी लोकांना सारं काही बाजूला ठेवून आधी घरी जायचं होतं. मग त्यांना कसंतरी घरी नेण्यात आलं. फारच थोड्या प्रवाशांना बोलण्याची शक्तीही होती आणि इच्छाही. अनेक रुग्णवाहिका व पोलीस गाड्या त्या प्रवाशांना घरी घेऊन

जाण्यासाठी खोळंबून थांबल्या होत्या. परदेशी नागरिकांना त्यांच्या दूतावासात नेण्यात आलं.

इंदिरा गांधी विमानतळावर जणू उत्सव साजरा करणं चाललं होतं. त्याचवेळी एक गाडी अंधाऱ्या हायवेवरून घरी निघाली होती. लग्नानंतर २८ दिवसांनी रचना कट्याल, रिपन कट्यालची पत्नी मधुचंद्राहून एकटी घरी परतत होती. ती विमानातून उतरली तीच भ्रमलेल्या सुन्न अवस्थेत. दोन स्त्रियांनी पकडून तिला बाहेर आणलं. आणि आता ती घराकडे निघाली होती. पण आपल्या पतीची अपहरणकर्त्यांनी निर्घृण हत्त्या केली आहे याची तिला अजूनही कल्पना नव्हती. 'आप लोक मुझे रिपन के पास क्यूँ नही ले चलते? मेरी कसम खाओ, कि वो ठीक है।' (तुम्ही मला रिपनकडे का नाही नेत? शपथ घ्या बरं, तो ठीक आहे म्हणून!) विमानतळावर नातलगांना ती पुन:पुन्हा हा एकच प्रश्न विचारत होती. एक तासाच्या प्रवासानंतर ती गुरगाँव सेक्टर १४ मधील आपल्या घरी पोचली. घराच्या आजूबाजूला सहस्त्रकाच्या आगमनाची तयारी म्हणून दिव्यांची खूप रोषणाई होती. एकटं हेच घर तेवढं अंधारात बुडून गेलं होतं. जवळच्या स्थानिक सांस्कृतिक केंद्रात रिपनच्या क्रियाकर्मातील उरलेले विधी पार पाडून श्वेतवस्त्रातील शोकमग्न माणसे नुकती घरी परतली होती. रचनाच्या नजरेने भिरभिरत आपल्या पतीचा शोध घेतला. पण तो कुठेच दिसत नव्हता. सुमारे एक तासानंतर, मध्यरात्र उलटल्यानंतर आणि शहरात नवीन सहस्त्रकाच्या आगमनाचे जोरदार स्वागत सुरू असताना रचनाच्या शोकाकुल कुटुंबियांनी ऊर फोडून टाकणारं ते सत्य तिला सांगितलं. जे वास्तव एवढे दिवस फक्त रचना सोडून जगातील प्रत्येकाला माहीत होतं, ते वास्तव! ते शब्द ऐकून ती सुन्न झाली. तिचा विश्वास बसेना. दोन्ही डोळ्यांमधून अश्रूंचे पूर उसळले. विद्ध पाखरासारखी ती रात्रीच्या अंधारात रडत राहिली. अखेर झोपेच्या गोळ्या देऊन तिला तेवढ्यापुरतं झोपवलं. पण झोपेच्या गोळ्यांच्या अमलाने पापण्या जड झालेल्या असतानाही ती तशीच विलाप करत राहिली. 'मुझे रिपन के पास ले चलो। मुझे रिपनके पास ले चलो। उन्होंने उसे मार दिया। '(मला रिपनकडे घेऊन जा. त्यांनी त्याला मारलं.)

■

काही दिवसानंतर

भारतीय मुत्सद्यांनी सोडून दिलेल्या खोलीत अपहरणकर्ते उतरतात...नंतर पाकिस्तानच्या सुरक्षित जगात परततात. मौलाना मसूद अझर स्फोटक भाषणे देतो...रचना कट्याल झोपेत रडते.

बहावलपूर हे पाकिस्तानच्या पूर्व भागातील एक छोटेसे गाव. या गावातील त्या घरात फोन वाजला. अंधार झाला होता. निवृत्त शाळाशिक्षक अल्लाबक्ष सबीर फोनपाशी गेले. या फोनची ते दिवसभर वाट पाहत होते. सुटकेनंतर काही तासात त्यांचा मोठा मुलगा मौलाना मसूद अझर सॅटेलाईट फोनवरून त्यांच्याशी बोलला होता. आपण कंदाहारमध्ये असून थोड्याच दिवसात घरी परतत असल्याचे त्याने सांगितले होते. त्यांची एक मुलगी त्यांच्याकडे बारकाईने बघत होती. वडील आणि मुलगा फोनवर बराच वेळ कसल्याशा चर्चेत गढून गेले होते. ईदच्या काही दिवस आधी अल्ला बक्ष यांचा भला मोठा गोतावळा ईद सण साजरा करण्यासाठी एकत्र जमणार होता. तसं आधीच ठरले होते.

अजून ते घर एकाकी होतं. म्हाताऱ्या अल्लाबक्षना डझनभर मुले होती. सहा मुलगे, सहा मुली, पण त्यातील चार मुलगे दूरदेशी होते. मसूद तर तुरुंगात होता. अब्दुल राऊफ असगर कराचीला होता. इब्राहिम अत्तार त्याच्या कामगिरीवर गेला होता. (अर्थात् तो यात्रेला गेला आहे, असंच अल्लाबक्षनं जगाला सांगितलं होतं.) धाकटा जहांगीर अकबर बहावलपूर जवळच्या एका छोट्या गावातील मदरसात शिकत होता. म्हणजे आता उरला एकच मुलगा. महंमद ताहीर

अहमद. कुटुंबातील कर्ता पुरुष. घरदार, पोल्ट्रीफार्म, डेअरीफार्म या सर्वांची देखभाल तोच करी. दिवसभर त्याच्या भावाच्या सुटकेची विचारणा करणारे फोन येत. 'सलाम आलेकुम' असं आदबीनं म्हणत तो त्यांच्याशी बोले. आणि सर्वात धाकटा मोहियुद्दिन आलमगीर सध्या नवव्या इत्तेत शिकत होता. मुलींपैकी चौघींची लग्ने झाली होती. त्यामुळे आता फक्त सकिया बीबी आणि सुमीरा बीबी राहिल्या होत्या. घरात फारशी माणसे नव्हती. पण आता लवकरच सगळे जमणार होते. अल्लाबक्षचे मुलगे परत येणार होते. घरात लग्न होते. मसूद अझरचं आता लग्न करून टाकायचं, असा अल्ला बक्षने निर्णय केला होता.

कंदाहारमध्ये मौलाना ज्या गडद निळ्या पाजेरोत बसून निघाला होता, ती ३१ डिसेंबरला उशिरा रात्री परतली होती. पाच अपहरणकर्ते आणि ३ मुक्त झालेले कैदी अशा आठ लोकांना इतक्या घाईने लगेचच्या लगेच ती सरहद पार करून पलिकडे पोचण्याची काहीच घाई नव्हती. अंधार पडला होता. कंदाहार विमानतळावरून पाकिस्तानच्या सरहद्दीला पोचण्याचा सर्वात जवळचा मार्ग म्हणजे चमन- हे ठिकाण आग्नेयेला डोंगराळ भागात ३ ते ४ तासाच्या अंतरावर होतं. डोंगराळ वाळवंटी भागातील ह्या मार्गाचा अनेकवेळा मादकद्रव्यांच्या व इतर वस्तूंच्या चोरट्या वाहतुकीसाठी वापर होत होता. चमन पासून किमान चार तासांचा प्रवास केल्यानंतर पिशीन व बोस्तान ही गावे ओलांडून गेल्यावर त्यातल्या त्यात जवळचं मोठं शहर लागणार होतं ते म्हणजे क्वेट्टा. वायव्येच्या सरहद्दीवरील प्रांतातील सर्वात मोठा लष्करीतळ येथेच होता. पण तिथे पोचता पोचता मध्यरात्रीचे दोन वाजले असते. त्यापेक्षा इथेच थांबलेले काय वाईट? तालिबानने पाहुण्यांसाठी उबदार बिछाने तयार ठेवलेलेच होते. मग सगळे जण त्या गेस्टहाऊसवर उतरले. भिण्याचं तर काही कारणच उरलं नव्हतं. अपहरणकर्त्यांचा ठावठिकाणा जगाला कळणारच नव्हता, मुत्तवकीलनं तसा शब्द दिला होता.

नंतरच्या काही दिवसांत नक्की काय घडलं तेच नीटसं स्पष्ट नाही. हरकत्-उल्-मुजाहिदीनच्या सदस्यांची काही दूरध्वनीवरील संभाषणे गुप्तचर खात्याच्या लोकांना ऐकायला मिळाली. त्यावरून अपहरणकर्ते व सुटलेले कैदी असे सर्वजण खोजक खिंड ओलांडून डोंगरापलिकडे असलेल्या चमन या ठिकाणी दिवसाउजेडी पोचले. तेथून ते गुलिस्थान या गावी गेले. पण काही कारणाने ते नंतर मागे फिरले. कदाचित 'चमन'चा रस्ता फारच रहदारीचा असतो हे सुद्धा त्यापाठीमागचे कारण असेल. अपहरणाचा माग घेत आलेले डझनावारी वृत्तपत्रप्रतिनिधी याच मार्गाने पाकिस्तानात परत निघाले होते. पाकिस्तानी अधिकाऱ्यांनी असं सांगितलं, की सुमारे १००० मैल लांबीच्या त्या सरहद्दीवर मुद्दामच कडी निगराणी ठेवण्यात आली होती. कारण याच सरहद्दीवरील डोंगराळ भागात

असलेल्या असंख्या खिंडीमधून चोरट्या वस्तूंची पाकिस्तानात आयात होते. परंतु प्रत्यक्षात या मार्गावरून ज्यांनी प्रवास केला त्या बातमीदारांनी पत्रकारांना सांगितले, की चमन पोस्टपाशी केवळ २०० नि:शस्त्र जवान तैनात होते. फारशी सुरक्षितता सुद्धा कुठेही असल्याचं जाणवलं नाही. पाकिस्तानात कोणाच्याही नकळत शिरण्याचा अगदी सोपा मार्ग म्हणजे बॉर्डर पोस्टपासून जरासं अंतर पायी चालत जाऊन सरळ पाकिस्तानात जाऊन पोचणे.

सोमवार उजाडल्यापासून मात्र अल्लाबक्षचे कुटुंबीय काळजीत पडले. त्याचदिवशी त्यांच्या घरी एका पत्रकाराने फोन केला. त्याच्याशी अल्लाबक्षची मुलगी बोलली. मौलाना मसूद अझर आणि त्याचा धाकटा भाऊ अजूनही घरी आले नसल्याचे तिने सांगितले. शुक्रवारी सायंकाळी झालेल्या त्या बोलण्यानंतर त्यांनी परत फोनसुद्धा केला नव्हता. अखेर शुक्रवार दि. ७ जानेवारी रोजी अझर बहावलपूरला परतला. अपहरणनाट्य संपल्यानंतर तब्बल एका आठवड्याने तोही आपल्या धाकट्या भावाशिवाय! सुमारे दोनशे नातेवाईक, मित्र आणि शेजाऱ्यांनी घरात घुसून त्याचे आदरपूर्वक स्वागत केले. दहा जानेवारीला ईदच्या दिवशी त्याचं लग्न झालं. त्याची बायको स्थानिक धार्मिक शाळेत शिक्षिका आहे. लग्न बहावलपूरमधील एका मशिदीत अत्यंत साधेपणाने पार पडलं. १२ नातेवाईक उपस्थित होते. जणू काही शादीचा सेहरा बांधण्यासाठीच मौलाना सुटून आला होता. परंतु हे लग्न मात्र त्याने केवळ आपल्या आईवडिलांच्या समाधानासाठी केलं होतं. लग्न होताच त्याने आपल्या पत्नीला एक गोष्ट स्पष्टच सांगितली होती. काश्मिरच्या लढ्यासाठी क्रांतिकारांची भरती करणं जरुरी होतं. त्यासाठी त्याला आपले सहा महिने द्यायचे होते. तेवढ्यासाठी पत्नीचा विरह सहन करण्याची सुद्धा त्याची तयारी होती.

येथून शेकडो किलोमीटर दूर श्रीनगरच्या जामा मशिदीजवळच्या वस्तीत राहणारी एक स्त्री अशीच आपल्या मुलाच्या सेहऱ्याची स्वप्ने बघत होती. तिची काया कृश होती. गालफडे बसली होती. आपल्या मुलाच्या भल्या मोठ्या तैलचित्रासमोर बसून ती त्याची आठवण काढत होती. चित्रातील तरुणाच्या चेहऱ्यावर बेफिकीर हास्य होते. तीन जानेवारीचा दिवस होता. हे घर मुश्ताक अहमद झरगार उर्फ मुश्ताक लाटराम याचं होतं. त्याची तुरुंगातून सुटका झाल्याचं वृत्त कानावर आलं होतं. ती कृश स्त्री, सलीमा ही झरगारची आई होती. तिने याच घरात त्याला जन्म दिला होता. आता तो मुक्त होता, स्वतंत्र होता. पण आपल्या मुलाच्या मुक्तीचा आनंद मानण्याऐवजी तिला त्याची काळजी वाटत होती. त्याच्या जिवाची भीती वाटत होती. आपल्या मुलाच्या सुटकेची बातमी समजल्यापासून ती अनेकवेळा रडली होती. आता लोखंडी

भक्कम गजाआड तो सुरक्षित नव्हता. तो उघड्यावर होता आणि बाजूला भयाण जंगल होतं.

लाटरामच्या घरी त्याच्या आईचं (मुलाच्या सुटकेबद्दल) अभिनंदन करण्यासाठी लोकांची रीघ लागली होती. लाटरामची बहीण सर्वांचं आगतस्वागत करत होती. फोन वाजला. फोनवर तोच होता. आपण (पाकव्याप्त) काश्मीरमधील मुजफ्फराबादेतून बोलत असल्याचं त्यानं सांगितलं. घराबाहेर लोक दबत्या आवाजात लाटराम विषयीच बोलत होते. त्यांच्या स्वरात भीतीयुक्त आदर होता. जणू काही जुने दिवस परत आले होते.

त्या वेळेपर्यंत लाहोरमध्ये अहमत उमार सैद शेख अजूनही घरी पोचला नव्हता. त्याने आपले वडील अहमद सैद शेख यांना फोनही केलेला नव्हता. अहमद सैद शेख हे पंजाबची राजधानी लाहोर येथे एका पिठाच्या चक्कीचे मालक होते.

भारतात अफवाचं पीकच आलं होतं. लोक म्हणत होते. भारताने त्या तीन कैद्याना तर सोडलं आहेच. पण वर दानावर दक्षिणा म्हणून दोनशे दशलक्ष यू. एस्. डॉलर्सही दिले आहेत. विमानातील प्रवाशांपैकी एकाचे पंतप्रधानाच्या खास मर्जीतील एकाशी जवळचे संबंध आहेत. त्याच्या म्हणण्यानुसार अपहरणकर्त्यांना खंडणी देण्यात आली. अर्थात या सगळ्या अफवांची शहानिशा करणंसुद्धा सोपं नव्हतं. पार्लमेंटरी अफेअर्स मिनिस्टर प्रमोद महाजन ३१ डिसेंबरच्या दिवशी अशा प्रकारच्या अफवांविषयी बोलताना म्हणाले होते, 'कोणत्याही अतिरेक्याला सोडताना कोणाला कधीच आनंद होत नाही. पण एकशेपंचावन्न प्रवाशांच्या जीवनाच्या मोबदल्यात ते करावं लागलं. या अपहरणकर्त्यांना काहीही खंडणी देण्यात आलेली नाही. सरकारने जे काही प्रसिद्ध केलं आहे त्यापेक्षा अधिक काहीही किंमत मोजण्यात आलेली नाही.'

चार जानेवारी रोजी पाकिस्तानातील हरकत्-उल्-मुजाहिदीनचे कार्यकर्ते काळजीत पडले होते. एक 'गोष्ट' अपहरणकर्त्यांच्या नंतर येऊन ती अजून ठराविक ठिकाणी जाऊन पोचली नव्हती. भारतीय गुप्तचर अधिकारी म्हणतात, एकमेकांना इर्फान आणि जज्जे म्हणून संबोधणारी ती दोन माणसे 'पैसा' किंवा शस्त्रास्त्रांविषयी बोलत असावी असे वाटते. किंवा कदाचित हा गुप्तचर खात्याच्या अधिकाऱ्यांचा केवळ तर्कही असेल. या संभाषणात अफजोश नामक मुक्त केलेल्या कैद्याच्या कराचीला पोहोचण्यासंबंधीचाही उल्लेख आहे. हे संभाषण असे,

इर्फान : हॅलो...

जज्जे : हाँ, इर्फान? (काय, इर्फान?)

इर्फान : हाँ, जज्जे, की हाल है? (काय, कसं काय जज्जे?)

जज्जे : तेरा फोन नी आंदा बच्चे? (तू मला फोन का नाही केलास, पोरा?)

इर्फान : वो जज्जे ऐसा है, कि वो कंदाहारों माला उथो निकला है, वौ मैनू रोझ फोन करदा तो मैंनू बतावे, तफसील भूल जांदा कि केदी कित्ती कित्ती तफसील है। (जज्जे, त्याचं काय आहे, ती 'वस्तू' कंदाहारकडून तिकडे निघाली आहे. तो मला रोज फोन करतो आणि सांगतो. पण मला तपशील काही नीट आठवत नाही.)

जज्जे : कंदाहार छो बंदा पहुँचादा है, दो घैंटे लग देने, माल पँहुचने में किन्ने पंजा दिन लग देने... । (कंदाहारला पोचायला माणसाला दोन तास लागतात. मग ती 'गोष्ट' पोचायला पाच दिवस लागतील?)

इर्फान : उत्थे तालिबानदी घुमराईच टैम लग्गे ना, चार दिन हो गए माल निकला है। वो दिला तक पहुँचना ही होईगा, हूं तक चमनमें है । हम गल करके रखा है, कैंदे है हिला तक नई पहुँचना । (आता तालिबाकडूनच उशीर होणार नाही अशी आशा करू या. एव्हाना चार दिवस झाले आहेत आणि ती गोष्ट अजून हिलाला पोचलेली नाही. अजून चमनमधेच आहे. मी त्यांच्याशी बोललो ते म्हणतात, ती अजून पोचलेली नाही.)

जज्जे : यार इस तरह ना कर तू.... (ए, असं करू नको तू.)

इर्फान : झूठ नहीं बोल रहा जज्जे, साडा रोझा हैं । (मी खोटं नाही सांगत जज्जे, रोझा करतोय.)

जज्जे : अफजोश दा की हो या यार? (अफजोशचं काय झालं, यार?)

इर्फान : अफजोश निकल गया है, रिलीज हो गया है, तुसी... (अफजोश बाहेर पडलाय, तो सुटलाय... तू...)

जज्जे : कित्थे पहुँची हूँ? (तो कुठे पोचलाय?)

इर्फान : वो कराची दे करीब करी है। (तो कराचीच्या जवळच कुठेतरी आहे.)

जज्जे : तू जरा मन्सूर नू फोन करके केह दे मैंनू फोन कर, जेदा माल पहुँचे मैनू फोन करे। (तू मन्सूरला फोन कर आणि सांग, तो माल पोचताच लगेचच मला फोन कर, म्हणावं.)

इर्फान : हूं ईद दी छुट्टियाँ आ गयी हैं ना? (आता तर ईदची सुट्टी आहे ना?)

जज्जे : कदों? (कधी?)

इर्फान : कल से चार दिन बंद होसी. (उद्यापासून चार दिवस.)

जज्जे : ठीक है, ते मंगलवार नु मन्सूर नु फोन करीन । (ठीक आहे, मग तू मन्सूरला मंगळवारी फोन कर.)

इर्फान : हाँ, मंगलवार में कह देवांगा तो तैनु बता देंगा तफसील से । (ठीक

आहे, मी त्याला सांगतो मंगळवारी तुला फोन करायला. आणि सगळं तपशीलवार सांगायला.)

जज्जे : हाँ, की माल जैसे ही आवेना, मैनू फोन करे, मैं इन्स्ट्रक्शन दे देवांगा किस तरह रवाना करना है। (होय, त्याने तो माल पोचताच मला लगेच कळवावे, मी नंतर पुढे काय कराचयं ते कळवीनच.)

इर्फान : ठीक है, ठीक है, खुदा हाफीज. (ठीक आहे, ठीक आहे. धन्यवाद.)

आत्तापर्यंतच्या सर्व अपहरणनाट्यांमध्ये सर्वात रहस्यमय गोष्ट हीच घडली होती - हे सर्व अपहरकणकर्ते नक्की कोठे आणि कसे अदृश्य झाले?

त्या पाच जणांनी पाकिस्तानात प्रवेश केला आहे ही गोष्ट पाकिस्तान गुप्तचरखात्याच्या लोकांनी अमान्य केली. जर त्यांचा पत्ता लागलाच तर आम्ही त्यांना तात्काळ अटक करू असंही त्यांनी जाहीर केलं. पाकिस्तानी अधिकाऱ्यांनी असं जाहीर निवेदन दिलं की, मुक्त झालेले कैदी आणि ते पाच अपहरणकर्ते एकमेकांपासून विभक्त झाले. नंतर अपहरणकर्ते अफगाणिस्तानच्या हेरात या प्रांताच्या दिशेने गेले. कदाचित सरहद्द पार करून इराणच्या दिशेने व नंतर ते आखाती देशांच्या आश्रयाला गेले असावेत. वास्तविक हेरातला पोचण्यासाठी अपहरणकर्त्यांना भयंकर डोंगराळ भागातून हजारो मैलाच्या एकाकी प्रदेशातून लांबलचक पल्ल्याचा प्रवास करावा लागला असता. इराणचे अधिकारी अर्थात हे वृत्त ऐकून संतापले व त्यांनी ही गोष्ट अमान्य केली. 'इराणमध्ये अपहरणकर्ते पोचले आहेत अशा अफवा मुद्दाम खोडसाळपणे पसरवून लोकांच्या डोळ्यात धूळफेक करण्यात येत आहे.' असं इराण सरकारचा हमीद शेख पाच जानेवारी रोजी म्हणाला.

मौलाना मसूद अझर याने मात्र पाकिस्तानी गुप्तचर खात्याच्या निवेदनापेक्षा अगदीच वेगळे निवेदन केले.

मौलानाने नंतर पाकिस्तानात भाषणांचे सत्र सुरू केले. त्यात वारंवार त्याने एकच गोष्ट सांगितली- 'कंदाहार विमानतळापासून बाहेर पडल्यानंतर ते अपहरणकर्ते म्हणाले, ' आप हमें नही जानते । हम कभी नहीं मिले। ' (तुम्ही आम्हाला ओळखत नाही. आपण कधीच भेटलेलो नाही.) कदाचित अझरला एक गोष्ट माहीत नसेल किंवा त्याच्यासमोरचे श्रोते त्या बाबतीत अनाभिज्ञ असतील- २५ डिसेंबर रोजी तालिबानचे परराष्ट्रमंत्री मुत्तवकील यांची अपहरणकर्त्यांशी समोरासमोर गाठ झाल्यानंतर त्याने जगभरातील अनेक वृत्तसंस्थांना जी मुलाखत दिली त्यात त्याने जे काही सांगितले होते ते असे - 'चीफ' अपहरणकर्त्याने स्वत:ची ओळख इब्राहिम, मौलाना मसूद अझरचा भाऊ अशी करून दिली. '

आपल्याच या बोलण्याचे किती दूरगामी व गंभीर स्वरुपाचे परिणाम होणार आहेत याची कल्पना येताच मुत्तवकील याने अपहरणाच्या शेवटच्या काही दिवसांत मात्र कानावर हात ठेवले. हे अपहरणकर्ते कोण ते आपल्याला माहीत नसल्याचे तो वारंवार सांगू लागला.

नवल असं की त्याचाच सहकारी मौलाना हकीम मुजाहिद हा मात्र न्यूयॉर्क येथे नऊ जानेवारी रोजी दुसरंच काहीतरी म्हणाला, 'अपहरणकर्त्यांपैकी 'काही' पाकिस्तानी असून ते पाकिस्तानात गेले आहेत. ते नक्की कुठे गेले आहेत, याचा काही पत्ता लागत नाही. पण कोणताच देश त्यांना आश्रय देण्यास तयार नाही, त्यामुळे ते पाकिस्तानातच गेले असावेत.' असं मुजाहिदने जाहीरपणे सांगितल्याचं वृत्तपत्रांमध्ये छापून आलं. भारत सरकार आणि अफगाणिस्तान सरकार, यू. एन्. आणि कंदाहारमधील इंटरनॅशनल कमिटी ऑफ रेडक्रॉस या सर्वांच्यात झालेल्या चर्चेमध्ये असं लक्षात आलं की कोणत्याच देशाला या अपहरणकर्त्यांना आश्रय देण्याची इच्छा नसणार. मुजाहिद म्हणाला, 'त्या अपहरणकर्त्यांनी आपल्याला पाकिस्तानात पाठवण्यात यावं अशी अधिकृतपणे मागणी केलेली नाही.'

'परंतु त्यांच्यातील काही पाकिस्तानी असल्या कारणाने त्यांची पाकिस्तानात जाण्याची इच्छा असणार असा तर्क करता येईल. ' तो म्हणाला.

काहीही असो, अपहरणकर्त्यांच्या व आपल्या भेटीत जे काही घडलं त्याचा मौलाना मसूद अझरने दिलेला वृत्तांत असा होता. ' ते अपहरणकर्ते रडले व त्यांनी अतिरेक्यांना मिठ्या मारल्या. परंतु ते आपले बुरखे काढून आपली ओळख पटवून देण्यास तयार नव्हते. ' त्याच्या म्हणण्याप्रमाणे तर अपहरणकर्ते असंही म्हणाले, 'तुम्ही आम्हाला ओळखत नाही. आपली या आधी कधीच गाठ पडलेली नाही. आम्ही भारतातील आहोत. आम्हाला तुमच्याविषयी आदर व कौतुक वाटते, पण आम्ही आमच्या चेहऱ्यावरचे बुरखे काढू शकत नाही.' अझर म्हणाला. 'गाडी जशी पाकिस्तानच्या दिशेने निघाली तसे अपहरणकर्त्यांनी अझर व त्याच्या साथीदारांबरोबर २५ मिनिटे प्रवास केला व अफगाणिस्तानची सरहद पार करण्यापूर्वी त्यांचा निरोप घेतला.' पण प्रत्यक्षात मात्र हे अपहरणकर्ते आणि सुटका झालेले कैदी कंदाहार विमानतळ सोडताना वेगवेगळ्या मोटारींमधून निघालेले अनेकांनी पाहिले होते. अझरने दिलेल्या निवेदनानुसार एका ठिकाणी अपहरणकर्त्यांनी मोटार थांबवली आणि दुसऱ्या मोटारीत शिरले. आपल्या सोबत त्यांनी ओलीस म्हणून कंदाहार कोअर कमांडर उस्मानी याच्या धाकट्या भावास सोबत म्हणून आणले होते. या ठिकाणी त्यांनी त्याला सोडले. अझरच्या म्हणण्याप्रमाणे अपहरणकर्त्यांनीच त्याला आपण भारतात परत जात असल्याचे

सांगितले होते. अर्थात् अझरला न घेताच, असेही त्याने लगेच नमूद केले. त्याप्रमाणे ते गेले.

परंतु पाकिस्तान सरकारने तर एक नवीनच खळबळजनक 'स्टोरी' (कहाणी) पेश केली. २८ डिसेंबर रोजी घेतलेल्या पत्रकार परिषदेत परराष्ट्र खात्याचा प्रवक्ता तारिक अल्ताफ म्हणाला, 'अपहरण हा इंडियन इंटेलिजन्स एजन्सी रिसर्च अॅड अॅनालिसिस विंगचाच कट होता.' त्याने एका अधिकाऱ्याचे नावही घेतले. हा अधिकारी विमानाच्या आतून सर्व कटाची सूत्रे हलवत होता, असेही त्याने सांगितले. इंटरनेटवर एक वेबसाईट www.ummah.net या नावाची ! या वेबसाईटला सायबर स्पेसमधील इस्लामी विचारसणीचे केंद्र मानण्यात येते. त्यांनी तर असाही आरोप केला की विमानाचे अपहरण हा भारतीय गुप्तचर खात्याचाच कट होता. त्याचा उद्देश अतिरेकी गनिमांनी सुरू केलेल्या काश्मिरच्या स्वातंत्र्यलढ्यास बदनाम करणे हा होता. परंतु या सिद्धांतास आता काहीच अर्थ नाही. कारण भारत सरकारचे तथाकथित पाठबळ असलेले हे अपहरणकर्ते मुद्दाम जिवावर उदार होऊन मरण्यासाठी लाहोरला किंवा अफगाणिस्तानला जाण्याचा धोका कशाला पत्करतील? काश्मीर चळवळीची बदनामीच करायची होती, तर ती स्वतःच्या देशांतर्गत विमानतळावरून, स्वतःच्या सरकारच्या पाठबळावर जास्त चांगल्या तऱ्हेने करता नसती का आली?

सत्य याहून कितीतरी वेगळं होतं. सरहद्दीच्या दोन्ही बाजूंनी हाती आलेल्या माहितीनुसार जानेवारीच्या दुसऱ्या आठवड्यात हे अपहरणकर्ते पाकिस्तानातील रावळपिंडी या उत्तर भागातील गावाजवळच्या हमझा येथील एका छावणीत सुरक्षित होते. यापुढील माहिती उपलब्ध झाली नाही. भारतीय अधिकाऱ्यांच्या मते या अपहरणकर्त्यांचे संरक्षण करणारे दुसरे तिसरे कोणी नसून पाकिस्तानची इंटर सर्व्हिसेस इंटेलिजन्स ही संस्थाच होती.

पाकिस्तानचा इंटिरियर मिनिस्टर मोईनुद्दिन हैदरने एक जानेवारी रोजी वार्ताहरांना सागिंतले. 'पाकिस्तान सतर्क आहे. जर त्यांनी (अपहरणकर्त्यांनी) पाकिस्तानात प्रवेश केलाच तर त्यांना पकडून त्यांच्यावर प्रस्थापित आंतरराष्ट्रीय नियमांनुसार कारवाई करण्यात येईल. 'परंतु प्रत्यक्षात मात्र हे अधिकारी याच्या अगदी विरुद्ध वागले. एक पाकिस्तानी सरकारी अधिकारी 'वासी' आणि वॉशिंग्टनमधील एक पाकिस्तानी डिप्लोमॅट यांच्यात टेलिफोनवर जे काही संभाषण झाले त्यावरून ते अपहरणकर्ते ईदच्या दिवशी कंदाहर मधून पाकिस्तानात जाऊन पोचल्यानंतर त्यांना आश्रय देण्याची पाक सरकारची साथीदारीच दिसून येते.

एक आवाज : ईद मुबारक दो वासी साहब । कहिये। एक सेकंद होल्ड करना. (ईद मुबारक वासीसाहेब, बोला, जरा एक सेकंद थांबा.)

वासी : सर, ईद मुबारक आपको भी हो सर। कैसे हे सर? आपके मुताबिक चिमे गोईन्या (हे अस्पष्ट स्वरात म्हणतो.) हो रही है? (सर, तुम्हास ही ईदच्या शुभेच्छा. कसे आहात तुम्ही?)

एक आवाज - आपको टेररिस्ट स्टेट डिक्लेअर करें तो कब करें, अभी करें या बाद में करें? (हसतो.) (जर तुम्हाला दहशतवादी राष्ट्र म्हणून घोषित करायचं असलं, तर कधी करायचं? आता का नंतर?)

वासी - हाँ? पक्के पक्के? बिलकुल. (हो नक्की? तुम्हाला खात्री आहे?)

एक आवाज - बिलकुल हो रही है। आपकी हसरते ही ऐसे हैं तो क्या करें? (नक्कीच होणार, तुमचं वागणंच तसं आहे तर काय करणार?)

वासी - बच सकते हैं, जान छुडाकर भाग जाए तो बच सकते हैं। और क्या है इन चोरोंसे? (आम्ही यातून वाचू शकतो आणि या चोरांच्या तावडीतून सुटू शकतो. दुसरं काय?)

एक आवाज- ओ भाई, जो इनको बिठाया हुवा है इन बंदोंको अपने, इनको पकडें, किसीको मारें या किसी को लाठियाँ या किसीको सजा दें, किसीको कुछ करें तो जान छूटेगी वरना तो नहीं छूटती । यही, जो आपने बिछाया हुवा है लोग जो है, मुक्तलिफ ऑरगनायझेसन है, मुक्तलिफ बंदे है. (अरे बाबा, या माणसांना तुम्ही जवळ केलंय, त्यांना पकडा, एकाला झोडपून काढा. फाशी द्या नाहीतर एखाद्याला शिक्षा तरी ठोठावा. त्यांना काहीतरी दंड करा. मगच तुमची सुटका आहे, नाहीतर काही खरं नाही तुमचं. तुम्ही या लोकांना आश्रय दिलाय ना, वेगवेगळे लोक, वेगवेगळ्या संस्था....)

वासी - मुक्तलिफ? (वेगवेगळे?)

एक आवाज - हाँ, और क्या? मौलाना साहेब जो हैं अब उनको आपने इजाजत जो दे दी, वो लंबी चौडी तकरारें करें तो फिर जाहिर है आपको टेररिस्ट तो डिक्लेअर करेंगे वो। (हो, नाहीतर काय? आता तुम्ही त्या मौलानाला मोठमोठी भाषणे ठोकण्याची मुभा दिलीत. मग ते तुम्हाला दहशतवादी म्हणणारच!)

वासी- हाँ, सही बात है। उनको पकडके पूछों तो, कमसे कम एक दिन के लिये तो पकडो। (हो, खरं आहे. त्यांना पकडून उलटतपासणी घ्या, निदान एक दिवसभर डांबून तरी ठेवा.)

एक आवाज - अमेरिकाने तो कल कहा, आप इन्व्हेस्टिगेशन करे, ये क्या बकवास कर रहे हैं? और उन्होंने तो वॉर्निंग दे दी है, कि अगर किसी अमेरिकन को नुकसान पहुँचा इनकी तकरीरोंकी वजहसे तो पाक जिम्मेदार होगा। (अमेरिकेने

काल म्हटलंय, तुम्ही चौकशी सुरू करा. ही काय बाष्कळ बडबड करतोय तो, आणि त्यांनी धमकीच दिली आहे, जर का कोणाही अमेरिकनाच्या केसाला जरी धक्का पोचला त्याच्या त्या भाषणबाजीने तरी पाकिस्तानला जबाबदार धरु.)

वासी - ये तो हो रहा है। आप सुना ए, कैसे चल रहा है? (ते तर होईलच. आणि तुमचं कसं काय चाललंय?)

एक आवाज - ठीक है, बस बदमाशी कर रहे हैं और क्या? (ठीक आहे, आमची गुंडगिरी चाललीय आहे, दुसरं काय?)

वासी - जब तक वो बडा बदमाश आपको आकर ठीक ना करे देन आप करते रहें बदमाशी। (जोपर्यंत तो बडा बदमाश येऊन तुम्हाला ठीक करत नाही तोपर्यंत चालू दे तुमची दादागिरी.)

एक आवाज - अच्छा ता बस फिर, ठीक है, आप उन्हीं को दे दे। आप (हसत म्हणतो) छोडे, वो खुद ही तिया पाँचा कर देंगे बार बार। मुल्ला हों को अगर आपने हँड ओव्हर कर देना है, तो करें, फिर आप क्या बीचमें कर रहें है अपना? (बरं, मग ठीक आहे. तुम्ही त्यांना त्यांच्याच ताब्यात द्या. त्यांच्यावर सोडा, सारं. त्याचं ते बघतील काय ते. आणि जर तुम्हाला त्यांना मुल्लांच्या हाती सोपवावं लागलं, तर तसं करा. बाकी तुमचं काय चाललंय?

वासी - ओ भाई, वो अतातुर्क किधर गया? वो, जो आपके वहाँ आया था एक बडा मेसेज लेके (हसतो.) क्यों, आने के पहले उनका, इंतकाल हो गया? (अरे भाई, तो मोठा तुर्क कुठे गेला? तो तुमच्या घरी मोठ्ठा निरोप घेऊन आला होता तो? का पोचण्यापूर्वीच मेला?

एक आवाज - अच्छा, बस, तो फिर ठीक है। फिर आपकी पिटाई होगी, आप तैय्यार हो जाईये, और क्या? (ठीक आहे. आता तुमचीच पिटाई होणार आहे. तयार रहा.)

वासी - अल्ला का शुकर है। आपका कोई चक्कर नही लग रहा? फेब्रुवरीमें प्रोगाम है आनेका (हे भगवान! तुम्ही इकडे कधी नाही वाटतं येणार? फेब्रुवारीत येण्याचा बेत आहे का?)

एक आवाज - हॉ, फरवरी तक प्रोगाम है। देखें, और कोई गडबड ना हुई तो. ठीक है, तो और अच्छा, खुदा हाफीज। (हो. फेब्रुवारीत बेत आहे. बघू या आणखी काही गडबड नाही झाली तर! अच्छा.)

बहावलपूरच्या ईदगाह मधील गर्दी क्षणोक्षणी वाढत चालली होती. हजारो पुरुष व मुले आत चालली होती. सर्वांनी नवे कोरे रंगीबेरंगी कपडे घातले होते, टोप्या घातल्या होत्या. अनेकांनी खांद्यावर स्कार्फ टाकले होते. बहावलपूरचा

प्रसिद्ध सुपुत्र मौलाना मसूद अझर जम्मू जेलमधून आपल्या या छोट्याशा गावात परत आल्यानंतर आज पहिल्यांदाच भाषण करणार होता. सलवार कमीज व खाद्यावर स्कार्फ असा पेहेराव केलेला अझर गाडीने मैदानापाशी येऊन पोचला. तेथे त्याला बसण्यासाठी एक लाकडी खाट मांडून, बिछाना वगैरे घालून तयारच होती. हरकत्-उल्-मुजाहिदीनचे बलदंड गार्डस (अंगरक्षक) लष्करात वापरतात तसा हिरवा कॅमॉफ्लेज गणवेष धारण करून कलाष्निकोव्ह रायफली जवळ घेऊन, त्याच्याभोवती कडे करून उभेच होते.

अझरचं भाषणच इतकं जहाल, इतकं प्रेरित करणारं होतं, की केवळ नुसत्या शब्दांच्या जोरावर अनेक सळसळत्या रक्ताच्या तरुणांना त्याच्या त्या अतिरेकी गटात भरती करून घेण्यास किंवा हजारो डॉलरचा निधी उभा करण्यास तो एकटा समर्थ होता. तेथे त्याचं जे काही स्थान होतं, तेही या भाषणाच्याच जोरावर. चार दिवसांपूर्वी त्याने काश्मीरला स्वातंत्र्य मिळवून देण्याची व अमेरिकन हितसंबंधांवर हल्ला चढवण्याची घोषणा केली होती. त्याचे शब्द म्हणजे आगीचे धगधगते निखारे होते. भाषण चालू असताना दर थोड्या वेळाने जमाव जोरात अल्ला-ऊ-अकबर आणि 'हिंदुस्तान मुर्दाबाद' अशा आरोळ्या ठोकत होता. इतर दिवसांप्रमाणे आज त्याला आवर घालायला कोणीच नव्हते, त्यामुळे पाच लाख मुजाहिदीन भारतावर चाल करून येतील, अशा वल्गना तो करत होता. भारत सरकार ज्याची कल्पनाही करू शकणार नाही, अशा पद्धतीने आम्ही भारतातील शहरे बेचिराख करू अशी त्याने शपथ घेतली. हजारो लोकांना, मुला माणसांना भारताविरुद्ध शस्त्रे हातात धरुन ती चालवण्याचं प्रशिक्षण घेण्याचं त्याने आवाहन केलं. काश्मीर ही हिंदूची दहनभूमी करून सोडू असा इशारा त्याने दिला.

' हमने बहुत जुल्म-ओ सितम सह लिया। मुसलमानोंमें अल्ला को गवाह मानकर कहता हूँ... जिस अल्ला के हाथ में ये आसमान है, जिसके हात में ये जमीन है, वो अल्ला हमारा है, वो इन काफिरोंका नहीं है। अल्ला ईमान वालों का मौला है। काफिरोंका कोई मौला नहीं है। ओ तुमने ॲटम बम बनाया है, मगर नबी का हर उन्मादी तुम्हारे ॲटम बम से ज्यादा ताकतवर है। तुमने हैड्रोजन बम बनाए है, हमारा तोएक एक बागी ही तुम्हारे हैड्रोजन बमसे ज्यादा ताकतवर है। इसलिये कि तुम मौतसे घबराते हो। हम मौतको चाहते हैं। तुम्हें मौत कडवी लगती है, खुदाकी कसम हमें मौत शहदसे भी मिठी लगती है। '

(आम्ही असंख्य यातना सहन केल्या. मुसलमानांनो, मी हे म्हणतोय आणि अल्ला माझा साक्षी आहे... हाच अल्ला आकाशाचा स्वामी आहे, भूतलाचा स्वामी आहे, हा अल्ला आम्हा सर्वांचा आहे, तो या काफिर धर्म द्वेष्ट्यांचा नाही.

काफिरांची श्रद्धा कशावरही नाही. तुम्ही भारतीयांनी ॲटम बाँब बनवला. पण माझा प्रत्येक तरुण एकेका ॲटम बाँबहून शक्तिशाली आहे. तुम्ही हैड्रोजन बाँब बनवला. पण प्रत्येक क्रांतिकारक तुमच्या हैड्रोजन बाँब पेक्षा शक्तिशाली आहे. याचं कारण तुम्हाला मृत्यूचे भय वाटते. आम्ही मृत्यूवर प्रेम करतो. मृत्यूची चव तुम्हाला कडवट वाटते, पण ईश्वर साक्ष, मृत्यू आम्हाला मधाहूनही अधिक मधुर वाटतो.)

'हिंदुस्तानवालों तुम्हे बता देना चाहता हूँ, कि रोज रोज पाकिस्तान को धमकियाँ देना बंद करो। अल्लाने मुझे यहाँ भेज दिया है। अगर तुमने हमारे वतन-ए-अझीझ की तरफ तिरछी निगाहोंसे देखा, मैं सबसे पहले अपने साथ पाँच लाख मुजाहिदीन लेकर इंडियन में दाखिल हो जाउँगा और इसके लिये करीब पूरे मुल्क का दाउरा कर रहा हूँ इन्शाल्ला। पाँच लाख तो इफुदा ही हदाफ हैं, और पूरे मुल्कसे मुझे जो पैगामात मिल रहे है, मेरे पास पूरे मुल्क से पाँच लाख से ज्यादा मुजाहिदीन अलहुमदिदुल्ला मौजुद है। मेरी माँएँ अपने बच्चे मुझे दे रहीं हैं, कि इनको मोहाल बिन कासीम बनाना, इन्हें किसी अंग्रेजका पुजारी नहीं बना। मेरी बहनें अपने भाई मेरे हवाले करके कह रही हैं, कि इन्हें मैदान-ए-इस्लामका गाझी बनाना। मेरे पूरे बुझुर्ग मुझे कह रहे हैं कि, हमारी दाढियाँ सफेद हो चुकी है, लेकिन हम आज भी अपने हाथमें बंदूक लेके जानेके लिये तैयार हैं।

('भारतीयांनो, माझं तुम्हाला सांगणं आहे, रोजरोज पाकिस्तानला धमक्या देऊ नका. अल्लाने मला इथे पाठवलं आहे. जर माझ्या मायभूमीकडे तुम्ही वाकड्या नजरेने पाहिलं तर मी पाच लाख मुजाहिदीन फौजेला घेऊन तुमच्यावर चाल करून येईन. यासाठीच तर मी आजकाल देशभर दौरा करतोय. परमेश्वर माझ्या पाठीशी आहे. पाच लाख तर तयारच आहेत आणि मला जी काही बातमी कळली आहे त्यानुसार आणखी ही अनेक मुजाहिदीन तयार आहेत. माता आपल्या पुत्रांना माझ्या स्वाधीन करतायत. त्यांना परमेश्वराचे अनुयायी बनवा, पाश्चात्यांचे भक्त नको, असं सांगतायत् . बहिणी आपल्या भावांना माझ्या हाती सोपवून म्हणतायत् , यांना इस्लामचे योद्धे बनवा. वडीलधारे आम्हाला सांगतायत् , आमच्या दाढ्या पांढऱ्या झाल्या पण आजसुद्धा आम्ही बंदूक घेऊन तुमच्याबरोबर येण्यास तयार आहोत. ')

' ये हिंदुस्तानवाले अपने ॲटम बम पर गुरुर मत करना, अपनी फौज पर गुरुर मत करना। हमारी फौज भी बहुत ताकतवर है, लेकिन हमारा बच्चा बच्चा लढने के लिये तैयार है। अगर अडवानीने या किसी और ने ये बुझदिली की और पाकिस्तानकी तरफ टेढी निगाहोंसे देखा, रब-ए-खहाफा की कसम में

अपने मुजाहिदीनों के साथ इंडिया के, शहरों में घुसकर वहाँ वो कुछ करुँगा, जो तुम्हारे बबू गुमान में भी नहीं है। ’

(भारतीयांनी आपल्या ॲटम बाँब बद्दल गर्व करू नये. आपल्या सैन्याबद्दल गर्व करू नये. आमचं ही सैन्य बलशाली आहे. पण त्याहून महत्त्वाचं म्हणजे पाकिस्तानातील प्रत्येक बालक हे एक ॲटमबाँब आहे. प्रत्येक बालक लढण्यास तयार आहे. जर अडवानी किंवा इतर कोणीही पाकिस्तानाकडे वाकड्या नजरेने पाहिलं, तर ईश्वर साक्ष, मी माझ्या मुजाहिदीन फौजेसह हिंदुस्तानात घुसेन आणि तिथे जे काही करीन त्याची मित्र हो तुम्ही कल्पनाही करू शकणार नाही.)

अझरने पाकिस्तानवर व त्यांच्या नागरिकांवरही कडाडून हल्ला चढवला. मोठ्या प्रमाणावर जिहाद पुकारण्याची त्यांच्या अंगात धमकच नाही, असं तो म्हणाला.

‘ मेरे गले पर खंजर चला दिया गया, और ये पाकिस्तानवाले, जो कश्मीरको अपनी सुहारात कहते हैं, जो कश्मीरको अपना हिस्सा मानते हैं, दूर बैठे रहे, मस्तियों में नोते जामा करते रहे, अपने बच्चों को पालते रहे। कुफ्रको अपने घरोंमें दाखिल करते रहे। आज बताओ तो सही, इन काफिरों ने हमें क्या दिया है? इन्होंने हमारे घरोंसे ईमान निकालकर फेक दिया। इन्होंने हमारे घरोंसे कुरान बाहर निकालकर फेक दिया । आज हमें तबाह करते हैं, हमारे घरोंसे फूटबॉल खेलते हैं। आज दुनिया के कितने मोमालिक है, जहाँ जहाँ रिपोर्ट, शिकवे, निगाफ्ता है, मगर हमें ट्रेनिंग लेने से भी डर लगता है, कि कहीं हमपर कोई धब्बा न लग जाए। इक आम जानवर को भी अपने तहफूज की फिक्र होती है। जेहाद में जाकर मौत नहीं आती। अगर जेहाद में मौत आनी होती तो में आपके सामने ना बैठा होता। ना अफगानिस्तान में रुसकी गोलियाँही मुझे वक्त से पहले मार सकी, ना उनकी इन्तेजामियाँकी बमबारी मुझे हलाक कर सकी, ना इंडिया की जेलोंमें छह साल तक उनके तमाम फोर्सेस मिलाकर मुझे खतम कर सकी। ’

(माझ्या गळ्यावर सुरा चालवला. आणि हे पाकिस्तानी अधिकारी काश्मीरला आपली भूमी म्हणतात, ते मात्र मजा बघत राहिले. मुलांना वाढवत राहिले. खिसे पैशांनी भरत राहिले. त्यांनी दुर्गुणांना घरात थारा दिला. मला सांगा, या काफिरांनी आपल्याला काय दिलं? त्यांनी श्रद्धेचं आपल्या घरांमधून उच्चाटन केलं. त्यांनी आपल्या घरांमधील कुराण बाहेर फेकलं. ते आपला सर्वनाश करतायत. आपल्या घरांशी फुटबॉल खेळतायत. शस्त्रास्त्रांचं प्रशिक्षण घ्यायला जाण्याची आम्हाला भीती वाटते. आपलं नाव त्याने बदनाम होईल असं वाटतं. साधे प्राणी घ्या, त्यांनाही स्वसंरक्षणाची काळजी असते. पण मुसलमानांना

कशाचीच पर्वा नाही. ना देशाच्या अखंडत्वाची, ना स्वत:च्या धर्माची. जिहाद (धर्मयुद्ध) मध्ये कोणी मरत नाही. जर जिहादमधे माणसं मारली जात असती तर मी हा असा तुमच्यापुढे बसलो नसतो. अफगानिस्तान रशियन तोफ़ा मला मारु शकल्या नाहीत. त्यांचे बाँब हल्ले माझं काही वाकडं करू शकले नाहीत. भारतीय फौजाही माझं काही करू शकल्या नाहीत, एवढा मी ६ वर्ष त्यांच्या तुरुंगात असून सुद्धा!

‘ अफसोस होता है, जब कारगिलमें यहाँ लडाई हो रही थी, पूरा हिंदुस्तान पाकिस्तानके खिलाफ तय्यार हो चुका था। हिदू बनियेंको लडनेका तरीका तो आता नहीं हैं, लेकीन तिजोरियोंको खोल खोलकर वो पैसा दे रहे थे। जबकी पाकिस्तनका मुसलमान जेहाद का नाम लेनेसे डरता है। कहीं कोई मुझे गैर मोहबल आदमी ना कहदे। ये जेहाद वहीं है, जो इज्जत की मशाल है लेकिन इस जेहाद को छू लेनेके बाद हम दुनिया में जलील हो चुके है। इस इदगाह में मुसलमानोंको एक दावत देता हूँ, और काफिरोंको भी एक बात बताता हूँ। हम पूरे कश्मीर को वो शमशान घाट बना देंगे जहाँ हिदुओंकी तमाम लाशों और चिताओं को जलाकर राख कर देंगे। ’

(शरमेची गोष्ट आहे- जेव्हा कारगीलचं युद्ध चालू होतं तेव्हा संपूर्ण भारत पाकिस्ताविरुद्ध लढायला तयार होता. हिंदू बनियांना भले लढाई करता येत नसेल पण त्यांनी आपल्या तिजोऱ्या खोलून पैशाचा वर्षाव केला. पण पाकिस्तानातील मुसलमान जेहादचं नुसतं नाव घ्यायला सुद्धा घाबरतात. त्याने त्यांची बदनामी होईल असं त्यांना वाटतं. हा जेहाद म्हणजे तर धैर्याची मशाल आहे, पण ती हातात धरली की समाजात आपली नाचक्की होते. मला या ईदगाह मधून तुम्हा सर्वांना निमंत्रण द्यायचं आहे. या काफिरांना एक गोष्ट सांगायची आहे. आम्ही पुऱ्या काश्मीरची एक स्मशानभूमी करून टाकू. आम्ही हिंदूंच्या चिता तेथे जाळू.)

‘ पूरा हिदुस्तान इक्कीसवी सदीके आनेका जशन मना रहा था, उनकी एजन्सियाँ कह रही थी, इक्कसवी सदीमें हम पाकिस्तानको भी ले लेंगे, हडप कर लेंगे। मगर इक्कसवी सदी के आखरी दिन इक्तीस दिसंबर उन्नीससौ निन्यानबे को इंडियाको बदतरीन शिकस्त सुई, जब इतनी बडी फौज के बावजूद उन्हें मुझे रिहा करना पडा। और अपने जहाज में बिठाकर अपने वझीरे खर्जाके साथ मुझे कंदाहार के एअरपोर्टपर लाकर मुझे वहाँ छोडना पडा। इकत्तीस तारीख का ये पैगाम इंडियाको याद रहेगा। इन्शाल्ला वो दिन दूर नहीं जब तू हाथ जोडकर हमसे कहेगा, कि अपना काश्मीर अपने पास वापस लेलो।’

(संपूर्ण भारत देश एकविसाव्या शतकाच्या आगमनाचा जल्लोष करत होता. एकविसाव्या शतकात आम्ही पाकिस्तान हडप करू अशा वल्गना करता होता. पण २१ व्या शतकाच्या अखेरच्या दिवशी, ३१ डिसेंबरला भारताला प्रचंड पराभव पत्करावा लागला. कारण एवढ्या मोठ्या सैन्याचा काही उपयोग झाला नाही. त्यांना मला सोडावं लागलं. त्यांना मला त्यांच्या विमानात बसवून कंदाहार विमानतळावर पाठवावं लागलं, त्यांच्या परराष्ट्र मंत्र्यांच्या सह! मला मुक्त करण्यासाठी ! भारताला ३१ डिसेंबरचा हा संदेश सदैव स्मरणात राहील. ईश्वरसाक्ष, तो दिवसही आता दूर नाही, जेव्हा भारतच आपली याचना करून म्हणेल, तुमचं काश्मीर परत घ्या!)

भाषण संपलं. कलाष्निकोव्ह रायफलधारी अंगरक्षकांनी त्याला ताबडतोब एका ट्रकमध्ये बसवून तेथून नेले.

अझर त्याचा हा झंझावाती दौरा ठरल्याप्रमाणे पार पाडू शकला नाही. तो भारत आणि अमेरिकेला फारच धमक्या देत हिंडत होता. त्याच्या वल्गनांमुळे अमेरिकन सरकारने टीकेची झोड उठवली. वॉशिंग्टनमधील पाकिस्तानी ऑफिसर व पाकिस्तानातील वासी यांच्यामध्ये झालेल्या संभाषणातून एक गोष्ट स्पष्ट होते-या मौलानाच्या विरोधात आपण काही कारवाई करत असल्याचं निदान वरकरणी दिसायला हवं हे इस्लामाबादला कळून चुकलं आहे. अझरने स्वत:च एका नियतकालिकाला दिलेल्या मुलाखतीत म्हटलं आहे. 'या अपहरणेच्या घटनेला जी प्रचंड मोठ्या प्रमाणावर प्रसिद्धी मिळाली, त्यामुळे पाकिस्तान सरकारवर मोठेच दडपण आले. त्यामुळे आता सरकारला काळजी घेण्याची गरज आहे. ' अनेक आठवड्यानंतर मौलानाला पकडून डांबून ठेवण्यात आले. त्याआधी थोडेच दिवस त्याने जाहीररित्या एक नवी दहशतवादी संघटना स्थापन केली होती.

मुजफ्फराबाद ही पाकव्याप्त काश्मिरची राजधानी. येथे झरगारचे त्या चाहत्यांकडून फार मोठे स्वागत करण्यात आले. ' डॉन ' नामक वृत्तपत्रात आलेल्या वृत्तानुसार झरगारच्या स्वागतासाठी संपूर्ण उर्दू आणि इंग्रजी भाषेत मोठमोठे बॅनर्स लावण्यात आले होते. त्यामध्ये काश्मिरमधील सातत्याने चालत आलेल्या उग्रवादी चळवळीचा नेता म्हणून याचे वर्णन करण्यात आले होते. झरगार एका गाडीतून उतरताच अल् उमार संघटनेचे शेकडो सदस्य तसेच नरुलच्या आसपासच्या गावातील रहिवासी त्याच्याकडे धावले. (या संघटनेचे मुख्य कार्यालय नरुल येथे आहे.) त्याला मिठी मारण्यासाठी निदान स्पर्श करण्यासाठी!

कंदाहारमध्ये एक माणूस मुकाट्याने परत आला होता. सौदी कोट्याधिश ओसामा बिन लादेन अपहरणानंतर कंदाहारला परत आला होता. पेशावरच्या

फ्राँटियर पोस्ट या वृत्तपत्राने दिलेल्या बातमीनुसार अपहृत विमान कंदाहारमध्ये उतरताच ताबडतोब बिन लादेन अफगाणिस्तान सोडून एका अज्ञात स्थळी रवाना झाला होता. वृत्तपत्राने असेही म्हटले होते, की तालिबान अधिकाऱ्यांनीच त्याला अज्ञात स्थळी जाण्याचा सल्ला दिला होता. अपहरणाच्या घटनेमुळं अनेक पत्रकार व राजकारणी तेथे जमले होते. असंही म्हटलं होतं, की बिन लादेन याला अटक करून पकडण्यासाठीच हे अपहरणाचं नाट्य रचण्यात आलं असावं अशी भीती बिन लादेनच्या हस्तकांना वाटत आहे.

नवी दिल्ली येथील कालकाजी येथे असलेल्या आपल्या निवासस्थानी कविता शर्मा हिला अचानक दचकून जाग आली. तिला दरदरुन घाम सुटला होता. ती स्वत: अपहृत विमानातून वाचून परत आली होती. आल्या दिवसापासून एकच दु:स्वप्नाने तिला झपाटून टाकलं होतं- ते म्हणजे बर्गरने आपल्या पोटात गोळी झाडली आहे. ती जागी होताच तिला पोटातून चिरत जाणारी असह्य वेदना जाणवे व ती वेदना लवकर कमी होत नसे. तिच्याच शेजारी झोपलेल्या तिच्या पतीला, विशाल शर्मालाही असेच एक दु:स्वप्न रोज सतावे. झोपेतून जागे झाल्यावरही त्याला ते नीट आठवे.

सर्व प्रवाश्यांची सुटका झाली होती. सर्वजण हर्षभराने विमानातून बाहेर पडत होते. एकमेकांना अलिंगन देत होते. व अचानक कंदाहार विमानतळावर युद्ध सुरू झालं. प्रचंड मोठी लढाई झाली. विशाल जीव वाचवण्यासाठी पळत सुटला. त्यावर कोणीतरी गोळी झाडली. ती त्याच्या मानेचा बरोबर वेध घेऊन गेली.

आठ दिवसांच्या त्या भयंकर दहशतीने त्या प्रवाश्यांच्या मनावर खोलवर वण उठले होते. काहीजण ते उघड बोलून दाखवत तर काही आतल्या आत त्याचा सामना करीत. पण सर्वांच्याच ठायी त्याची लक्षणे मात्र दिसत होती, हे नक्की. व ती लक्षणेही बऱ्याच अंशी सारखी असत. प्रत्येकाला रोज भहावह दु:स्वप्ने पडत. ज्या पाचांनी त्यांना सर्वात निर्दयपणाने मानवतेला कलंक लागेल अशा पद्धतीने डांबून ठेवले होते, ते पाचजण स्वप्नातही त्यांचा पिच्छा सोडत नव्हते. त्यामुळे त्यांना आता बारीक सारीक गोष्टींची सुद्धा भीती वाटू लागली. इतर लोक त्यांना वारंवार प्रश्न विचारत, त्यांचा त्यांना संशय येऊ लागला. अनेकजण अबोल, अंतर्मुख झाले. काहींनी विमान प्रवासाची कायमची धास्ती घेतली. 'आता काही दिवसांसाठी हवा पालटायला कुठे बाहेरगावी जाणार का?' असा प्रश्न कोणीतरी एका प्रवाश्याला विचारला व चांगला धीट, धीराचा म्हणून प्रसिद्ध असलेला तो प्रवासी म्हणाला, ' नो कॉमेंट. ' त्यांच्या मनात, असलेला हा जो बदल घडून आला, तो केवळ भीतीपोटीच नव्हता -त्यासाठी इतरही कारणे घडली. अन्नाचे चार कण आणि बाटलीभर पाण्याची किंमत त्याना कळून

चुकली, स्वच्छ ‘ स्वच्छतागृह ’ वापरायला मिळण्याची किंवा हातपाय मनासारखे ताणायला मिळण्याची चैन काय असते हे ही त्यांना कळून चुकले.

विमान कर्मचाऱ्यांना मात्र आपली भिती, चिंता, वैफल्य, नैराश्य इत्यादींचं मूल्यमापन करायला सवडच नव्हती. घरी परतल्यानंतर काही दिवसातच कॅप्टन शरण, कॅप्टन राजिंदर, फ्लाईट इंजिनियर जग्गिया, सीनयिर फ्लाईट पर्सर अनिल शर्मा आणि इतर सर्वच कर्मचारी कामावर रुजू झाले. मात्र काही काळ ते काटमांडूच्या फ्लाईटवर जाणार नव्हते. कारण इंडियन एअरलाईन्सने नेपाळला जाणाऱ्या सर्व फ्लाईट्स रद्द केल्या होत्या. पण नंतरचे कित्येक महिने प्रत्येक वेळेस कॉकपिटचा दरवाजा उघडताना त्याच्या मनाला अस्वस्थता जाणवेल, एखादा प्रवासी उठून उभा राहताच ते दचकतील आणि रस्त्यात, बागेत किंवा दुकानात माकडटोपी घातलेल्या एखाद्या व्यक्तीला पाहताच जुन्या आठवणी जाग्या होतील, एवढं मात्र नक्की.

काही आठवडे लोटले. अपहृत एअरबस उड्डाणासाठी परत तयार झाली. त्याआधी मुंबईत त्याचे नूतनीकरण झाले. नवे गालिचे, नवीन रबरमॅट्स घालण्यात आली. रक्ताने खराब झालेल्या चार खुर्च्या बदलल्या. विमानाच्या अंतर्भागातील दुर्गंधी मात्र कित्येक दिवस हटतच नव्हती.

मौलाना मसूद अझर लग्न करून सुखात होता. भारतातील जेलमधले त्याचे कैदी मित्र त्याची आठवण काढत होते. पण अजून कोणीतरी त्याचा शोध घेत होते. मॅजिस्ट्रेट बाला ज्योती या ६ जानेवारी रोजी आपल्या कोर्टात शिरल्या. तुरुंग फोडून पलायन करण्याचा प्रयत्न केल्याच्या प्रकरणी अझरवर त्यांच्या कोर्टात खटला चालू होता. व आज त्या खटल्याची सुनावणी असूनही अझरला कोर्टात का हजर करण्यात आले नाही, असा प्रश्न त्यांनी विचारला, कोट भालवाल जेलचे सुपरिटेंडट चंचल सिंग यांनी त्यांना पत्र पाठवून कळवले, की आरोपीला कोर्टात हजर करता येणार नाही. ‘ त्या पत्रामध्ये त्या गोष्टीचे पटणारे कारण नमूद करण्यात आलेले नाही. ’ न्यायाधीश म्हणाल्या. मग त्यांना नीट समजावून सांगावे लागले, की अझरविरुद्धचे खटले निलंबित करण्यात आले आहेत, हे त्यांना नीट पटवून द्यावे लागले. व त्यांची माफीही मागण्यात आली. न्यायालयीन हुकुमाशिवायच अझरला तुरुंगातून सोडण्यात आले होते.

नेपाळमध्ये गजेंद्र मन तमराकर आपल्या स्वाभिमानावर मलमपट्टी करत होता. त्या बिचाऱ्याला उगीचच अपहरणकर्ता म्हणून संबोधण्यात आले होते व कोणीही त्याबद्दल साधी दिलगिरी सुद्धा व्यक्त केली नव्हती. मात्र काही दिवसातच एक गोष्ट तमराकरच्या ध्यानात आली. या ‘ अपहरणनाट्यात अडकलेला व आता सुटून आलेला प्रवासी ’ या बिरुदाचा त्याला अनपेक्षितपणे फायदा होऊ

लागला. कॉमेडियन म्हणून उतरणीला लागलेल्या त्याच्या कारकीर्दीने पुन्हा नवी पलटी मारली. त्याला चांगलेच नाव मिळाले.

परंतु लखनऊ शहरात मात्र एका बिचाऱ्या माणसाचे दुदैव ओढवले. त्याचे नाव वकील अहमद. योगायोगाने त्याचा चेहरा अपहरणकर्त्यांमधील बर्गरशी मिळता जुळता होता. व त्याचमुळे त्याच्या मागे पोलिसांचा ससेमिरा लागला. ८ जानेवारीला तो आपल्या एका नातेवाईकांची वाट बघत अमॉसी विमानतळावर उभा होता, तेव्हा त्याला पोलिसांनी पकडले. तत्पूर्वी काही तास आधी एका नागरिकाने पोलिसांना फोन करून त्याच्या व अपहरणकर्त्यांपैकी एकाच्या चेहऱ्यात साम्य असल्याचे दाखवून दिले होते. त्यामुळे पोलिसांच्या जीपगाड्या आधी अहमदच्या घरी, तेथून त्याच्या ऑफिसात आणि तेथून विमानतळावर त्याचा शोध घेत आल्या. त्यांना वाटले, हा बर्गरच आहे आणि तो पळून जाण्याच्या बेतात आहे. त्याच्या गालावरील चामखिळाने त्याला वाचवले. ते चामखीळ खरे होते त्यामुळे ते निघू शकत नव्हते. परंतु खऱ्या बर्गरच्या गालावर मात्र असे कही चामखीळ नव्हते, त्यामुळेच अहमद वाचला.

याच दिवशी अपहरणकर्त्याच्या एका नातलगाने इस्लामाबादला फोन केला. या ठिकाणी अल्लाबक्षचे काही नातलग राहतात.

एक आवाज- सलाम आले कुम जी, ये इस्लामाबाद का नंबर है? (नमस्कार, हा इस्लामाबादचा नंबर आहे का?)

दुसरा आवाज- जी (होय.)

पहिला आवाज- मैं हलीमा की बहन हूँ, इंग्लंडसे बात कर रही हूँ। होर सब कैसे है? (मी हलीमाची बहीण, इंग्लंडमधून बोलते आहे. तिथे सर्वजण कसे आहेत?)

दुसरा आवाज- जी सालम आले कुम , सब ठीक है। (नमस्कार सगळे ठीक आहेत.)

पहिला आवाज- सलाउद्दिन, तारिक , सब बच्चे कह रहें हैं, हम बात करेंगे हलीमा बाजी से। वो कह रहे हैं मुंजीको इद मुबारकका बोल रयातुल्ला कैसा है? रयातुल्ला तो बोल कि कभी खत लिखा कर, कभी फोन किया कर । यह तो, बहुत बडा आदमी बन गया है। कहाँ है, वो है कहाँ?

(कुजबुजत्या स्वरात)

मसूद अझर आझाद हो गया है, बोलो बाजीने बहुत बहुत मुबारिक बोली है। होर उसको बोल ना कि वो हायजॅकर में तू शामिल था, मुझे पता है। बोला हन मौलवी साहब बहुत खुश हुए। कह रहे थे, मेरी तरफसे मुबारक उसको बोल एक जो है वो।

मेरे खयालमें हायजॅकर एक जो है वो फारुकी है। कहीं पकडा नहीं जाए? (हसते) उसको (रयातुल्ला) बोलना है कि बाजीने बहुत मुबारक बोली है, ईदकी भी होर मसूद अझरके आझाद होने की भी।

(सलाउद्दिन, तारिक सगळी मुलं म्हणताय् त, आम्ही हलेमा आत्तेशी बोलणार. ते मुयजीला हॅपी ईद म्हणतात. हे सांगा, रयातुल्ला कसा आहे? त्याला म्हणावं, मला कधीतरी पत्र लिहित जा, किंवा फोन करत जा. तो आता फार बडा झालाय. कुठे आहे तो?

(हळू आवाजात)

(मसूद अझर सुटलाय. त्याला म्हणावं आत्तेने अभिनंदन सांगितलयं. त्याला म्हणावं तू त्या विमानाच्या अपहरणात सामील होतास, ते मला ठाऊक आहे. त्याला म्हणावं, मौलवी साहेब फार खूश झाले. ते म्हणत होते त्याला माझं अभिनंदन कळवा.

मला वाटतं अपहरणकर्त्यांमधील एक फारुकी होता. तो कुठे पकडला तर गेला नाही? त्याला म्हणावं, आत्तेने खूप अभिनंदन सांगितलंय. ईदसाठी तसंच मसूद अझरच्या सुटकेबद्दल.)

विमानातून सुटून आलेले प्रवासी परत सुखाने राहू लागले. पण त्या सर्वांपासून दूर, एक तरुण स्त्री आपल्या घरात एकटीच झोपेच्या अंमलाखाली पडून होती, डॉक्टरांनी रचना कट्याल व तिची वेदना यांच्या मधोमध (गुंगीचा) एक जाडजूड पडदा सोडलेला होता. पण ती त्या गाढ झोपेतून मधेच अचानक दचकून जागी होई. विस्मरणाचा पडदा फाटून निघे. तासचे तास ती रडत राही आणि रडतारडताच परत गुंगीच्या अंमलाखाली झोपेच्या आधीन होई.

रचनाने अजून आपली रंगीत सौभाग्य कांकणे उतरवली नव्हती.

■